D1763344

திலக மகரிஷி

திலக மகரிஷி

வ. உ. சி.

பதிப்பாசிரியர்

ஆ. இரா. வேங்கடாசலபதி

‘தென்னாட்டுத் திலகர்’ என்று போற்றப்பட்ட வ.உ.சி., தம் குருநாதர் லோகமான்ய பால கங்காதர திலகர் பற்றி எழுதிய நூல் இது. இலங்கை ‘வீரகேசரி’ இதழில் 1933-34இல் தொடராக வெளிவந்த நிறைவுபெறாத இவ்வாழ்க்கை வரலாறு முதன்முறையாக நூலாக்கம் பெறுகிறது. வ.உ.சி.க்கும் திலகருக்குமான உறவை இந்திய விடுதலைப் போரின் பின்னணியில் ஏராளமான புதிய செய்திகளுடன் தம் முன்னுரையில் விவரிக்கும் பதிப்பாசிரியர், பல அரிய ஆவணங்களைப் பின்னிணைப்பில் வழங்கியுள்ளார்.

ஆ. இரா. வேங்கடாசலபதி தமிழ்ச் சமூக வரலாறு தொடர்பாகக் குறிப்பிடத்தகுந்த ஆய்வுகள் செய்துவருபவர். சென்னை வளர்ச்சி ஆராய்ச்சி நிறுவனத்தில் *(Madras Institute of Development Studies)* பேராசிரியராக இருக்கும் இவர், மனோன்மணியம் சுந்தரனார் (திருநெல்வேலி), சென்னை, சிகாகோ, சிங்கப்பூர் பல்கலைக்கழகங்களில் பணியாற்றியிருக்கிறார். வி.கே.ஆர்.வி. ராவ் விருதும் (2007) விளக்கு புதுமைப்பித்தன் விருதும் (2018) பெற்றிருக்கிறார்.

ஆசிரியரின் பிற நூல்கள்

எழுதியவை

வ. உ. சியும் திருநெல்வேலி எழுச்சியும் (1987)
பின்னி ஆலை வேலைநிறுத்தம், 1921 (1990)
(இணையாசிரியர்: ஆ. சிவசுப்பிரமணியன்)
அந்தக் காலத்தில் காப்பி இல்லை முதலான ஆய்வுக் கட்டுரைகள் (2000)
நாவலும் வாசிப்பும் (2002)
முல்லை: ஓர் அறிமுகம் (2004)
முச்சந்தி இலக்கியம் (2004)
பாரதி: கவிஞனும் காப்புரிமையும் (2015)
ஆஷ் அடிச்சுவட்டில்: அறிஞர்கள், ஆளுமைகள் (2016)
எழுக, நீ புலவன்!: பாரதி பற்றிய கட்டுரைகள் (2016)
தமிழ்க் கலைக்களஞ்சியத்தின் கதை (2018)
திராவிட இயக்கமும் வேளாளரும் (1927–1944) (2018)

பதிப்பித்தவை

வ. உ. சி. கடிதங்கள் (1984)
மறைமலையடிகளார் நாட்குறிப்புகள் (1988)
வ. உ. சியும் பாரதியும் (1994)
பாரதியின் கருத்துப்படங்கள்: 'இந்தியா' 1906–1910 (1994)
அன்னை இட்ட தீ: புதுமைப்பித்தன் (1998)
வ. உ. சியின் சிவஞான போதவுரை (1999)
புதுமைப்பித்தன் கதைகள்: முழுத் தொகுப்பு (2000)
புதுமைப்பித்தன் கட்டுரைகள் (2002)
அண்ணல் அடிச்சுவட்டில் – ஏ. கே. செட்டியார் (2003)
பாரதி: 'விஜயா' கட்டுரைகள் (2004)
புதுமைப்பித்தன் மொழிபெயர்ப்புகள் (2006)
பாரதி கருவூலம்: 'ஹிந்து' நாளிதழில் பாரதியின் எழுத்துகள் (2008)
திலக மகரிஷி – வ.உ.சி. (2010)
பாரதியின் சுயசரிதைகள்: கனவு, சின்னச் சங்கரன் கதை (2014)
சென்றுபோன நாட்கள்: எஸ்.ஜி. இராமாநுஜலு நாயுடு (2015)
புதுமைப்பித்தன் வரலாறு: தொ.மு.சி ரகுநாதன் (2016)
உ.வே. சாமிநாதையர் கடிதக் கருவூலம் (2018)

தமிழாக்கம்

பாப்லோ நெருடா, துயர்மிகு வரிகளை இன்றிரவு நான் எழுதலாம் (2005)
வரலாறும் கருத்தியலும் (Romila Thapar's Past and Prejudice) (2008)

In English

(trans), Tranquillity -Bharatidasan (1987)
(trans), J.J. Some Jottings -Sundara Ramaswamy (2003)
In Those Days There Was No Coffee: Writings in Cultural History (2006)
(ed.) A.K. Chettiar, In the Tracks of the Mahatma: The Making of a Documentary (2006)
(ed.) Chennai, Not Madras: Perspectives on the City (2006)
(ed.) M.L. Thangappa, Love Stands Alone: Selections from Tamil Sangam Poetry (2010)
(ed.) M.L. Thangappa, Red Lilies and Frightened Birds: 'Muttollayiram' (2011)
The Province of the Book: Scholars, Scribes, and Scribblers in Colonial Tamilnadu (2013)
(co-ed.), Beyond Tranquebar: Grappling Across Cultural Borders in South India (2014)
Who Owns That Song?: The Battle for Subramania Bharati's Copyright (2018)
Tamil Characters: Personalities, Politics, Culture (2018)

திலக மகரிஷி

வ. உ. சி.

பதிப்பாசிரியர்
ஆ. இரா. வேங்கடாசலபதி

காலச்சுவடு பதிப்பகம்

திலக மகரிஷி ◆ வ. உ. சி. ◆ பதிப்பாசிரியர் : ஆ. இரா. வேங்கடாசலபதி ◆ நூலமைப்பும் முன்னுரையும் © ஆ. இரா. வேங்கடாசலபதி ◆ முதல் பதிப்பு: மே 2010, திருத்திய மூன்றாம் பதிப்பு: ஏப்ரல் 2021 ◆ வெளியீடு: காலச்சுவடு பப்ளிகேஷன்ஸ் (பி) லிட்., 669 கே. பி. சாலை, நாகர்கோவில் 629001

tilaka makarishi ◆ Biography of Tilak by V.O. Chidambaram Pillai (1872-1936) ◆ Editor: A. R. Venkatachalapathy ◆ © Compilation, editorial format, notes and introduction: A. R. Venkatachalapathy ◆ Language: Tamil ◆ First Edition: May 2010, Revised Third Edition: April 2021 ◆ Size: Demy 1× 8 ◆ Paper: 18.6 kg maplitho ◆ Pages: 184

Published by Kalachuvadu Publications Pvt.Ltd., 669 K.P. Road, Nagercoil 629001, India ◆ Phone: 91-4652-278525 ◆ e-mail: publications @kalachuvadu.com ◆ Printed at Print Point Offset Printers, Nagercoil 629001

ISBN: 978-81-89945-03-9

04/2021/S.No. 324, kcp3010, 18.6 (3) ass

பொருளடக்கம்

வ.உ.சி.யும் திலகரும்

ஆ. இரா. வேங்கடாசலபதி

> *சிதம்பரம் பிள்ளை எளிதில் கொள்கையை மாற்றிக் கொள்பவரல்லர். காற்று எப்படி வீசுகிறதோ அப்படித் திரும்பும் நீர்மை பிள்ளையவர்களின் பிறவியில் அமையவில்லை. அவர் இறக்கும்வரையில் திலகர் நேயராகவே இருந்தார்.*
>
> *– திரு.வி.க., நவசக்தி, 20 நவம்பர் 1936, தலையங்கம்*

'**த**மிழ்த் திலகர்' என்றும், 'தென்னாட்டுத் திலகர்' என்றும் திரு.வி.க. முதலான சான்றோர்களால் அக்காலத்திலேயே போற்றப்பட்ட வ. உ. சிதம்பரம் பிள்ளை (1872–1936) எழுதிய, அவருடைய குருநாதரும் லோகமான்யர் என்று புகழப்பட்டவருமான, பால கங்காதர திலகரின் (1856–1920) வாழ்க்கை வரலாறு இந்நூல். இலங்கையிலிருந்து இன்றளவும் வெளிவந்து கொண்டிருக்கும் 'வீரகேசரி' நாளிதழின் ஞாயிற்றுக்கிழமை வாரப்பதிப்பில் 1933–34ஆம் ஆண்டுகளில் 'பாரத ஜோதி ஸ்ரீ திலக மகரிஷியின் ஜீவிய வரலாறு' – ஸ்ரீமாந்: வ.உ. சிதம்பரம் பிள்ளை அவர்கள் (Pleader) எழுதியது – என்ற தலைப்பில் தொடராக வெளிவந்த நிறைவுறாத இவ்வாழ்க்கை வரலாறு முதன்முறையாக இப்பொழுது நூலுருவம் பெறுகிறது. வ.உ.சி.யின் வெளிவராத எழுத்துகளின் பட்டியலில் பல காலமாக இடம்பெற்றுவந்த 'திலக மகரிஷி' என்ன காரணம் பற்றியோ தேடப்படாமலும் தொகுக்கப்படாமலும் பதிப்பிக்கப் படாமலும் நின்றுவிட்டது. சில ஆண்டுகளுக்கு முன்பு, சாகித்திய அக்காதெமியின் இந்திய இலக்கியச் சிற்பிகள் வரிசைக்காக 'வ.உ.சி.' (2005) என்றொரு நூலெழுதிய மா.ரா. அரசு, பெயரளவில் மட்டும் அறியப்பட்ட அத்தொடரிலிருந்து

சில பத்திகளை முதன்முறையாக எடுத்தாண்டிருக்கிறார். ஆயினும் இவற்றை எல்லாம் தொகுத்து நூலாக்கும் முயற்சி இப்பொழுதுதான் ஈடேறுகிறது.

'லோகமான்ய பால கங்காதர திலகர் என் அரசியல் குரு' என்று தொடங்குகிறது 1927இல் திலகரைப் பற்றி வ.உ.சி. எழுதிய நினைவுக் குறிப்பு. தமது இருபத்தொன்றாம் வயதிலிருந்தே, அதாவது 1893இலிருந்தே, திலகரின் அரசியல் பேச்சுகளையும் எழுத்துகளையும் உன்னிப்பாகக் கவனித்துவந்ததாகவும் வ.உ.சி. குறிப்பிடுகிறார்.[1] மெட்ரிகுலேஷன் தேர்வில் வெற்றிபெற்று இன்னமும் கீழ்நிலை நீதிமன்றங்களில் வழக்காடுவதற்கான இரண்டாம்நிலை ப்ளீடராகக்கூட ஆகாத நிலையிலேயே அவர் திலகரின் அரசியல் கருத்துகளை அறிந்து, அவருடைய சீடராகத் தம்மைக் கருதிக்கொண்டது மனங்கொள்ளத்தக்கது.

'நாமகட்குப் பெருந்தொண்டியற்றிப் பன்னாட்டினோர்தம் கலையிலும் அவ்வவர் தாமகத்து வியப்பப் பயின்றொரு சாத்திரக் கடலென விளங்குவோன்' என்று பாரதி பாடியது போல் அக்காலத்தில் திலகர் ஒரு கல்வியாளராகவும் பத்திரிகையாளராகவுமே பெரிதும் அறியப்பட்டிருந்தார். 'கேசரி' என்ற மராட்டி மொழி இதழிலும், 'மராட்டா' என்ற ஆங்கில இதழிலும் அவர் தொடர்ந்து அக்காலத்திற்குச் சற்றுத் தீவிரமான கருத்துகளை வெளியிட்டுவந்தார். 1889 முதல் அவர் காங்கிரஸ் ஆண்டு மாநாடுகளிலும் கலந்துகொள்ளத் தொடங்கியிருந்தார். 1897இல் இராஜதுரோகக் குற்றத்திற்காகச் சிறைப்பட்டார்.

1898இல் வ.உ.சி.யின் அரசியல் நுழைவு என்று சொல்லத்தக்க நிகழ்வு நடக்கின்றது. அவ்வாண்டு இறுதியில் சென்னையில் கூடவிருந்த 'காங்கிரஸ் என்னும் மகாஜன சபை'யில் செய்ய வேண்டிய முயற்சிகள் பற்றி வ.உ.சி.யின் சொந்த ஊரான ஒட்டப்பிடாரத்தில் 10–8–1898இல் ஒரு கூட்டம் நடந்தது. அப்பொழுது 'வக்கீல் சிதம்பரம் பிள்ளை', 'நமது காங்கிரஸ் மகாஜன சபை ஏற்படுத்தப்பட்ட நோக்கத்தைப் பற்றியும், அதனால் இந்து தேசத்தவர்களாகிய நாம் நாளது வரை பெற்றிருக்கிற பெறுதற்கரிய அரும்பேறான நன்மைகளைப் பற்றியும், இனிமேலாக நாம் பெறக்கூடியதாயிருக்கிற அளவற்ற பிரயோசனங்களைப் பற்றியும் விஸ்தாரமாய், தெளிவாகவும் அலங்காரமாகவும் பிரசங்கித்தனர்'.[2] ஆனால், 1898 காங்கிரஸ் மாநாட்டில் வ.உ.சி. கலந்துகொண்டாரா என்பது தெரியவில்லை. திலகர் சென்னை மாநாட்டுக்கு, முக்கியப் பங்காற்ற

வில்லை என்றாலும், வந்திருக்கிறார். டிசம்பர் மாதக் கடைசியில் காங்கிரஸ் மாநாடு முடிந்ததும், மதுரைக்கும் இராமேசுவரத்துக்கும் தஞ்சைக்கும் பயணம் மேற்கொண்டு, தூத்துக்குடி வழியாக இலங்கைக்குக் கப்பல் பயணம் செய்தார் திலகர். வ.உ.சி. வசித்துவந்த தூத்துக்குடிக்கே திலகர் வருகை தந்திருக்கிறார். ஆனால் திலகர்–வ.உ.சி. சந்திப்பு நிகழவில்லை. 1907 டிசம்பர் கடைசியில் நடந்த சூரத் காங்கிரஸ் மாநாட்டில் தான் இருவரின் முதல் சந்திப்பு நிகழ்கிறது.

இதற்கிடையில் இந்திய அரசியலில் பல மாற்றங்கள் நிகழ்ந்துவிட்டன. 'சென்ற சுபகிருது வருஷத்திலே பாரத நாட்டில், ஸர்வ சுபங்களுக்கும் மூலாதாரமாகிய "தேசபக்தி" என்ற நவீன மார்க்கம் தோன்றியது' என்று பாரதி குறிப்பிட்ட சுதேசி இயக்கம் கர்சன் பிரபு அறிவித்த வங்காளப் பிரிவினையின் பின்விளைவாகத் தோன்றியது. இதன் விளைவாகச் செயல்திட்டத்தின் அடிப்படையில் காங்கிரஸ் அமைப்புக்குள் மிதவாதிகள் என்றும் தீவிரவாதிகள் ('அமிதவாதிகள்', 'புதிய கட்சியினர்', 'தேசியவாதக் கட்சியினர்' என்றும் அவர்கள் பலவாறாகக் குறிப்பிடப்பட்டனர்) என்று இரு பிரிவுகள் தோன்றின. திலகர் தீவிரவாதிகளின் தன்னேரில்லாத் தலைவராக விளங்கினார். 1905இல் காசி நகரில் நிகழ்ந்த காங்கிரஸ் ஆண்டு மாநாட்டில் ஓங்கிய தீவிரவாதிகளின் வலுவைக் குறைப்பதற்காக, கல்கத்தா காங்கிரஸ் (1906) தலைமை தாதாபாய் நௌரோஜிக்கு வழங்கப்பட்டது. இந்திய தேசிய இயக்கத்தின் முதுபெரும் தலைவரான தாதாபாய் நௌரோஜியின் செயல்பாடும் மிதவாதிகளுக்கு உவப்பளிக்கவில்லை. சுயராஜ்யத்தை அடைய சுதேசியம், அந்நியப் பொருள் புறக்கணிப்பு, தேசியக் கல்வி என்ற மூன்று வழிகளை முன்மொழிந்த காங்கிரஸ் தீர்மானங்கள் தீவிரவாத அணியை வலுப்படுத்துவதாகவே அமைந்தன.

'இருண்ட மாகாணம்' (the benighted province), 'தூங்கு மூஞ்சிப் பிரதேசம்' (sleepy hollow) என்றெல்லாம் ஏளனமாகக் குறிப்பிடப்பட்ட சென்னை மாகாணத்திலும் சுதேசி இயக்கம் எதிரொலித்தது. சென்னையும் நெல்லையும் இதன் தென்னக மையங்களாக விளங்கின. சி. சுப்பிரமணிய பாரதி என்ற இளைஞர் இவ்வியக்கத்தினூடே தேசியக் கவிஞராக மலர்ந்தார். தமிழகத்தின் தென்கோடியிலிருந்த ஓர் எளிய வழக்குரைஞர் இந்திய தேசமே கண்டிராததோர் தொழில் முனைப்பை முன்னெடுத்தார். சுதேசியம் என்றால் வளையல், பித்தான், மெழுகுவத்தி முதலியன செய்தல் என்பதாக அல்லாமல் பல லட்சம் ரூபாய் முதலீடு வேண்டிய ஒரு கப்பல் கம்பெனியையே (Swadeshi Steam Navigation Company Ltd., Tuticorin) நிறுவி, இரண்டு பெரிய நீராவிக் கப்பல்களையும் வாங்கி

ஒரு பெருஞ்சாதனையை நிகழ்த்திக்காட்டினார் வ.உ.சி. (சுதேசிக் கப்பல் கம்பெனி புதிய கப்பல் வாங்கிய செய்தியைத் திலகரின் 'மராட்டா' இதழும் (3 பிப்ரவரி 1907) பதிவு செய்தமை குறிப்பிடத்தக்கது.)

திலகர் தலைமையிலான தீவிரவாதப் பிரிவினரின் நிலைப்பாட்டைப் பிரதிபலிப்பதே பாரதி ஆசிரியராக இருந்த 'இந்தியா' தமிழ் வார இதழ், 'பால பாரதா' ஆங்கில மாத இதழ் ஆகியவற்றின் பணியாக இருந்தது. திலகரைப் போற்றியும், திலகரின் பொழிவுகளைத் தமிழில் பெயர்த்தும் பாரதி தீவிரவாதிகளின் தமிழ்க் குரலாக விளங்கினார். 'சுதேசிய தருமத்துக்கும் பிரதம குருவாக'த் திலகரைக் கருதிய பாரதி, 'வாழ்க திலகன் நாமம்! வீழ்க கொடுங்கோன்மை' என்றும், 'துஞ்சு மட்டும் இப்பாரத நாட்டிற்கே தொண்டிழைக்கத் துணிந்தவர் யாவரும் அஞ்செழுத்தினைச் சைவர் மொழிதல் போல் அன்பொடு ஓதும் பெயருடை ஆரியன்' என்றும் அவரைப் போற்றினார். 'இந்தியா' பத்திரிகையில் திலகரைப் பொருளாகக் கொண்டு கருத்துப்படங்கள் வெளியிட்டார். அவருடைய *Tenets of the New Party* என்ற கட்சிக் கொள்கையை விளக்கும் சொற்பொழிவைப் 'புதிய கட்சியின் கொள்கைகள்' என்று மொழிபெயர்த்தார். இவற்றிலிருந்து தீவிரவாதப் பிரிவினரின் மனங்களில் திலகர் எத்தகைய மதிப்பும் பக்தியும் வாய்ந்த இடத்தைப் பெற்றிருந்தார் என்பதை உணர முடியும்.

இந்தப் பின்னணியில்தான் 1907 டிசம்பர் மாத இறுதியில் இருபத்துமூன்றாம் ஆண்டுக் காங்கிரஸ் மாநாடு சூரத் நகரில் கூடியது. இந்த மாநாட்டில்தான் வ.உ.சி. தம் குருநாதரை முதன்முதலாக நேரில் கண்டார். சுதேசிக் கப்பல் கம்பெனி 'வியாபார சம்பந்தமாக (வ.உ.சி.) அடிக்கடி பம்பாய்க்கு வந்து பழக்கமுடையவர்' என்று பாரதி குறிப்பிடுகிறார்.[3] ஆனால் அந்நகருக்கு அருகிலிருந்த பூனாவுக்குச் சென்று அவர் திலகரைச் சந்தித்ததாகத் தெரியவில்லை.

6 டிசம்பர் 1907இல் சென்னைக் கடற்கரையில் நிகழ்ந்த கூட்டத்திலும், 13 டிசம்பர் 1907இல் தூத்துக்குடியில் நிகழ்ந்த கூட்டத்திலும் சூரத் மாநாட்டுக்கான பேராளராக வ.உ.சி. தேர்ந்தெடுக்கப்பட்டார். 'அனேக பிரதிநிதிகளுடன்... சில தினங்களுக்கு முன்னரே சூரத்து நகரம் வந்து சேரவேண்டுமென்று ஸ்ரீ திலகரிடமிருந்து' வ.உ.சி.க்குத் தந்தி வந்தது. 21 டிசம்பர் 1907 சனிக்கிழமை மாலை சென்னை சென்ட்ரல் ரயில் நிலையத்திலிருந்து தீவிரவாதப் பிரிவினரின் பேராளர்கள் முப்பது பேர் சூரத் மாநாட்டில் கலந்துகொள்வதற்காகப் புறப்பட்டனர். வ.உ.சி. தவிர, என்.கே. ராமசாமி அய்யர், பாரதி, வி. சக்கரைச் செட்டியார், யதிராஜ் சுரேந்திரநாத் ஆர்யா முதலியோர் இவர்களுள் அடக்கம்.

23 டிசம்பர் காலையில் பம்பாய் வந்திறங்கிய தீவிரவாதக் குழுவினர், ரயில் நிலையத்திற்கு மிக அருகிலேயே இருந்த 'ஸர்தார் கிருகம்' என்ற விடுதியில் தங்குவதற்கு வ.உ.சி. ஏற்பாடு செய்திருந்தார். அவர்கள் அவ்விடுதியில் தங்கிய இரண்டு நாளுக்கு முன்புதான் திலகரும் லாலா லஜபதி ராயும் அங்கு தங்கியிருந்தனர். திலகர்–வ.உ.சி. சந்திப்பு பம்பாயிலும் நிகழவில்லை.

1907 டிசம்பர் தொடக்கத்தில் காங்கிரஸ் பிரமுகரும் உயர்நீதிமன்ற வக்கீலுமான என்.கே. ராமசாமி அய்யர் 'இந்து' நாளிதழில் ஒரு கடிதம் எழுதியிருந்தார். 'நமது புதிய இயக்கம் நமது மாகாணம் உட்பட தேசத்தின் நீள அகலமெங்கும் பரவியுள்ளது' என்று தொடங்கிய அக்கடிதம், அதற்குச் சென்னை மாகாணத்தில் 'மிக அவசியமாக' (*'badly want'*) ஒரு தலைவர் தேவை என்றும், ஜி. சுப்பிரமணிய அய்யர் அத்தலைவரானால் சிறப்பாக இருக்கும் என்றும் குறிப்பிட்டிருந்தார்.[4] சூரத் மாநாடு முடிந்த பின்னர் சென்னை மாகாணத்தின் தீவிரவாதப் பிரிவினரின் தலைவர் யார் என்பது தீர்மானமாகிவிட்டது! இதற்கான சூழலும் அதற்கு முன்பே உருவாகியிருந்தது. சுதேசிய இயக்கத்தில் கப்பல் கம்பெனியை நிறுவிப் பெருஞ்சாதனை நிகழ்த்தியதோடு, காங்கிரசின் தீவிரவாதப் பிரிவின் அமைப்பிலும் வ.உ.சி. முக்கியப் பங்காற்றத் தொடங்கிவிட்டிருந்தார்.

கல்கத்தா காங்கிரஸ் மாநாட்டில் (1906) தீவிரவாதப் பிரிவினரின் செயல்திட்டம் காலூன்றிவிட்டதை உணர்ந்த கோகலே, பிரோஸ்ஷா மேத்தா ஆகியோர் தலைமையிலான மிதவாதப் பிரிவினர் காங்கிரசைக் கைப்பற்ற முயன்றனர். 1907 காங்கிரஸ் மாநாடு முன்னர் திட்டமிட்டபடி தீவிரவாதப் பிரிவினரின் கோட்டையெனக் கருதப்பட்ட நாகபூரில் கூடினால் காங்கிரஸ் அமைப்பு தங்கள் கைப்பிடியிலிருந்து நழுவிவிடும் என்று அஞ்சிய மிதவாதிகள், பாரதியின் சொற்களில் சொல்வதானால், பிரோஸ்ஷா மேத்தா பிறந்த இடமும் 'தேசபக்தியைக் காட்டிலும் காசுப் பக்தியே பெரிதென்ற எண்ணங் கொண்டவர்களும் ஆகிய குஜராத்தியப் பிரபுக்களின் செல்வாக்கு'[5] மிகுந்ததுமாகிய சூரத் நகருக்கு மாநாட்டைத் தந்திரமாக மாற்றினர்.

இந்தப் பின்னணியில் மாநாட்டுக்கு யாரைத் தலைவராகத் தேர்ந்தெடுப்பது என்ற பிரச்சனையும் எழுந்தது. தீவிரவாதிகள் தம்முள் ஒருவரைத் தலைவர் பதவிக்குக் கொண்டுவருவதென முடிவுசெய்து, அப்பொழுதுதான் நாடுகடத்தப்பட்டுப் பின் விடுதலையாகித் தாயகம் மீண்டிருந்த லாலா லஜபதி ராயை முன்மொழியத் தீர்மானித்தனர். லஜபதி ராயைத் தலைவராக்

கலாம் என்ற எண்ணத்தை முதலில் வெளியிட்டு, இதற்காகத் திலகரோடும் அரவிந்தரோடும் தந்தி மூலம் தொடர்புகொண்டு அவரை இதற்கு இணங்கவைத்தவர் வ.உ.சி.தான் என்பது திலகரைப் பற்றி அவர் எழுதிய நினைவுரையிலிருந்து புலப்படு கிறது. ஆனால் பாரதி பற்றிய தம் நினைவுரையிலோ, லாலா லஜபதி ராயைத் தலைவராக்கும் எண்ணம் பாரதிக்கு உதித்தது என்று வ.உ.சி. குறிப்பிடுகிறார். எப்படியும், இந்த எண்ணம் சென்னை மாகாணத் தீவிரவாதிகளிடமிருந்தே கிளம்பியது என்பது மனங்கொள்ள வேண்டிய செய்தி.

இதற்கிடையில் ராஷ் பிகாரி கோஷைத் தலைவராக்குவ தென மிதவாதிகள் முடிவுசெய்தனர். இவ்வாறாகச் சூரத் மாநாடு கொந்தளிப்பான சூழலில் கூடியது. அதுவரை எப்படியோ ஒரு சமரசத் தீர்வை எட்டிவிடலாமெனத் திலகர் எண்ணியிருந்தார். சூரத்தில் இரண்டு பிரிவினரும் தனித்தனி முகாமிட்டிருந்தது, காங்கிரஸ் அமைப்புக்குள் வேர்விட்டிருந்த பிளவுக்கு அறிகுறியாக இருந்தது. மாநாட்டுக்கு முன் இருநாட் களில் (24, 25 டிசம்பர்), அரவிந்தர் தலைமையில் தீவிரவாதிகள் கூடிப் பேசினர். திலகரும் உரையாற்றினார். திலகரை வ.உ.சி. முதன்முதலாகச் சந்தித்தது இத்தருணத்தில்தான் என அனுமானிக்கலாம்.

26 டிசம்பர் பிற்பகல் காங்கிரஸ் மாநாட்டின் தொடக்க விழா நடைபெற்றது. முந்திய கல்கத்தா மாநாட்டில் நிறை வேற்றப்பட்ட தீர்மானங்களின் சொல்லமைப்பைப் பற்றி உடனே பிரச்சனை எழுந்தது. தீர்மான வாசகங்களைத் தமக்குச் சாதகமாக மிதவாதிகள் திருத்திவிட்டிருந்தனர். குழப்பம் ஏற்பட்டு, அமர்வை நிறுத்திவைக்க வேண்டியதா யிற்று. அன்று இரவும் மறுநாள் காலையும் சமரசப் பேச்சு வார்த்தை முயற்சிகள் நடைபெற்றன.

27 டிசம்பர் காலையில் பெரிதும் மிதவாதிகள் அடங்கிய சென்னைப் பிரதிநிதிகள் சபை (Madras Delegates) என். சுப்பராவ் தலைமையில் கூடியது. வி. கிருஷ்ணசாமி அய்யர் இதில் முக்கியப் பங்கு வகித்தார். தொடக்க நாள் நிகழ்ச்சியில் 'குழப்பம் விளைவித்த' சென்னைத் தீவிரவாதிகள் கண்டிக்கப் பட்டனர். இக்கூட்டம் பற்றிய அறிவிப்பு தீவிரவாத அணி யினர்க்கு வழங்கப்படாததைக் கண்டித்துப் பேசிய வ.உ.சி.யின் இடையீடு புறந்தள்ளப்பட்டது. உடனே சென்னைத் தீவிரவாத அணி என்.கே. ராமசாமி அய்யர் தலைமையில் கூடி, மேற்படி முறையற்ற கூட்டத்தையும், வி. கிருஷ்ணசாமி அய்யரின் கடுமொழிகளையும் கண்டித்ததோடு, வ.உ.சி.யின் ஆட்சே பத்தைத் தள்ளுபடி செய்ததையும் கடிந்தது. சென்னைத் தீவிரவாத முகாமில் முனைப்புடன் செயல்பட்டு, தலைமைக் குரியவராக வ.உ.சி. மாறிவரத் தொடங்கலானார்.[6]

இதே வேளையில் சமரசப் பேச்சுகளும் நடந்துவந்தன. 27 டிசம்பர் காலை 11 மணிக்கு இரு பிரிவினர்க்குமிடையே மத்தியஸ்தம் பேச முன்வந்திருந்த பேராசிரியர் குஜ்ஜர் என்பாரிடம் திலகர் அழைத்துச்செல்லப்பட்டார். கல்கத்தா தீர்மானங்களை இறுதி செய்வதற்காக ஒவ்வொரு மாகாணத்திலிருந்தும் இரு அணியினரிடமிருந்தும் ஒவ்வொருவரைக் கொண்ட ஒரு குழுவை, இங்கிலாந்தின் காங்கிரஸ் குழுவைச் சேர்ந்த டாக்டர் ருதர்போர்டின் தலைமையில் அமைக்கலாமெனவும், தீர்மானங்களைப் பற்றி இக்குழு எடுக்கும் முடிவுக்கு இரு பிரிவினரும் கட்டுப்பட வேண்டும் என்றும் ஒரு சமரசத் தீர்வைத் திலகர் முன்வைத்தார். இதற்கிணங்கினால், ராஷ் பிகாரி கோஷைத் தலைவராக்கும் தீர்மானத்தை ஒருமனதாக நிறைவேற்றத் தாம் ஒருப்படுவதாகவும், அல்லாவிடின் அதற்கு ஒரு திருத்தத்தை முன்மொழிவதாகவும் திலகர் கூறினார். இவ்வாறு பரிந்துரைத்த குழுவுக்குச் சென்னை மாகாணத் தீவிரவாதிகளின் பிரதிநிதியாக வ.உ.சி.யின் பெயரையே திலகர் தெரிவுசெய்திருந்தார் என்பது குறிப்பிடத்தக்கது. வ.உ.சி. உட்படப் பிற தீவிரவாத உறுப்பினர்களின் பெயர்கள் அதற்கு முந்திய நாள் (26 டிசம்பர்) கூடிய தேசியவாதிகளின் கூட்டத்தில் தேர்ந்தெடுக்கப்பட்டது என்பதும் கவனத்திற்குரியது.[7] வ.உ.சி. பெற்றுவந்த முதன்மை இடம் இவற்றிலிருந்து வெளிப்படுகின்றது.

திலகரின் சமரசத் திட்டத்தை மிதவாதிகள் ஏற்கவில்லை. தலைவரைத் தேர்ந்தெடுக்கும் தீர்மானம் வழிமொழியப்பட்டதும் தாம் அது பற்றி உரையாற்ற விரும்புவதாக வரவேற்புக் குழுவின் தலைவருக்குத் திலகர் ஒரு கடிதம் எழுதினார்.

மாநாடு பிற்பகல் ஒரு மணிக்குக் கூடியது. ராஷ் பிகாரி கோஷைத் தலைவராகத் தேர்ந்தெடுக்கும் தீர்மானத்தை வழிமொழியும் உரையை முன்தினம் விட்ட இடத்திலிருந்து சுரேந்திரநாத் பானர்ஜி தொடர்ந்தார். வரவேற்புக் குழுத் தலைவருக்குத் தாம் எழுதிய கடிதத்திற்குப் பதில் வராததைக் கண்ட திலகர் இத்தருணத்தில் மேடை ஏறினார். இதற்குள் ராஷ் பிகாரி கோஷ் தம் தலைவருரையை ஆற்றத் தொடங்கிவிட்டிருந்தார். முறையாகத் தலைவராகத் தேர்ந்தெடுக்கப்படு முன்பே அவர் உரையாற்றத் தொடங்கிவிட்டதைத் திலகர் ஆட்சேபித்தார். உடனே ஆரவாரமும் குழப்பமும் மிகுந்தன. மிதவாதத் தொண்டர் ஒருவர் திலகரைத் தள்ளிவிடப் பார்த்தார். அதற்குள் ஒரு மராட்டியக் காலணி பறந்துவந்தது. திலகரை இலக்காகக் கொண்ட அச் செந்நிறக் காலணி சுரேந்திரநாத் பானர்ஜியின் கன்னத்தில் பட்டது. மாநாட்டுப் பந்தலில் வரைமுறையற்ற கைகலப்பு ஏற்பட்டது. அடி

உதை குத்துக்குப் பஞ்சமில்லை. மிதவாதிகள் அடியாள்களை உள்ளே நுழைத்திருந்ததாகப் பின்னர் தீவிரவாதிகள் குற்றஞ் சாட்டினர். போலீசாரும் மாநாட்டுப் பந்தலில் நுழைந்து, தடிகளைச் சுழற்றினர். இக்குழப்பத்துக்கிடையில் தீவிரவாதப் பிரமுகர்களும் தொண்டர்களும் திலகரைச் சூழ்ந்துகொண்டு அவருக்கு ஆபத்து நேராமல் பார்த்துக்கொண்டனர். 'அப்போது அவர்கள் முன்பு திலகர் நின்ற நிலை இன்றும் அன்றுபோல் என் மனக்கண்ணுக்குத் தெரிகின்றது. அன்று அவர் நின்ற நிலையை மதம்பிடித்து கர்ஜித்துக்கொண்டிருந்த பலநூறு யானைகளின் முன் அமெரிக்கையாய் அடங்கி ஒடுங்கி நின்ற ஒரு சிங்கத்தின் நிலைக்கு ஒப்பிடலாம்' என்று வ.உ.சி. அதனைப் பின்னாளில் நினைவுகூர்ந்தார்.

இக்குழப்பத்தில் வ.உ.சி.க்கும் பிற சென்னை அன்பர்களுக்கும் என்னவாயிற்றோ என்று பாரதி பதைபதைத்தார். போலீசார் அவரைப் பிடித்துச் சென்றிருப்பார்களோ என்று பாரதி கவலையுறும் அளவிற்கு வ.உ.சி.யின் பங்கும் முக்கியத்துவமும் இருந்திருக்கின்றன. வ.உ.சி. பத்திரமாக மாநாட்டுப் பந்தலிலிருந்து வெளியேறிவிட்டார் என்று அறிந்த பின்பே பாரதியின் 'மனம் ஒருவாறு அமைதியடைந்தது'.[8]

கலவரத்தில் காங்கிரஸ் மாநாடு முடிந்த பின்னர் 27 டிசம்பர் மாலையும் மறுநாளும் தீவிரவாதக் குழுவினர் தனியே கூடிப் புதியதாகத் தேசியவாதக் குழுவையும் கட்சியையும் அமைத்தனர். இப்புதிய அமைப்பின் சென்னை மாகாணச் செயலாளராக வ.உ.சி. நியமிக்கப்பட்டார்.

சென்னைக்குத் திரும்பிய தீவிரவாதக் குழுவினரில் ஜி. சுப்பிரமணிய அய்யரும், என்.கே. ராமசாமி அய்யரும் பின்னுக்குத் தள்ளப்பட்டு வ.உ.சி.யே அவர்களின் தலைவர் என்ற நிலையைப் பெற்றுவிட்டார். தலைமையை ஏற்க விழைந்த பலருக்கு இது உவப்பளிக்கவில்லை என்பது வேறு.

சூரத் காங்கிரஸ் சென்று திரும்பியதால் கிடைத்த தோழமை பற்றி வ.உ.சி. சிறையிலிருந்த காலத்தில் (அதாவது சூரத் காங்கிரஸ் நடந்து முடிந்த சில ஆண்டுகளில்) எழுதிய சுயசரிதையில் பின்வருமாறு குறிப்பிடுகிறார்:

> இலகுநம் தேயம் இன்புற வுழைக்குந்
> திலகர், அரவிந்தன், கப்பர்டே, மூஞ்சி,
> சீனிவாசன், பாரதி செப்பரும் பிறசிலர்
> நானிவண் உணர்ச்சியால் நட்ட நண்பினர்.

இவ்வாறு 'உணர்ச்சியோடு ஒன்றிய' நட்பினர் எனத் திருக்குறளின் பொருள்நலம் தோன்றச் சுட்டப்படும் முதல் நால்வரும் சூரத் காங்கிரஸ்வழியேதான் வ.உ.சி.யோடு

நெருக்கமாயினர். வ.உ.சி. தம் சுயசரிதையில் சூரத் காங்கிரஸ் பற்றிப் பின்வருமாறு எழுதியுள்ளதையும் இங்குக் குறிப்பிடுதல் பொருந்தும்.

சூரற்றுச் சென்றதும், தொன்னெறிக் காங்கிரஸ்
வீரமற் றழிந்ததும், வேறொன் றாயதும்
திலகர் முதலிய தேசபக்தர்கள்
பலமுறை என்னொடு பகர்ந்து நின்றதும்
சென்னைக் கிளையின் செக்கிரட் டெரியா
மன்னி யிருக்க வரம்எனக் கீந்ததும்...

வ.உ.சி.யின் சுயசரிதைக் குறிப்பு அவர் திலகரோடு ‘பலமுறை பகர்ந்ததற்கு’, விரிவாகக் கலந்துபேசியதற்கு நற்சான்றாகும். முக்கியமான பல வடமொழி, தெலுங்கு நூல்களை வெளியிட்ட வாவிள்ளா இராமஸ்வாமி சாஸ்த்ருலு அண்டு ஸன்ஸ் பதிப்பகத்தின் வெங்கடேஸ்வர சாஸ்த்ருலுவைத் திலகரே வ.உ.சி.க்கு அறிமுகப்படுத்தியிருக்கிறார் என்பதிலிருந்து திலகருக் கும் வ.உ.சி.க்குமான தொடர்பு சூரத் சந்திப்புக்குப் பிறகும் தொடர்ந்தது என்பதை உய்க்கலாம்.

சூரத் காங்கிரசுக்கு அடுத்த இரண்டு மாதங்களைத் தமிழகத்தில் விடுதலைப் போராட்டத்தின் உச்சம் எனலாம். சுதேசிக் கப்பல் கம்பெனியின் செயல்பாடுகள் புது வேகம் பெற்றன. தூத்துக்குடியில் வெள்ளையர் நடத்திவந்த கோரல் பஞ்சாலையில் சில ஆயிரம் தொழிலாளரின் வேலைநிறுத் தத்தை வ.உ.சி. முன்னின்று நடத்தினார். வேறு பல சுதேசத் தொழில் முயற்சிகளும் வேகம் பெற்றன. சுப்பிரமணிய சிவாவின் வருகையோடு தூத்துக்குடியிலும் திருநெல்வேலி யிலும் அன்றாடம் அரசியல் கூட்டங்கள் நிகழலாயின. அரசியல் மேடையில் முதன்முறையாகத் தமிழ் உரக்க ஒலிக்கத் தொடங்கிப் பரந்துபட்ட மக்களை அரசியல்மயப் படுத்தியது. இந்த நிலையில் ஆங்கில அதிகார வர்க்கம் தன் கைவரிசையைக் காட்டலானது. வ.உ.சி.யும் சுப்பிரமணிய சிவாவும் கைதாயினர். இதைக் கண்டித்து 13 மார்ச் 1908இல் தூத்துக்குடி, திருநெல்வேலி, தச்சநல்லூர் ஆகிய இடங்களில் பெரும் மக்கள் எழுச்சி ஏற்பட்டது. கடைகளும் அரசாங்க அலுவலகங்களும் தாக்கப்பட்டன. தொழிலாளர் வேலை நிறுத்தமும் நிகழ்ந்தது. போலீசின் ஒடுக்குமுறையினாலும் துப்பாக்கிச் சூட்டினாலும் நால்வர் இறந்தனர். எழுச்சி கொண்ட மக்களைக் கூட்டாகத் தண்டிப்பதற்காகத் தண்டக் காவல்படை நிறுத்தப்பட்டு அதற்கெனத் தனி வரியும் விதிக்கப் பட்டது. மேற்கண்ட நிகழ்ச்சிகளும் வ.உ.சி. மீது கொண்டுவரப் பட்ட வழக்கு விசாரணையும் அனைத்திந்தியச் செய்தியாயின.[9] இச்செய்திகளைத் திலகரின் ‘மராட்டா’ ஆங்கில வார இதழ்

தொடர்ந்து பதிந்து, தன் கருத்தையும் வெளியிட்டுவந்தது. (இவற்றைப் பின்னிணைப்பு 4இல் காண்க.)

இந்தச் சமயத்தில் (29 மே 1908) திலகரை 'குருஜி' என்று விளித்து பாரதி எழுதிய கடிதம் முக்கியமானது. 'நமது தேசியக் கமிட்டி என்ன ஆயிற்று? எங்கள் செயலாளர் ஸ்ரீ சிதம்பரம் இப்போது எங்கே இருக்கிறார் என்பதை நீங்கள் அறிவீர்கள்.' ('What has become of our Nationalist Committee? Our Secretary Mr Chidambaram is just now you know where.')[10] வ.உ.சி.யைப் போலவே திலகரும் விரைவில் சிறை செல்லவிருந்தார் என்பதோ, சிறைவாசத்திலிருந்து தப்புவதற்கெனப் பாரதி புதுச்சேரியில் புகலிடம் தேடப்போகிறார் என்பதோ இருவருக்கும் தெரிந்திருக்க வாய்ப்பில்லை.

வ.உ.சி.க்கு எதிரான வழக்கில் 7 ஜூலை 1908இல் தீர்ப்பு வெளியாவதற்கு இரண்டு வாரங்களுக்கு முன்னர், 24 ஜூன் 1908இல், திலகரும் இராஜதுரோகக் குற்றத்திற்காகக் கைது செய்யப்பட்டார். வ.உ.சி.க்கு இரட்டை ஆயுள் தண்டனை விதிக்கப்பட்டது. தீவாந்தர தண்டனையேயானாலும் அவர் நாடு கடத்தப்படவில்லை. மேல்முறையீட்டில் குறைக்கப்பட்ட கடுங்காவல் தண்டனையைக் கோவை, கண்ணனூர் சிறைச் சாலைகளில் நாலரை ஆண்டுகள் செக்கிழுத்தும் கல்லுடைத்தும் பல துன்பங்களை அனுபவித்து 1912 டிசம்பரில் வ.உ.சி. விடுவிக்கப்பட்டார். திலகர் தமக்கு விதிக்கப்பட்ட ஆறாண்டு தீவாந்தர தண்டனையை பர்மாவின் மாண்டலே சிறையில் கழித்தார். 6 ஜூன் 1914இல் விடுவிக்கப்பட்ட திலகர் பத்து நாள் கழித்துப் பூனா வந்துசேர்ந்தார். குடும்பச் செய்திகளைப் பகிர்ந்துகொள்வதற்காக மாதம் ஒரு கடிதம் மட்டுமே திலகருக்கு அனுமதிக்கப்பட்டிருந்த சூழ்நிலையில் வ.உ.சி.யும் திலகரும் சிறையிலிருந்த காலத்தில் தொடர்புகொண்டிருந்திருக்க வாய்ப்பில்லை.

திலகர் சிறையிலிருந்து பூனாவுக்குத் திரும்பிய மூன்றே நாள்களில் (19 ஜூன் 1914) வ.உ.சி. அவருக்கு ஒரு கடிதம் எழுதியிருப்பதிலிருந்து திலகரோடு தொடர்புகொள்வதில் அவருக்கு இருந்த பேரார்வத்தையும் விரைவையும் புரிந்து கொள்ளலாம்.

'அன்பார்ந்த சகோதரரே' என்று விளித்து, சிறையிலிருந்து முழு நலத்துடன் திரும்பியதற்காக முதலில் தம் நல்வாழ்த்தைத் திலகருக்குத் தெரிவித்துக்கொண்டு வ.உ.சி. தம் கடிதத்தைத் தொடங்குகிறார். திலகர் (வ.உ.சி.யும்தான்) சிறையிலிருந்த பொழுது திலகரின் மனைவி சத்தியபாமாபாய் (தாபிபாய்) 6 ஜூன் 1912இல் காலமாகிவிட்டிருந்தார். இதற்காகத் தம் இரங்கலைத் தெரிவித்துக்கொண்டு தேறுதல் வார்த்தைகளையும்

வ.உ.சி. உரைத்திருக்கிறார். உடல்நலத்தை நன்கு பேணுமாறு கேட்டுக்கொண்ட வ.உ.சி., அடுத்த இரண்டொரு திங்களில் திலகரை நேரில் காணும் வாய்ப்பு கடவுள் சித்தத்தால் ஏற்படும் என்ற நம்பிக்கையையும் வெளிப்படுத்துகிறார். அடுத்து திலகர் புதிதாக எழுதியுள்ள நூல்களைப் பற்றிய விவரங்களையும் அவர் கேட்டு எழுதுகிறார். திலகரின் புனிதப் பாதங்களில் நெடுஞ்சாண்கிடையாக விழுந்து தம் வணக்கத்தைத் தெரிவித்துக்கொள்வதோடு 'தங்கள் பணிதலுள்ள' வ.உ.சி.யின் கடிதம் நிறைவுறுகிறது. (முழுக் கடிதத்தைப் பின்னிணைப்பு 2இல் காண்க.) வ.உ.சி.யின் குரு பக்தி கடிதம் முழுவதும் ததும்பி நிற்பதைச் சொல்ல வேண்டியதில்லை. தற்கால அரசியல் விவகாரங்கள் பற்றி இருவரும் தொடர்ந்து கடிதப் போக்குவரத்தைக் கொண்டிருந்ததாக வ.உ.சி. தம் நினைவுரையில் குறிப்பிட்டாலும் இக்கடிதம் மட்டுமே இன்று எஞ்சியுள்ளது.

இரண்டொரு மாதங்களில் திலகரைச் சந்திக்க விழைந்த வ.உ.சி., ஏழெட்டு மாதங்களுக்குப் பிறகுதான் பூனாவுக்குச் செல்ல முடிந்தது. பூனாவுக்கு வருமாறு வ.உ.சி.யைத் திலகர் அழைத்த ஒரே வாரத்தில் அவர் அங்குச் சென்றார். கோகலே காலமான 19 பிப்ரவரி 1915 இரவு பூனா அடைந்தார் வ.உ.சி. இங்கு வ.உ.சி.யின் திலகர் பக்திக்கு ஒரு சுவாரசியமான சான்று கிடைக்கிறது. பொது வாழக்கையில் நுழைந்த காலம் முதலே திலகருக்கும் கோகலேவுக்கும் இடையில் கடும் போட்டி நிலவியது. (நவீன இந்தியாவின் உருவாக்கத்தில் இருவேறு போக்குகளைப் பிரதிபலித்தவர்கள் என்று இவ்விருவரைப் பற்றி ஒரு நூலே எழுதியிருக்கிறார் அமெரிக்க வரலாற்றாசிரியர் ஸ்டான்லி வோல்பெர்ட்.) இதனைப் பொருட்படுத்தாமல் கோகலேவின் இரங்கலுக்குத் திலகர் புறப்பட்டபொழுது வ.உ.சி.யினையும் உடனழைத்தார் திலகர். வ.உ.சி. மறுத்து விட்டார் *('I said no.')*!

அடுத்த நாள் விடியற்காலை முதலே வ.உ.சி.யும் திலகரும் கலந்தாலோசிக்கத் தொடங்கிவிட்டனர். இவ்வுரையாடலில் ஒரு முக்கிய விடயம் விவாதிக்கப்பட்டது.

> அப்போது நடந்துகொண்டிருந்த ஐரோப்பிய யுத்தம் (முதல் உலகப் போர்) குறித்தும், அப்போது ஜெர்மனியிலிருந்த சில இந்திய தேசாபிமானிகளிடமிருந்து வந்த ஒரு செய்தியைப் பற்றியும் என்னிடம் (திலகர்) பேசினார். யுத்தம் நடக்கும்போக்கில் சில சந்தர்ப்பங்கள் வாய்க்கையில், இந்தியர்கள் இன்னஇன்ன செய்ய வேண்டும் என்ற பொருளில் அந்தச் செய்தி அமைந்திருந்தது. அந்தச் செய்தியின்படி செயல்படுவதன்

உசிதம், சாத்தியம், விளையக்கூடிய பயன் ஆகிய வற்றைப் பற்றி இரண்டொரு நாள் நாங்கள் விவாதித் தோம். இந்த இடத்தில், அந்தச் செய்தி குறிப்பிட்ட சந்தர்ப்பங்கள், யுத்தத்தால் ஐரோப்பாவில் ஏற்பட்டுள்ள சில பிரச்சனைகள் காரணமாக எழாமல் போகலாம் என்று என் குரு கூறினார்.

இந்திய விடுதலைக்கு முன்பு எழுதி அச்சிடப்பட்ட கட்டுரையாதலால் வ.உ.சி. சற்றுப் பூடகமாகவே செய்தியை உணர்த்தினாலும் அதைப் புரிந்துகொள்வது சிரமமில்லை. உலகப் போரையொட்டிய சர்வதேச நிலைமையில், அயல் நாட்டிலிருந்த இந்தியப் புரட்சியாளர்கள் அதனைப் பயன் படுத்தி, இந்திய தேசியவாதிகளுடன் ஒரு தந்திரோபாயத்தைக் கைக்கொள்வதைப் பற்றியே விவாதிக்கப்பட்டது என்பது தெளிவாகவே புலப்படுகின்றது. இத்தகைய கமுக்கமானதும் ஆபத்தானதுமான ஒரு விடயத்தைத் திலகர் வ.உ.சி.யோடு பகிர்ந்துகொண்டதிலிருந்து இருவருக்குமான நெருக்கத்தையும் அரசியல் உறவையும் புரிந்துகொள்ளலாம்.

சுதேசி இயக்க காலகட்டத்தில் எடுத்த தீவிரமான நிலைப்பாடுகளிலிருந்து திலகர் சற்று நெகிழ்ந்திருந்ததை அதற்கடுத்த உரையாடல்கள் புலப்படுத்துகின்றன. தேசிய இயக்கத்திலிருந்த வெவ்வேறு போக்குகளைப் பற்றிய வ.உ.சி.யின் வினாவுக்கு, ஒருவரோடு ஒருவர் மோதிக்கொள்ளாமல் அனைவரும் தங்கள் முயற்சிகளை மேற்கொள்ள வேண்டும் என்று திலகர் அறிவுறுத்தியதை வ.உ.சி. பதிவு செய்கிறார். அரசாங்க வேலைகளிலும் சட்டமன்றங்களிலும் தேசப் பற்றுள்ளோர் நுழைய வேண்டும் என்ற திலகர் கருத்தையும் வ.உ.சி. உள்வாங்கிக்கொண்டிருக்கிறார்.

ஏறத்தாழ ஒரு வார காலம் திலகரின் இல்லத்திலேயே வ.உ.சி. தங்கியிருக்கிறார். திலகரின் விருந்தோம்பலையும், அவர் இறுக அணைத்து விடையளித்ததையும் நெகிழ்வுடன் பதிவுசெய்திருக்கிறார் வ.உ.சி.

1916 ஏப்ரலில் திலகர் அனைத்திந்திய சுயஆட்சிச் சங்கத்தைத் *(All India Home Rule League)* தொடங்கினார். இதற்கடுத்துச் சென்னையில் அன்னி பெசண்டும் இதே போன்றதொரு சங்கத்தை நிறுவினார். அயர்லாந்து தேசியவாதிகள் போராடிக் கேட்டுக்கொண்டிருந்ததையொத்த சுயஆட்சியைப் *(Home Rule)* பெறுவதையே இவை நோக்கமாகக் கொண்டிருந்தன.

அன்னி பெசண்டின் எழுச்சி சென்னையின் அரசியல், சமூகச் சூழலில் வேறு தாக்கத்தை ஏற்படுத்திக்கொண்டிருந்தது. பெசண்டின் இயக்கம் பார்ப்பன மேலாண்மைக்கே வழிவகுக்

கும் என்று அஞ்சிய பார்ப்பனரல்லாதார், பார்ப்பனரல்லா தார் அறிக்கையை வெளியிட்டு, தென்னிந்திய நல உரிமைச் சங்கம் என்ற நீதிக் கட்சியை நிறுவினர். காங்கிரஸ் அமைப்புக் குள் இருந்த முக்கியப் பார்ப்பனரல்லாத தலைவர்கள் காங்கிரசுக்குள்ளேயே பார்ப்பனரல்லாதார் நலன்களைப் பேணுவதற்கெனச் சென்னை மாகாணச் சங்கம் *(Madras Presidency Association)* அமைத்தனர். இதில் முக்கியப் பங்காற்றிய டாக்டர் வரதராசுலு நாயுடு, *1936*இல், வ.உ.சி. மறைந்த சில காலத்திற்குள் பின்வருமாறு நினைவுகூர்ந்தார்.[11]

> ஆகஸ்டு *1916*இல், சரியாக இருபதாண்டுகளுக்கு முன்னால், டாக்டர் தி.சே.செள. ராஜன், மறைந்த திரு. வ.உ. சிதம்பரம் பிள்ளை, திரு. ச. இராஜகோபாலா சாரியார் மற்றும் நான் சேலத்தில் இராஜகோபாலா சாரியாரின் இல்லத்தில் சந்தித்தோம். இரவு *9* முதல் *12* வரை மூன்று மணி நேரம் அன்றைய அரசியல் மற்றும் வகுப்பு நிலவரத்தை விவாதித்த பின்னர், நாங்கள் அனைவரும் ஒன்றிணைந்து விடுதலைக்கான தேசியப் போராட்டத்தில் செயல்படுவதென முடிவு செய்தோம். மறைந்த லோகமான்ய பால கங்காதர திலகரைச் சந்தித்து, எங்கள் தேசிய செயல்திட்டத்தை அவருக்கு அறிவித்து அவருடைய ஒத்துழைப்பைப் பெற உடனடியாகத் திரு. சிதம்பரம் பிள்ளையைப் பூனாவிற்கு அனுப்பினோம். வரலாற்று முக்கியத்துவம் வாய்ந்த அந்நள்ளிரவுக் கூட்டத்தின் விளைவு *1917*இல் நீதிக் கட்சியையும், டாக்டர் அன்னி பெஸண்டையும் எதிர்க் கும் சென்னை மாகாணச் சங்கத்தின் தோற்றமாகும் . . .

*1916*இலும் வ.உ.சி. பூனா சென்று திலகரைச் சந்தித்தார் என்பதற்கு வரதராசுலுவின் கூற்று சான்றாகும். இது பற்றி வேறு குறிப்புகள் கிடைக்கவில்லை.

திலகரின் மணிவிழா *1916* சென்னை மாகாணத்தின் பல பகுதிகளிலும் கொண்டாடப்பட்டிருக்கிறது. இக்கொண் டாட்டங்களில் வ.உ.சி.யின் பங்குபற்றல் பற்றிய செய்திகள் கிடைக்கவில்லை. *1918* மார்ச்சில் திலகர் சென்னைக்கு வருகை தந்திருக்கிறார். சென்னைக் கடற்கரையிலும் உரை யாற்றியிருக்கிறார். இவ்வருகையின்பொழுது வ.உ.சி. அவரைச் சந்தித்ததாக எந்தப் பதிவும் கிடைக்கவில்லை. பதிவின்மை பங்குபெறாமைக்கும் சந்திப்பின்மைக்கு ஆதாரமாகாது.

இதற்கிடையில் சென்னையில் திலகரின் குரலாகவும், திலகரின் புகழ் பரப்புபவராகவும் வ.உ.சி. விளங்கி வந்திருக் கிறார்.

1918 மே மாதத்தில் காஞ்சிபுரத்தில் நடந்த சென்னை மாகாணக் காங்கிரஸ் மாநாட்டில் வ.உ.சி. பின்வருமாறு பேசியிருக்கிறார். 'தில்லி (காங்கிரஸ்) மாநாட்டில் திரு. காந்தி என்ன கூறியிருந்தபோதிலும் 3ஆம் தேதி பம்பாயில் திலகர் ஆற்றிய உரையில், நாட்டின் அரசியல் எதிர்காலத்தைப் பற்றி அரசாங்கம் தெளிவானதோர் அறிவிப்பை வெளியிடாத வரை இந்தியத் தலைவர்களின் ஒத்துழைப்போடு (போருக்கான) ஆள்சேர்ப்புச் சாத்தியமில்லை என்று தெளிவுபடக் கூறியுள்ளார்.'[12] 1918இலேயே திலகருக்கு எதிரான போக்கைக் கொண்டவராக காந்தியை வ.உ.சி. புரிந்துகொண்டிருப்பதை இது காட்டுகிறது.

13 ஜூன் 1918இல் தஞ்சாவூர் கரந்தையில் நிகழ்ந்த பூனா ஹோம் ரூல் லீகின் சிவாஜி கொண்டாட்டத்தில் கலந்துகொண்டு சுயஆட்சி பற்றி வ.உ.சி. உரையாற்றியிருக்கிறார்.[13]

23 ஜூலை 1918இல் சென்னைக் கடற்கரையில் ஸ்வராஜ்ய சங்கத்தின் ஆதரவில் திலகர் பிறந்தநாள் விழா கொண்டாடப்பட்டது. சுப்பிரமணிய சிவா முதலானோர் கலந்துகொண்ட இவ்விழாவில் வ.உ.சி. உரையாற்றினார். அதில் திலகர் தமக்கு எழுதிய கடிதத்தை ஆதாரம் காட்டிப் பேசினார். அதன்படி, 'இம்மாகாணத்திலுள்ள விசேஷ நிலைமையைக் குறிப்பிட்டுவிட்டு வித்தியாச அபிப்பிராயத்தை ஒரு காரணமாய்க் கொண்டு காரியத்தைத் தடைசெய்யாமல் இருக்க வேண்டுமென்றும் . . . (திலகர்) சொல்லியிருக்கிறார்' என்று சுட்டிக்காட்டியதோடு, 'மிதவாதிகளும், சுயராஜ்யக் காரர்களும், சுயராஜ்யம் வேண்டாமென்போர்களும் எல்லோருக்கும் கோட்பாடு ஒன்றே'. இவ்வாறிருக்க, 'நான் தஞ்சாவூர், திருச்சினாப்பள்ளி முதலிய இடங்களுக்கு சென்றிருக்கையில் திராவிட கக்ஷித் தலைவர்களுடன் சம்பாஷித்தேன். அதிலிருந்து அவர்கள் முழு கொழுத்த சுயராஜ்யக்காரர்களென்று அறிந்து கொண்டேன். அவர்கள் கோகலே, தாதாபாய் முதலியவர்களைத்தான் பின்பற்றிவருகிறார்கள்' என்றும் வ.உ.சி. புது விளக்கம் கொடுத்தார்.[14] திலகரின் கருத்துகளைத் தமிழகச் சூழலுக்கு ஏற்ப, தம் குருபக்தியையும் விட்டுவிடாமல், கைவயப்படுத்திக்கொள்ளும் பாங்கை வ.உ.சி.யிடம் காண முடிகின்றது.

தொடக்கம் முதலே அன்னி பெஸண்டை எதிர்த்து வந்தவர் வ.உ.சி. பெஸண்டின் நேர்மையை அடிப்படையிலேயே சந்தேகித்த வ.உ.சி., அவரையும் அவர் இயக்கத்தையும் தொடர்ந்து கண்டித்துவந்தார். சுயஆட்சியைப் பொறுத்து திலகருக்கும் பெசண்ட்டுக்கும் ஏற்பட்டுவந்த இணக்கம்

வ.உ.சி.க்குச் சோதனையாக அமைந்தது. குருபக்திக்கும் அரசியல் நிலைப்பாட்டுக்கும் இடையே வ.உ.சி. தத்தளித்தார். மேற்கண்ட திலகர் பிறந்த நாள் விழாவில் அவர் குறிப்பிட்ட மற்றொரு விடயத்தை இதன் பின்னணியில் புரிந்து கொள்ளலாம்.

> நான் சிறையிலிருந்த நாட்களில் தேசத்திற்கு யாதேனும் பயனுண்டாயிற்றாவென்று யோசித்துப்பார்த்தேன். அதனால் எனக்கு மட்டும் கொஞ்சம் நல்லது உண்டா யிற்றென்றும், பொதுவில் தேசத்திற்கு யாதொரு நன்மை யும் உண்டாகவில்லையென்றும் கண்டுகொண்டேன். வீண் வார்த்தையாடுவதைவிட பெஸண்டு முதலியவர் களுடன் கூடி உழைத்தால் ஜெயிலுக்குப் போகாமல் தேசத்திற்கு உழைக்கலாமென்று தெரிகிறது. இந்தத் தத்துவத்தை உணர்ந்துகொண்டுதான் திராவிட கக்ஷிக் காரர்கள் பேசாமல் இருக்கிறார்கள்![15]

இது பெசண்ட் பற்றிய மறைமுகமான கண்டனம் என்று கொள்வதில் தவறில்லை. இக்கூட்டம் நிகழ்ந்த இரண்டொரு நாளுக்குள்ளேயே மீண்டுமொரு திலகர் பிறந்த நாள் கூட்டத்தில் வ.உ.சி. கலந்துகொண்டிருக்கிறார். கல்லிடைக் குறிச்சியில் சுயராஜ்ய சங்கத்தின் ஆதரவில் நடந்த கூட்டத்தில் பெசண்ட் எதிர்ப்பும் திலகரும் பற்றி நேரடியாகவே பேச வேண்டிய கட்டாயம் வ.உ.சி.க்கு ஏற்பட்டது.

> திலகர் எனக்குப் பின்வருமாறு எழுதியிருக்கிறார். அதைத் தங்களுக்குச் சொல்வதற்காகவே நான் இன்று மீட்டிங்கிற்கு முக்கியமாய் வந்திருக்கிறேன். அவர் சொல்வதாவது, 'கொஞ்ச நாளாய் மதராசில் சில ஜனங்கள் அனாவசியமாகவும் நியாயமில்லாமலும் தலைவர்களை (பெஸண்டை) நம்பாமலிருக்கிறார்கள். இதை நினைக்க என் மனம் மிகவும் வருந்துகிறது. இப்படி ஜனங்கள் நடப்பார்களாயின் நான் இத்தனை நாளாய் செய்த வேலைகளும் கொண்ட கொள்கை களும் பாழாய்ப்போய்விடும். ஆகையால் இனிமேல் அம்மாதிரி ஜனங்கள் தங்களின் நடத்தையாலோ, பேச்சாலோ, எழுத்தாலோ தலைவர் மனம் புண்படும் படி நடவாமல் தங்களாலியன்ற மட்டும் பார்த்துக் கொள்ள வேண்டியது'.[16]

இந்தச் சமயத்தில் பிரிட்டிஷ் அரசின் சார்பாக மாண் டேகு–செம்ஸ்போர்டு அறிக்கை வெளிவந்தது. இந்தியர்களுக்கு அரசியல் அதிகாரப் பகிர்வு சார்ந்து சில சலுகைகளை வழங்குவது இதன் சாரம். இதன் தொடர்பில் தேசியவாதிகள் என்ன நிலைப்பாடு எடுப்பது என்பது பற்றி வெவ்வேறு

கருத்துகள் முன்மொழியப்பட்டன. மாண்டேகு–செம்ஸ் போர்டு சீர்திருத்த முன்மொழிவுகளை விவாதிப்பதற்குக் காங்கிரசின் சிறப்பு மாநாட்டை நடத்த வேண்டுமென்று முடிவு செய்யப்பட்டது. இம்மாநாட்டுக்குத் திலகரே தலைவ ராக வேண்டும் என்பது பலருடைய கருத்தாக இருக்கவும், மிதவாதிகள் முதலான சிலர் இதனை விரும்பவில்லை. இந்தப் பின்னணியில், சர் எஸ். சுப்பிரமணிய (மணி) அய்யர் என்ற பழம்பெரும் காங்கிரஸ் பிரமுகர் மாண்டேகுவால் இங்கிலாந்து நாடாளுமன்றத்தில் பழித்துப்பேசப்பட்டிருந்த நிலையில், அவரையே மாநாட்டுத் தலைவராக்க வேண்டும் என்று சிலர் முயன்றனர். இதனைச் சுப்பிரமணிய அய்யரே விரும்பவில்லை என்பது வேறு. இந்தத் திட்டத்தை முறியடிக்க வேண்டுமென இராஜாஜி 'சுதேசமித்திரன்' முதலான இதழ் களில் 'சுப்பிரமணிய முனீந்திரரா? லோகமான்ய திலகரா?' என்றொரு அறிக்கையை வெளியிட்டு, திலகரே மாநாட்டுத் தலைமைக்கு உரியவர் என்று வாதாடினார்.[17] இதற்கு அடுத்து, இதே கருத்தை வலியுறுத்தி, 'இந்தியர்களுக்கு ஓர் அறிக்கை. லோகமான்ய திலகரே விசேஷ காங்கிரசில் அக்கிராசனம் வகிக்க வேண்டும்' என்றொரு அறிக்கையையும் அவர் தயாரித்து, பெரியார் ஈ.வெ.ரா., ஜார்ஜ் ஜோசப், வரதராசுலு நாயுடு முதலானோர் கையெழுத்தோடு வெளியிட்டார். இவ்வறிக்கையில் வ.உ.சி.யின் கைச்சாத்தும் உள்ளது (காண்க பின்னிணைப்பு *5*).[18]

மாண்டேகு–செம்ஸ்போர்டு சீர்திருத்தங்களைப் பொறுத்த வரை, கொள்கையை விட்டுக்கொடுக்காமல் எத்தனை மிதவாதிகளை வென்றெடுக்க முடியுமோ அந்த அளவுக்கு அவர்களை அணிசேர்க்க வேண்டும் என்பதே திலகரின் விருப்பம். மாண்டேகு திட்டத்தை முழுவதுமாகப் புறந்தள்ள வேண்டும் என்று திலகர் கருதினாலும், மீண்டுமொரு முறை காங்கிரசைப் பிளவுபடுத்த அவர் விரும்பவில்லை. எனவே காங்கிரஸ்–முஸ்லீம் லீகு திட்டத்திற்கு எந்த அளவுக்கு ஒத்திசைய முடியுமோ அந்த அளவுக்கு மாண்டேகு சீர்திருத்தங் களை மாற்றியமைக்க வேண்டும் என்று அவர் விரும்பினார். சிறப்புக் காங்கிரஸ் மாநாட்டு ஏற்பாட்டுக்கு பொறுப்பு வகித்த வர்களுள் அவரும் ஒருவரானதால், விஷயாலோசனைக் குழுவில் தம் கருத்துக்கு ஆதரவாகப் பேசுமாறு சேலம் விஜய ராகவாசாரிக்குத் திலகர் எழுதினர். இதற்கிசைய கடைசியில் ஒரு சமரசத்தை எட்டலாம் என்றும் அவர் கூறினார். இதற்கு மேல், 'என் நிலைப்பாட்டைத் திரு. இராஜகோபாலாசாரிக் கும் திரு. சிதம்பரம் பிள்ளைக்கும் முழுமையாக விளக்கியுள் ளேன். தேவையானால் மேலதிக விளக்கங்களை அவர்கள் அளிப்பார்கள்' *(I have fully explained my position to Mr*

Rajagopalachari & Mr Chidambaram Pillai & they will be able to give you further explanations if necessary) என்று திலகர் தம் கடிதத்தை முடித்திருந்தார்.[19] தம் பார்வையைப் பிரதி பலிப்பவராக வ.உ.சி.யைத் திலகர் கருதினார் என்பதற்கு இக்கடிதம் எழுத்துப்பூர்வமான நேரடிச் சான்றாகும்.

பம்பாய் சிறப்புக் காங்கிரஸ் 1918 ஆகஸ்டு கடைசியில் நடைபெற்றது. காங்கிரஸ் – முஸ்லீம் லீகு திட்டத்தில் அறிவிக்கப்பட்டதற்குக் குறைவான எந்தச் சீர்திருத்தங்களை யும் ஏற்க முடியாது என்றும், பிரிட்டிஷ் பேரரசுக்குட்பட்ட சுயஆட்சியே இந்தியர்களின் நியாயமான விழைவுகளுக்குத் தீர்வாகும் என்றும் காங்கிரஸ் அறிவித்தது. 'எட்டணா சுயஆட்சியை நாம் கேட்டோம். (மாண்டேகு) அறிக்கை ஓரணா பொறுப்பாட்சியைக் கொடுத்துவிட்டு, இது எட்டணா சுயஆட்சியைவிட மதிப்புமிக்கது என்று நமக்குச் சொல்ல முற்படுகிறது' என்று திலகர் எள்ளலாகப் பேசினார். மொத்தத்தில் திலகரின் பார்வையினையே பம்பாய் சிறப்புக் காங்கிரஸ் மாநாடு பிரதிபலித்ததெனலாம்.

மாநாடு முடிந்த கையோடு திலகர் திடீரென முக்கியக் காங்கிரஸ் தலைவர்களைப் பூனாவுக்கு அழைத்தார். மோதிலால் கோஷ், விபின் சந்திர பால், சித்தரஞ்சன் தாஸ் முதலான வங்காளத் தலைவர்களுடன் வ.உ.சி.யும் பூனாவுக்கு அழைக்கப்பட்டார். இதிலிருந்து வ.உ.சி.யும் பம்பாய் காங்கிரஸ் சிறப்பு மாநாட்டுக்குச் சென்றார் என்று தெரிகிறது. இவர்கள் கலந்துகொண்ட கூட்டத்திற்குத் திலகர் தலைமையேற்க வேண்டும் என்று தீர்மானிக்கப்பட்டது. திலகர் உரையாற்ற அரசு தடை விதித்திருந்ததால் என்.சி.கேல்கர் தலைமை யேற்றார். இச்சந்திப்பில் வ.உ.சி. பேச எழுந்தபொழுது கூடியிருந்தோர் பேராரவாரம் செய்தனர் என்று 'அமிர்த பஜார் பத்திரிகை' நாளேடு கூறுகிறது.[20] முக்கியக் காங்கிரஸ் பிரமுகர்கள் அடங்கிய அக்கூட்டத்தில் வ.உ.சி. பின்வருமாறு உரையாற்றினார்.

> இன்றைய சூழ்நிலை மிக முக்கியமானது. அமைதி மாநாட்டுக்கு இங்கிலாந்து தெளிந்த மனசாட்சியுடன் போக வேண்டும். (மாண்டேகு) திட்டத்தை இப்போதுள்ள வடிவில் நாம் ஏற்றால், தான் கொடுத்ததை இந்தியா ஏற்றுக்கொண்டுவிட்டது என்று இங்கிலாந்து வெளி யுலகத்திற்கு வசதியாகச் சொல்வதற்கு ஏதுவாகும். காங்கிரஸ் கூறுகின்றவகையில் திட்டத்தை மாற்றி யமைத்தாலேயொழிய நாம் அதை ஏற்க மாட்டோம் என்று நாம் கூறினால் இங்கிலாந்து தெளிந்த மன சாட்சியுடன் அமைதி மாநாட்டுக்குச் செல்ல முடியாது.

எனவே நமக்கு வேண்டியது கிடைக்கும்வரை நாம் போராடிக்கொண்டே இருக்க வேண்டும்.

தங்களுக்கு எது நல்லதோ அதைத் தீர்மானிக்கும் உரிமை இந்திய மக்களுக்கு வேண்டும். இந்தியாவைத் திருப்திப்படுத்தாமல் அமைதி மாநாட்டுக்கு இங்கிலாந்து போக முடியாது. எனவே நாம் உருவாகியுள்ள சந்தர்ப் பத்தைப் பயன்படுத்திக்கொண்டு நியாயமான கோரிக்கை களை வலியுறுத்த வேண்டும். ஏமாற்றுத் திட்டங்களால் திருப்தியடைந்துவிடக் கூடாது.[21]

இந்தச் சந்திப்பில் வேறொரு நெகிழ்வான நிகழ்ச்சி நடந்தது. 'அமிர்த பஜார் பத்திரிகை' என்ற கல்கத்தாவிலிருந்து வெளியாகும் புகழ்பெற்ற ஆங்கில நாளேட்டின் ஆசிரியர் மோதிலால் கோஷ் (1847–1922) இச்சந்திப்பிற்கு வந்திருந்தார். உடல்நலக் குறைவின் காரணமாக அவர் முதல் நாள் நடவடிக்கைகளில் கலந்துகொள்ளவில்லை. அடுத்த நாள் வந்தபொழுது, வ.உ.சி. அங்கிருந்த செய்தியை அறிந்து அவரைக் காண வேண்டும் என்ற தன் விருப்பத்தை அவர் தெரிவித்தார். 1908இல் வ.உ.சி.யின் வழக்கு விசாரணை விவரங்களை அன்றாடம் வெளியிட்ட இதழாகும் 'அமிர்த பஜார் பத்திரிகை'. மேலும் மோதிலால் கோஷின் அண்ணன் 1911இல் மறைந்தபொழுது வ.உ.சி. அவருக்குச் சிறையிலிருந்து இரங்கல் கடிதமும் எழுதியிருந்தார். சிறைவாசத்தின் துன்பத்திலும் பிறருக்காக இரங்கிய வ.உ.சி.யின் அன்பு மனத்தைப் பாராட்டி மோதிலால் கோஷ் அவருக்கு எழுதிய பதில் கடிதம் சிறையதிகாரியின் தணிக்கைக்குப் பிறகு வ.உ.சி.யின் கைக்கு எட்டியது.[22] இத்தருணத்தில் இந்நினைவு கள் இருவர் மனத்திலும் நிழலாடியிருக்கும். மோதிலால் கோஷின் விருப்பத்தை அறிந்த வ.உ.சி. அம்முதுபெரும் இதழாளரை நெருங்கினார். மோதிலால் கோஷ் அவரை அன்போடு நெஞ்சாரத் தழுவிக்கொண்டார். இந்நிகழ்ச்சியை அப்பொழுதே 'அமிர்த பஜார் பத்திரிகை' பதிவு செய்துள்ளது.[23] 1935இல் மோதிலால் கோஷின் பேரர் பரமானந்த தத் எழுதிய மோதிலால் கோஷ் நினைவுகள் நூலிலும் இந்நிகழ்ச்சி விவரிக்கப்பட்டுள்ளது.[24] (இதுவரை வெளியான வ.உ.சி. பற்றிய சில நூல்களில் மோதிலால் கோஷ் தவறாக அரவிந்த கோஷ் எனக் குறிக்கப்பட்டுள்ளார்!)

பூனாவில் நிகழ்ந்த சந்திப்புக்குப் பின்னர் சில வாரங் களிலேயே, 24 செப்டம்பர் 1918இல், திலகர் இங்கிலாந்துக்குப் பயணமானார். 'இந்தியக் குழப்பத்திற்குக் காரணவர்' என்று திலகரைப் பற்றி வாலண்ட்டைன் சிரோல் என்ற ஆங்கிலேயப் பத்திரிகையாளர் எழுதியதற்காக அவர்மீது அவதூறு வழக்குத்

தொடர்வதற்காகவே திலகர் பயணமானாலும், இந்தியாவின் சுயஆட்சிக்காக இங்கிலாந்தில் பொதுக்கருத்தை உருவாக்கவும் அவர் திட்டமிட்டார். அவதூறு வழக்கில் அவர் வெற்றிபெற முடியாவிட்டாலும், அவரது பிரச்சாரம் பயனுடையவகையில் அமைந்தது. நவம்பர் 1919இல் திலகர் இந்தியா திரும்பினார்.

இங்கிலாந்தில் திலகர் செலவிட்ட பதினான்கு மாதங்கள் இந்திய விடுதலைப் போராட்டத்தில் திருப்புமுனையாக அமைந்த முக்கியக் காலகட்டமாகும். சட்டமேயல்லாத சட்டமான ரௌலட் சட்டம் 1919 மார்ச்சில் நிறைவேற்றப்பட்டிருந்தது. ஜாலியன்வாலாபாக் படுகொலையும் (ஏப்ரல் 1919) நிகழ்ந்திருந்தது. திலகர் தொடங்கிவைத்த மக்களை அணிதிரட்டும் செயல்திட்டத்தை காந்தி அடுத்த கட்டத்திற்கு எடுத்துச்சென்று தேசிய இயக்கத்தை வெகுமக்கள் இயக்கமாக மாற்றிவிட்டிருந்தார். சத்தியாகிரகம் என்ற புதிய எதிர்ப்பு முறையை இந்திய தேசியப் போராட்டத்தில் நுழைத்ததோடு, 'ஹர்த்தால்' என்ற முழுக்கடையடைப்பு–வேலைநிறுத்தத்தையும் ஒரு போராட்டமுறையாக காந்தி அறிமுகப்படுத்தினார். இந்தியாவின் பல பகுதிகளில் திலகருக்குக் கணிசமான, இணையற்ற செல்வாக்கு இருந்தாலும், காந்தியின் வீச்சு திலகரின் வட்டத்தையும் தாண்டி, மொத்த தேசத்தையும் தழுவியதாக அமைந்தது. இந்திய தேசிய இயக்கத்தின் தலைமை, திலகர் இந்தியாவில் இல்லாத காலத்தில், காந்தியிடம் கைம்மாறிவிட்டது என்பதில் ஐயமில்லை. திலகர் வழியினருக்கு இது உவப்பளிக்கவில்லை என்பது வேறு. இந்த உரசல், காந்தியின் பெருந்தன்மையினை மீறியும் அவர்களிடம் தொடர்ந்தது.

இங்கிலாந்தில் திலகர் பரப்புரை செய்துவந்த இந்த இடைப்பட்ட காலத்தில் வ.உ.சி. அவரோடு தொடர்பு கொண்டிருந்திருக்க வாய்ப்பில்லை என்றே கருதலாம். ரௌலட் சட்டத்திற்கெதிரான போராட்டங்களில் வ.உ.சி. கலந்துகொண்டிருக்கிறார். 1919 மார்ச் மாதத் தொடக்கத்தில் சென்னை மாநிலக் கல்லூரிக்கெதிரிலுள்ள கடற்கரைக் கூட்டத்தில் பேசிய வ.உ.சி., ரௌலட் சட்டம் நிறைவேறவுள்ள சூழலில்,

> ஜனங்களனைவரும் தங்களுடைய சுதந்திரத்தின் பொருட்டு சகல தியாகங்களையும் செய்ய வேண்டுமென்றும், இந்தியா சுயஆட்சி பெறுவதற்கு இத்தேசத்திலும் இங்கிலாந்திலும் அரும்பெரும் வேலை செய்ய வேண்டியிருக்கிறதென்றும், எனவே இச்சமயத்தில் ஜனங்கள் தாராளமாய்ப் பணத்தாலும் சரீரத்தாலும் உதவி செய்ய வேண்டுமென்றும் வற்புறுத்தினார். ஸ்ரீயுத

> திலகர் தமது கேஸின்பொருட்டு இங்கிலாந்துக்குச் சென்றாராயினும், கேஸ் விஷயத்தை கவனிக்காமல் இந்தியா சுயாட்சி பெறுவதன் சம்பந்தமாய் இப்போது உழைத்துவருகின்றாரென்றும், இதுவரையில் பிரசார வேலையில் ஒரு லக்ஷ ரூபாய்க்கு அதிகமாய் திலகர் பெருமான் இங்கிலாந்தில் செலவு செய்திருக்கிறா ரென்றும் சொன்னார்.[25]

இச்சொற்பொழிவின்பொழுது, 'மகாத்மா காந்தியின் தலைமையில் சாத்வீக எதிர்ப்பைக் கைக்கொள்ள இதுவே தக்க வாய்ப்பு. சாத்வீக எதிர்ப்பில் உறுதியுடன் நின்றால் அதுவே சுயஆட்சிக்கு இட்டுச் செல்லும்' என்றும் வ.உ.சி. கூறினார்.[26] இதற்கடுத்து 6 ஏப்ரல் 1919இல் சென்னையில் நடந்த, ரௌலட் சட்டங்களுக்கு எதிரான மாபெரும் சத்தியா கிரகக் கூட்டத்திலும் வ.உ.சி. கலந்துகொண்டு உரையாற்றி யிருக்கிறார்.

ரௌலட் எதிர்ப்புச் சத்தியாகிரகப் போராட்டங்களில் ஈடுபட்ட அதே காலத்தில் திலகரின் இந்திய சுயஆட்சி சங்கத்தின் *(Indian Home Rule League)* சென்னை மாகாணப் பிரிவை வ.உ.சி. தோற்றுவித்தார். இதில் சுப்பிரமணிய சிவா அவரோடு கைகோத்திருக்கிறார்.[27] இச்சங்கத்தின் அமைப்பு விதிகளைத் தனியே அச்சிட்டும் வ.உ.சி விநியோகித் திருக்கிறார்.[28]

திலகரின் 63ஆம் பிறந்த நாளைக் கொண்டாடும் ஏற்பாடுகளிலும் வ.உ.சி. ஆர்வத்துடன் ஈடுபட்டிருக்கிறார். மாகாணம் முழுவதும் திலகரின் பிறந்த நாளை விமரிசை யாகக் கொண்டாடுவதற்கான ஒரு குழுவிலும் அவர் பங்குபற்றினார்.[29] இதையடுத்து, சென்னைக் கடற்கரையில் நடைபெற்ற மாபெரும் திலகர் பிறந்த நாள் விழாக் கொண் டாட்டத்தில் கலந்துகொண்டு வ.உ.சி. உரையாற்றினார்.

> ஸ்ரீமான் திலகரின் அருமை பெருமைகளைக் குறித்து நான் சொல்லப்புகுமுன், டாக்டர் சுப்பிரமணிய அய்யர் சொல்லியிருப்பதை வற்புறுத்த விரும்புகிறேன். டாக்டர் மணி அய்யர் என்ன சொல்லியிருக்கிறார்? லோகமான்ய பால கங்காதர திலக மகராஜனைப் போல், தேச மாதாவுக்காக அவ்வளவு ஸர்வ ஸங்கப் பரித்தியாகம் செய்தவர் வேறு யாருமில்லை என்பதை அனைவரும் கவனிக்க வேண்டும். சுயராஜ்யமே எனது பிறப்புரிமை என்றும், அதை அடைந்தே தீருவதென்றும் உறுதி கூறி பிரசித்தப்படுத்திய மகான் அவரேயன்றி யாவருளர்? நம்மிடம் அன்பில்லாதவரிடம் நாம் செல்லக்கூடாதென்று திருவள்ளுவ நாயனார் சொல்லி

யிருப்பதற்கிணங்க ஸ்ரீமான் திலகரோ நம்மிடம் அன்பிலாத அதிகாரி வர்க்கத்தினரை ஒருநாளும் அடுத்ததே கிடையாது. இது அவருடைய உத்தம லட்சணங்களில் ஒன்றாகும். சென்ற 40 வருஷ காலமாக அவர் செய்துவரும் அபார ஊழியத்தை எடுத்துரைக்க எனக்கு ஆற்றல் இல்லையாயினும், சுதந்திர உணர்ச்சி யாவருக்கும் ஓங்கி வளரும்வண்ணம் செய்த பரம புருஷன் அவரே. இத்தகைய மகான் நெடுங்காலம் சுகஜீவியாய் இருந்து நமக்கு நலங் கிடைக்க முயல வேண்டுமென்று நாம் அனைவரும் கடவுளைத் துதிப்போமாக.[30]

இதற்கடுத்து, செப்டம்பர் 1919இன் தொடக்கத்தில் சென்னை வன்னிய தேனாம்பேட்டையில் திலகர் தமிழ் வாசகசாலையின் முதலாண்டு நிறைவு விழாவில் கலந்து கொண்டு வ.உ.சி. உரையாற்றியிருக்கிறார்.[31]

'அமிர்தசரஸ் காங்கிரஸ் போவதற்கு முன்னர் அவர் (திலகர்) வருகையைச் சென்னை நாடியது' என்கிறார் திரு.வி.க. இங்கிலாந்திலிருந்து தாயகம் மீண்ட ஒரு மாத காலத்திலேயே சென்னைக்கு வந்தார் திலகர். 17 டிசம்பர் 1919இல் பம்பாய் எக்ஸ்பிரஸ் பிரம்பூர் ரயில் நிலையத்தில் நின்றதும் வ.உ.சி. யுடன் திரு.வி.க.வும் சுப்பராய காமத்தும் திலகரை வரவேற்று, சென்ட்ரல் ரயில் நிலையம் வரை அவருடன் வந்தனர். அங்கு ஒரு மாபெரும் வரவேற்பு திலகருக்குக் காத்திருந்தது. அதன் பின்,

> சிதம்பரம் பிள்ளை, 'இது தொழிலாளர் காலம். தாங்கள் செல்வர் மாடியில் தங்கினால் ஏழை மக்கள் தங்களைக் காண இயலாது வருந்துவார்கள். ஆதலால் தாங்கள் எங்களில் ஒருவர் குடிலில் தங்குதற்கு உளங்கொள்ளல் வேண்டும்' என்று பெருந்தலைவரிடம் விண்ணப்பஞ் செய்தார். 'சிதம்பரம்! எனக்கா விண்ணப்பம்? எனக்கு எந்தக் குடிசையாயிருந்தாலென்ன?' என்று பதில் பிறந்தது.[32]

திரு.வி.க.வின் பதிவு திலகரிடம் வ.உ.சி.க்கிருந்த நெருக்கத்தை யும் மதிப்பையும் காட்டுகிறது.

அன்று மாலை சென்னைக் கடற்கரையில் நடந்த பொதுக்கூட்டத்தில் திலகர் உரையாற்றினார். வ.உ.சி.யும் அதில் பங்குபற்றியிருக்கிறார்.[33] இந்திய சுயஆட்சிச் சங்கத்தின் தமிழகப் பிரிவின் சார்பாகத் திலகருக்கு ஒரு வரவேற்பிதழை யும் அவர் வாசித்துக் கையளித்தார்.

திலகர் சென்னையில் உறைந்த மூன்று நாள்களில் 'முதல் நாள் இந்தியப் பெருந்தலைவருடன் சிதம்பரம் பிள்ளை

யும் காமத்தும் யானுமே தனித்திருந்தோம்' என்கிறார் திரு.வி.க.[34] அதன் பிறகு நடந்த கலந்துரையாடல் முக்கியமானது. அன்னி பெசண்ட் இயக்கம் பற்றிய தம் எதிர்மறையான கருத்தைத் திலகரிடம் முன்வைத்து அவருடைய எதிர்வினையைப் பெற்றார் வ.உ.சி. இவற்றைப் பதிவு செய்யும் திரு.வி.க., வ.உ.சி. கருத்துகளின் கடுமையின் காரணமாகவோ என்னவோ, அவருடைய பெயரைக் குறிப்பிடாமல் 'தென்னாட்டுத் தலைவர் ஒருவர்' என்று மட்டும் சுட்டி இருவரின் உரையாடலையும் எழுத்தாக்கம் செய்கிறார்.

'நான் தங்களைத் தலைவராகக் கொண்டவன்; தங்கள் அடிச்சுவட்டைப் பற்றி நடந்தவன்; இப்பொழுது ஒதுங்கி வாளாகிடக்கிறேன். காரணம் தாங்கள் பெஸண்ட் அம்மையார் சுயஆட்சிக் கிளர்ச்சியில் தலைப்பட்டதேயாகும். அவ்வம்மையாரிடத்தில் எனக்கு நம்பிக்கை கிடையாது. யுத்த காலத்தில் நாட்டில் பெருங்கிளர்ச்சி எழுமென்று ஊகித்து, அதையொடுக்க வேண்டி, பெஸண்ட் அம்மையார் சுயஆட்சிக் கிளர்ச்சி யில் தாமே வலிந்து புகுந்தார். நாடு ஏமாந்தது. மூன்று மாதக் காவல் என்பது வெறும் நடிப்பு. பெஸண்ட் அம்மையார் அரசாங்கச் சார்புடையவர். தாங்கள் அவ்வம்மையாருடன் கலந்ததைக் குறித்து யான் வருந்தியே நிற்கிறேன்' என்று முறையிட்டார். அவர்தம் முறையீடு வேறு சிலர் ஆதரவையும் பெற்றது. பாலகங்காதரர் புன்னகை புரிந்து, 'யான் தனிமனிதர் மீது கருத்துச் செலுத்துவதில்லை. என் தேச விடுதலைக்கு எவர் முயன்றாலும் அவர்தம் முயற்சிக்குத் துணைநிற்பது எனது கடனென உணர்கிறேன். மனிதர் எவராயினு மாக. அவர்தஞ் செயலால் நாட்டில் விடுதலை வேட்கை வளர்கிறதா தேய்கிறதா என்பதைக் கூர்ந்து நோக்கு வேன்! வளர்வதாயின் துணைபோவேன்; தேய்வதாயின் துணைபோகேன். அன்னி பெஸண்ட் அம்மையார் உள்ளம் எத்தகையதோ அதை ஆண்டவன் அறிவன். அவ்வம்மையார் நிகழ்த்திவருங் கிளர்ச்சியால் நாட்டில் சுயராஜ்ய வேட்கை வளர்ந்திருப்பது கண்கூடு. யான் விரும்புவது அதுவே. அம்மையார் கிளர்ச்சியைப் போலி என்றும், காவல் வெறும் நடிப்பு என்றுங் கருதுகிறீர்கள். போலியும் வெறும் நடிப்பும் நாட்டில் இவ்வளவு எழுச்சியை யுண்டுபண்ணின எனில் நீங்கள் உண்மை யில் நின்று கிளர்ச்சி செய்தால் – சிறையில் புகுந்தால் – அவை எவ்வளவு எழுச்சியை உண்டுபண்ணுவன வாகும்? ஏன் ஒதுங்கி நிற்கிறீர்கள்? உண்மையை உளங்கொண்டு வாருங்கள்; வெளியே வாருங்கள்;

கிளர்ச்சி செய்யுங்கள்; சிறை புகுங்கள். வீண் பேச்சு எற்றுக்கு? பெஸண்ட் அம்மையார் கிளர்ச்சியால் நலம் விளைகிறதா? தீமை விளைகிறதா? என்று பார்த்தேன்; நலம் விளைதல் கண்டேன்; துணை போகிறேன். நாளைத் தீமை விளைவதைக் கண்டால் அவர்தங் கிளர்ச்சிக்குத் துணைபோகேன்; அதை ஒரு நொடியில் சாய்க்க முயல்வேன்' என்று முழங்கினார்.[35]

திலகரின் வாதம் வ.உ.சி.க்கு நிறைவு தந்ததாகத் தெரியவில்லை. இதன் பின்னும் அவருடைய பெசண்ட் எதிர்ப்பு தொய்வின்றிக் கடுமையாகத் தொடர்ந்திருக்கிறது.

இதற்கடுத்த ஓரிரு வாரங்களில் அமிர்தசரஸ் நகரில் காங்கிரஸ் மாநாடு கூடியது. இதில் *'responsive cooperation'* என்ற வழிமுறையைத் திலகர் முன்வைத்தார். முழு ஒத்துழைப்பை காந்தி முன்வைத்தார். ஆனால் துருக்கிய ஒப்பந்தத்தைத் தொடர்ந்து கிலாபத்தை ஒழிப்பதென பிரிட்டன் முடிவெடுத்த சூழ்நிலையில், 'ஒத்துழையாமை' என்ற முடிவுக்கு காந்தி வந்துவிட்டார். இதன்மூலம் இந்திய தேசியப் போராட்டமே வேறு வடிவம் எடுத்துவிட்டது. மாண்டேகு சீர்திருத்தங்கள் பின்தள்ளப்பட்டு, ஏகாதிபத்திய எதிர்ப்பு வெகுசனப் போராட்டம் முன்வரிசைக்கு வந்தது. காந்தியின் ஒத்துழையாமைத் திட்டத்தைப் பற்றி விவாதித்து முடிவெடுப்பதற்காகக் காங்கிரசின் சிறப்பு மாநாட்டைக் கூட்ட வேண்டிய கட்டாயமும் ஏற்பட்டது. ஆனால் இதற்குக் காத்திராமலேயே தம் இயக்கத்தை நடத்தவும் தொடங்கிவிட்டார் காந்தி.

செப்டம்பர் 1920இல் கல்கத்தாவில் சிறப்புக் காங்கிரஸ் கூட்டம் கூடுவதற்குச் சில மாதங்களுக்கு முன்பே திலகரின் உடல்நலம் குன்றத் தொடங்கிவிட்டது. தீவாந்தர சிறைவாசத்தின் விளைவாகத் தீவிரமடைந்திருந்த நீரிழிவு நோயோடு மலேரியாவும் தாக்கியதில் அவர் நிலைகுலைந்தார். காய்ச்சலும் நெஞ்சு வலியும் ஏற்பட்டன. 1 ஆகஸ்டு 1920இல் திலகர் காலமானார். பம்பாய் நகரமே நிலைகுத்தியது. மாபெரும் ஊர்வலம் புறப்பட்டது. தாதாசாகிப் பால்கே அதனைப் படம் பிடித்தார்.

ஆயிரம் கிலோமீட்டருக்கு அப்பால் அவருடைய சீடரின் மனம் என்ன வேதனைப்பட்டிருக்கும் என்று அறிய வ.உ.சி. இயற்றிய பத்து வெண்பாக்கள் மட்டுமே கிட்டியுள்ளன. 'சுதேசமித்திர'னில் (12 ஆகஸ்ட் 1920) 'திலகர் தொண்டர் வ.உ. சிதம்பரம் பிள்ளை' எனக் கையெழுத்திட்டு அவர் இயற்றிய இரங்கற்பாக்கள் ஒருவாறு அவருடைய ஆற்றாமையைப் புலப்படுத்துகின்றன (காண்க: பின்னிணைப்பு 3). 'மராட்டா' இதழில் வெளிவந்த ஏராளமான இரங்கல் செய்திகளில் ஏனோ வ.உ.சி. அனுப்பியதாக எந்தப் பதிவும் காணப்படவில்லை.

உயிரோடு இருந்திருந்தால் காங்கிரஸ் சிறப்பு மாநாட்டில் திலகர் என்ன செய்திருப்பார் என்ற உய்க்க முடியவில்லை. ஒத்துழையாமைத் திட்டத்தை அவர் எதிர்த்திருப்பார் என்று வ.உ.சி. கருதினார். எவ்வளவு முனைப்புடன் சென்னை மாகாணப் பிரதிநிதிகளிடம் ஒத்துழையாமைத் தீர்மானத்தை எதிர்த்து வ.உ.சி. பிரசாரம் செய்தார் என்பதை நாமக்கல் கவிஞர் ராமலிங்கம் பிள்ளை பதிவுசெய்துள்ளார்.[36] ஆயினும் காந்தியின் தீர்மானம் நிறைவேறி, ஒத்துழையாமை காங்கிரசின் செயல்திட்டமாயிற்று. கல்கத்தாவிலிருந்து சென்னைக்குத் திரும்பிய வ.உ.சி., 'திலகர் சுயாட்சி சங்கத்தின் விசேஷக் கூட்டம் ஒன்றைக் கூட்டி, . . . விசேஷக் காங்கிரஸ் மகாநாட்டின் தீர்மானங்களை எல்லாம் கண்டித்துத் தீர்மானங்களை நிறைவேற்றிப் பத்திரிகைகளிற் பிரசுரித்துவிட்டு . . . காங்கிரஸினின்று விலகினார்.'[37]

திலகரின் மறைவும் காந்தியின் எழுச்சியும் திலகர் சீடர்களின் அரசியல் பாதையைப் பாரிய அளவில் பாதித்தன; கடுமையான நெருக்கடிக்குள் தள்ளின. காந்தியை 'எம்மான்' (தலைவன்) என்று விளித்துப் பஞ்சகம் பாடிய பாரதி, பாரத தேசத்தை வாழ்விக்க வந்த மகாத்மா என்று அவரை வாழ்த்தி வரவேற்றார். சுப்பிரமணிய சிவா 'ஸ்ரீ திலகர் காந்தி தரிசனம்' (1924) என்ற கற்பனை நாடகத்தின்வழியே தம் நெருக்கடிக்குத் தீர்வு கண்டார். மரணப் படுக்கையில் அரற்றிக்கொண்டிருக்கும் திலகர், இந்தியாவின் எதிர்காலத்தை காந்தியிடம் ஒப்படைத்து விட்டுக் கண்மூடுவதாக ஒரு சிறு நாடகக் காட்சியை அதில் அமைத்திருக்கிறார் சிவா. வ.உ.சி., சுப்பிரமணிய சிவா ஆகியோரைப் போன்றே சுதேசி இயக்க காலத்தில் சிறை சென்ற கிருஷ்ணஸ்வாமி சர்மா தாம் எழுதிய திலகர் வரலாற்றில் 'திலகரும் காந்தியும்' என்றொரு தனி இயலை 18 பக்கத்திற்கு எழுதியிருக்கிறார். அதில் ஒரு பகுதி மேற்கோள் காட்டத்தக்கது.

> மகாத்மா காந்தியும் லோகமான்யரும் விசேஷ காங்கிரஸ் சபையில் ஒன்றாகக் கூடியிருந்தால் நாட்டின் நிலைமை வேறுவிதமாகப் போயிருக்குமென்பதற்கு ஐயமேயில்லை. ஆனால் சகல கால சகல தேச வர்த்தமானங்களையும், நடக்கப்போகும் காரியங்களையும் அறியும் பகவான் லோகமான்யருடைய வேலை இந்தியாவில் முடிந்து விட்டது; இனி மகாத்மா காந்தியின் வேலை ஆரம்பம் என்று நினைத்தவராய்ப் பூர்வம் பரசுராமரிடமிருந்து ஸ்ரீராமபிரான் அவருடைய சக்தியைத் தாம் இழுத்துக் கொண்டவாறு மகாத்மா காந்தி லோகமான்யரின் சக்தியை ஆகர்ஷித்துக் கொண்டதற் கடையாளமாக

லோகமான்யரை விசேஷ காங்கிரஸ் நடப்பதற்கு முன்னரே இம்மண்ணுலக வாழ்க்கையை விட்டு சாயுச்சிய பதவியை அடையும்படி பகவான் அழைத்துக் கொண்டார். ஒருவரை மற்றவரோடு ஒப்பிட்டு அவரைவிட இவர் பெரியவர் என்றுகூற யார்க்கும் எளிதல்ல.

மேலும் திலகருக்கும் காந்திக்குமான வேறுபாடுகளையும் மிக நுட்பமாகப் பகுத்தாராய்ந்து, இந்துப் புராண உருவகங் களோடு விரிவாக முன்வைக்கிறார் கிருஷ்ணஸ்வாமி சர்மா.

பாரதியும் சிவாவும் கிருஷ்ணஸ்வாமி சர்மாவும் திலகர் பக்தியைக் கைவிடாமல் ஏதோ ஒருவகையில் காந்திய அரசியலை ஏற்றுக்கொண்டார்களென்றால், ஜி.எஸ். காப்பர்டே, பி.எஸ். மூஞ்சே முதலியோர் இந்து மகாசபை போன்ற இந்து மதவாத இயக்கங்களில் இணைந்தனர். வ.உ.சி.யின் அரசியல் வாழ்க்கை இவ்விரு போக்குகளிலிருந் தும் வேறுபட்டது. திலகரின் அரசியலில் இந்து மதவாதக் கூறுகள் தொடக்கம் முதலே இருந்தன என்பதை மறுப்பதற் கில்லை. பிள்ளையார் விழா, சிவாஜி கொண்டாட்டம் ஆகியவை முஸ்லிம்களை இந்திய தேசியத்திலிருந்து அயல் படுத்தியதும் உண்மை. ஆனால், வியப்புக்குரியவகையில், தொடக்கம் முதலே வ.உ.சி. தம் அரசியலிலிருந்து மதத்தை விலக்கியிருந்தார். சுதேச இயக்க காலத்தில், வங்காளம் முதல் தமிழகம்வரை பல அறிவாளர்களின் சொல்லாடலில் சமயவுணர்வு ததும்பி நின்றதாயினும், வ.உ.சி. அத்தகைய வழியைப் பின்பற்றவில்லை. திலகர் மறைவுக்குப் பின்னர் காங்கிரசிலிருந்து விலகினாலும் அவர் திலகரின் பிற சீடர் களைப் போல் மதவாத அரசியலில் இறங்கவில்லை. இவ்வகை யில் வரதராசுலு நாயுடுவின் இந்து மகாசபை அரசியல் இடைக்காலம் உறழ்ந்து நோக்கத்தக்கது. முற்போக்கான உள்ளடக்கம் கொண்ட இயக்கங்களூடாகவே திலகருக்குப் பின்பான வ.உ.சி.யின் அரசியல் வாழ்க்கை தொடர்ந்தது.

1920இல் வ.உ.சி. கோவைக்குக் குடிமாறினார். அங்கும் தொழிலாளர் இயக்கத்தில் முன்னின்றார். ஒத்துழையாமையை ஏற்றுக்கொள்ளாவிட்டாலும் சட்டமறுப்பில் கலந்துகொண்ட தற்காக அவர்மீது வழக்குத் தொடரப்பட்டது. 1920களில் வகுப்புவாரிப் பிரதிநிதித்துவம், பார்ப்பனரல்லாதார் நலன் முதலிய விவகாரங்களில் அவர் முனைப்புக் காட்டினார். பெரியாரின் சுயமரியாதை இயக்கத்தின் செல்வாக்கால் சமூக சீர்திருத்தக் கருத்துகளையும் ஊக்கத்துடன் வெளி யிட்டார். கோவில்பட்டி வழக்கில் காங்கிரஸ் போராட்ட வீரர்களுக்காக இலவசமாக வாதாடினார். சைவ சமயத்துக்

குள்ளும் சைவருக்குள்ளும் சீர்திருத்தங்கள் ஏற்பட உழைத்தார். 1920களின் கடைப்பகுதியில் அவர் ஆற்றிய உரைகள் அவரது சீர்திருத்தப் போக்குக்குச் சான்று பகரும். பலரும் கருதுவது போல் வ.உ.சி. பொது வாழ்க்கையிலிருந்து விலகிடவில்லை. தேசிய இயக்கம், தொழிலாளர் இயக்கம், பார்ப்பனரல்லாதார் இயக்கம், சமூக–சமய சீர்திருத்தம் எனப் பல தளங்களிலும் வ.உ.சி.யின் பணி திலகரின் மறைவுக்குப் பின்பும் தொடர்ந்தது.

திலகரின் மறைவுக்குப் பிந்திய, வ.உ.சி.யின் மறைவு வரையிலான பதினாறு ஆண்டுகளும் திலகரின் சீடர் என்ற பெயரே அவருக்கு மேலோங்கி இருந்தது. 1924–27ஆம் ஆண்டுகளில் திலகர் பற்றிய நினைவுரைகளைக் கேசரி மராட்டா அலுவலகம் தொகுத்து வெளியிட்டபொழுது வ.உ.சி.யிடமிருந்து கட்டுரை வாங்கி வெளியிட்டதும் இங்குக் குறிப்பிடத்தக்கது.

மொத்தத்தில், திலகரின் மராட்டிய சீடர்கள் மதவாத அரசியலிலும், தமிழகச் சீடர்கள் காந்திய அரசியலிலும் அமிழ்ந்துவிட்டனர். இப்போக்குகளுக்கு மாறாக நின்ற வ.உ.சி., காந்தியை மதித்த அதே வேலையில் அவருக்கு எதிரான ஒரு மனப்பாங்கையும் தொடர்ந்து வெளிப் படுத்திவந்திருப்பதை அவதானிக்க முடிகின்றது. தன்முனைப் பும் சுயநலமும் அமைப்பாற்றலும் மிக்கவர்கள் தேசிய இயக்கத்திலும் காங்கிரஸ் கட்சிக்குள்ளும் கோலோச்சத் தொடங்கிய பின்னரும் வ.உ.சி.யின் தியாக வாழ்வும் திலகரின் தொண்டர் என்ற பிம்பமும் நிலைத்தன, ஒளிர்ந்தன.

திரு.வி.க.வின் இரங்கலுரை இங்குச் சுட்டத்தகுந்தது. ‘தென்னாட்டுத் தந்தை – தமிழ்த் திலகர் – வ.உ. சிதம்பரம் பிள்ளை இவ்வுலக வாழ்வு நீத்தார்’ என்று தொடங்குகிறது ‘நவசக்தி’ தலையங்கம்.[38]

> பல திற இடருக்கிடைத் திலகர் பெருமான் கொள்கை அன்பர் சிதம்பரம் பிள்ளையின் இடையறா உழைப்பால் விதைக்கப்பட்டது; வளர்க்கப்பட்டது...
>
> காங்கிரஸைத் தங்கள் கோட்டையாக்க மிதவாதிகள் முயன்ற வேளையில் காங்கிரஸின் ஆண்டுக் கூட்டம் சூரத்தில் கூடிற்று. அதைத் தம் வழியில் திருப்பிக்கொள்ள அல்லது உடைத்தெறியத் திலகர் பெருமான் வீறுகொண்டெழுந்தார். அவருக்குத் துணை புரியச் சிதம்பரனார் தென்னாட்டினின்றும் படைகளைத் திரட்டிய காட்சி இன்னும் நம் கண்முன்னே நிலவுகிறது. சூரத் காங்கிரஸைத் திலகர் பெருமான் உடைத்தெறிந்த பெருமையில் நம் சிதம்பரனார்க்கும் பங்கு உண்டு ...
>
> தோழர் சிதம்பரம் பிள்ளை மீண்டும் தமது வக்கீல் தொழில் புரியப் புகுந்தார். இதற்குரிய காரணங்கள்

பல. அவைகளுள் ஒன்று, காங்கிரஸில் திலகர் கொள்கை இடம்பெறா தொழிந்தமையேயாகும். சிதம்பரம் பிள்ளைக்குக் காந்தீயத்தில் சிறிதும் நம்பிக்கை கிடையாது. காந்தீயத்தால் நலன் விளையாது என்பது அவர்தம் நம்பிக்கை...

சிதம்பரம் பிள்ளை எளிதில் கொள்கையை மாற்றிக் கொள்பவரல்லர். காற்று எப்படி வீசுகிறதோ அப்படித் திரும்பும் நீர்மை பிள்ளையவர்களின் பிறவியில் அமையவில்லை. அவர் இறக்கும்வரையில் திலகர் நேயராகவே இருந்தார்.

'வீரகேசரி' (தினப்பதிப்பு) – *Virakesari. A Nationalist Tamil Daily* - *6* ஆகஸ்டு *1930*முதல் கொழும்புவிலிருந்து வெளிவரலான தேசியத் தமிழ் நாளேடாகும். இதனைத் தொடங்கியவர் அதன் ஆசிரியர் பெ. பெரி. சுப்பிரமணியச் செட்டியார். ஹெச். நெல்லையா பிரசுரகர்த்தர் என்றும் அறிவிக்கப்பட்டிருந்தது. இலங்கையிலிருந்த இந்தியச் செட்டிமார் சமூகத்தினர் 'வீரகேசரி'யை ஆரம்பித்திருந்தனர் என்கிறார் இலங்கைத் தமிழ் இதழ்களை ஆராய்ந்த இ. சிவகுருநாதன்.[39]

'வீரகேசரி' அடிப்படையில் இலங்கை–கொழும்பு வாழ் இந்தியத் தமிழர்களின் குரலாக விளங்கியது. இந்திய விடுதலை இயக்கச் செய்திகளுக்கே அதில் முதன்மை வழங்கப்பட்டது. 'வீரகேசரி'யின் ஆசிரியப் பிரிவில் பணியாற்றப் பெரும்பாலும் இந்தியாவிலிருந்தே பத்திரிகையாளர்கள் வரவழைக்கப்பட்டனர். தமிழ் மறுமலர்ச்சி எழுத்தாளரான வ.ரா. சில ஆண்டுகள் இதில் பணியாற்றியிருக்கிறார். புதுமைப்பித்தனையும் 'வீரகேசரி'யில் பணிக்கமர்த்தும் முயற்சி நடந்திருக்கிறது.

'தினப்பதிப்பில் அறிவு வளர்ச்சிக்குரிய அரிய ஆராய்ச்சிக் குறிப்புக்களையும், சரித்திர வரலாறுகளையும் பெரியோர் வாழ்க்கைச் சித்திரங்களையும், இலக்கிய ஆராய்ச்சிகளையும், நெஞ்சையள்ளும் கட்டுரைகளையும் வெளியிடுவதற்கு இடமே கிடையாது'[40] என்ற நிலையில் *1933* சித்திரை ஆண்டுப் பிறப்பு முதல் ஞாயிறுதோறும் வாரப் பதிப்பு *(Virakesari, Sunday, Illustrated Weekly)* வெளிவரலானது.

வ.உ.சி.க்கும் கொழும்புவுக்கும் சுதேசிக் கப்பல் கம்பெனி காலத்திலிருந்தே தொடர்பு உண்டு. வ.உ.சி. நிறுவிய கப்பல் கம்பெனி தூத்துக்குடிக்கும் கொழும்புக்கும் இடையிலான போக்குவரத்துக்காகவே அடிப்படையில் தொடங்கப்பட்டது. இதன் தொடர்பில் *1907*ஆம் ஆண்டின் பிற்பகுதியில் வ.உ.சி. பல மாதங்கள் கொழும்புவில் குடும்பத்துடன் தங்கியிருந்திருக்

கிறார். கப்பல் கம்பெனிக்காக அங்குப் பங்கு மூலதனத்தையும் திரட்டியிருக்கிறார். கப்பல் கம்பெனியின் மூலதனத்தில் ஒரு இலட்சம் ரூபாய், அதாவது பத்து சதவீதம் அளவுக்குக் கொழும்புவில் திரட்டப்பட்டதாக அறிய முடிகின்றது. வ.உ.சி. யின் வழக்கை நடத்துவதற்காக நிதி திரட்டப்பட்டபொழுது கொழும்புவிலும் கணிசமாகப் பணம் தண்டப்பட்டிருக்கிறது. வ.உ.சி.யின் இரண்டாம் மகள் வேதவல்லி கொழும்பு வணிகர் அனவரதம் பிள்ளை என்பார்க்கு வாழ்க்கைப்பட்டார்.[41] சுதேசிக் கப்பல் கம்பெனி காலகட்டத்தில் வ.உ.சி.க்குக் கொழும்புவில் ஏற்பட்ட தொடர்புகள் அவர் 1936இல் மறையும் வரை தொடர்ந்தது என ஊகிக்கலாம்.

'வீரகேசரி' நாளிதழை வ.உ.சி. தொடர்ந்து படித்திருக் கிறார் என்பது 'சந்திரவதனா அல்லது காதலின் வெற்றி' என்ற ஹெச். நெல்லையா எழுதிவந்த 'ஓர் இனிய தமிழ் நாவல்' தொடரைப் பாராட்டி அவர் 'வீரகேசரி'க்கு எழுதிய கடிதத்திலிருந்து தெரிகிறது.[42] ('"சந்திரவதனா"வின் சில வரிகளைப் படித்ததும் பல வரிகளைப் படிக்கும்படி செய்தது. பல வரிகளைப் படிக்கவே "சந்திரவதனா" முழுவதையும் படிக்க வேண்டுமென்னும் அவா எனக்கு உண்டாயிற்று. உடனே என் வீட்டில் நான் சேமித்துவைத்திருந்த "வீரகேசரி" யின் முந்திய பிரதிகளையெடுத்துச் "சந்திரவதனா"ப் பிரசுரங்களைப் பக்கவாரியாக வரிசைப்படுத்தி ஒன்றுசேர்த்துப் படித்தேன்.')

இதைத் தொடர்ந்து 'வீரகேசரி'யில் அவ்வப்பொழுது வ.உ.சி. பெரும்பாலும் இலக்கியம் தொடர்பான கட்டுரை களை எழுதியிருக்கிறார். வ.உ.சி.யின் நூல்கள் 'வீரகேசரி புத்தகசாலை'யில் கிடைக்கும் என்ற தனி விளம்பரம் பலமுறை 'வீரகேசரி'யில் வெளிவந்துள்ளது. 18 நவம்பர் 1936இல் வ.உ.சி. மறைந்தபொழுது தலையங்கம், இரங்கலுரை, இரங்கற் பாக்கள் என விரிவான செய்திகளும் படங்களும் 'வீரகேசரி' யில் வந்தன.

14 மே 1933இல் 'பாரத ஜோதி ஸ்ரீ திலக மகரிஷியின் ஜீவிய வரலாறு' தொடராக வெளிவருமென 'வீரகேசரி' வாரப் பதிப்பு விளம்பரப்படுத்தியது. 'லோகமான்யரின் உற்ற துணைவராகவும் நண்பராகவும் சிஷ்யராகவும் விளங்கிய வரும், தென்னாட்டு தேசபக்தரும், செந்தமிழ்ப் புலவரும், நியாயதுரந்தருமான ஸ்ரீமான் V.O. சிதம்பரம் பிள்ளை அவர் களால் பிரஸ்தாப வரலாறு எழுதப்பெறுகிறது. "வீரகேசரி" யின் வாரப்பதிப்பிற்காக விசேஷமாக எழுதப்பெறும் ஸ்ரீ லோகமான்ய பாலகங்காதர திலக முனிவரின் வரலாறு 28–5–33 ஞாயிறு முதல் பிரதி ஞாயிறு பதிப்பிலும் தொடர் பாக வெளியிடப்பெறும்' என்று அவ்விளம்பரம் அறிவித்தது.

28 மே 1933இல் வெளிவரலான தொடர் யாது காரணம் பற்றியோ தொடர்ச்சியாக வெளிவரவில்லை. முற்றுப்பெற்ற தாகவும் தெரியவில்லை. திலகரின் இங்கிலாந்துப் பயண முடிவுவரை (நவம்பர் 1919) வ.உ.சி. எழுதிய வரலாறு கிடைக் கின்றது. அதன் பிறகு எட்டு ஒன்பது மாதங்களே வாழ்ந்து 1 ஆகஸ்டு 1920இல் திலகர் மறைந்தார். இக்காலப் பகுதியில் அவர் பங்குகொண்ட முக்கிய நிகழ்ச்சி அமிர்தசரஸ் காங்கிரஸ் மாநாடு மட்டுமே. அதன் பிறகு அவருடைய உடல்நிலை மிகவும் தளர்ந்துவிட்டது. இதேபோக்கில் திலகர் வரலாற்றை வ.உ.சி. தொடர்ந்திருந்தால் இன்னும் இரண்டொரு தவணை களுக்கே அது நீண்டிருக்கும். ஆனால் ஏன் முழுமைபெற வில்லை என்பது புதிராகவே உள்ளது.

1933 மே திங்களில் தொடங்கிய இத்தொடர் 14 அக்டோபர் 1934 வரை, ஏறத்தாழ ஒன்றரையாண்டுக் காலத்தில் (சுமார் எழுபது வாரங்கள்) 19 தவணைகளே வந்துள்ளன. இத்தொடர் தொடங்கப்பட்ட அடுத்த வாரமேகூடத் தொடர்ச்சி வெளிவர வில்லை. சில சமயங்களில் இரண்டு, மூன்று மாத கால இடைவெளிகளும் ஏற்பட்டுள்ளன. திலகர் வரலாறு வெளி யான காலத்தில், கோவில்பட்டியில் பார்த்துவந்த வழக்குரை ஞர் தொழிலிலிருந்து 1932இல் ஓய்வுபெற்றுத் தூத்துக்குடியில் தம் வாழ்வின் கடைசியாண்டுகளை வ.உ.சி. கழித்துக்கொண் டிருந்தார். உடல்நலமும் குன்றியிருந்தது. இப்பின்னணியில் விட்டுவிட்டு இதனை அவர் எழுதியிருக்கலாம். ஆனால் இரண்டு தவணைகள் (10–6–1934; 17–6–1934) வரிசை மாறி வெளிவந்துள்ளமை இவ்வனுமானத்திற்கு மாறாக உள்ளது. மேலும், இதே காலகட்டத்தில், அவர் எழுதிய வேறு இரண் டொரு கட்டுரைகளும் 'வீரகேசரி' வாரப்பதிப்பிலேயே வெளி வந்துள்ளதையும் மனங்கொள்ள வேண்டும்.

திலகர் வாழ்க்கைவரலாற்று நூல்கள் சில தமிழில் முன்னரே வெளிவந்துள்ளன. 1908 மார்ச்சில் 'பாலகங்காதர திலகர்: ஜீவிய சரிதம்' என்றொரு நூலை எம்.வி. ஈஸ்வர் என்பவர் வெளியிட்டிருக்கிறார். பாரதி சிறப்புப் பாயிரம் இயற்றிய இரண்டு நூல்களில் ஒன்று என்ற பெருமை இதற்கு உண்டு.

சுதேசி இயக்க காலகட்டத்தில் திலகர் வாழ்க்கை பற்றிய சிறு வெளியீடும் அவருடைய படமும் பரவலாக விற்பனை யானதாகப் போலீஸ் குறிப்புகள் தெரிவிக்கின்றன. பிரசார நோக்கில் வேறு சிறுநூல்களும் வெளியாகி இருக்கலாம். 'சுதேசமித்திரன்' துணையாசிரியர் தி.சி. வில்வபதி செட்டியார் என்பவர் 1908இல் திலகர் தண்டிக்கப்பட்ட வழக்கு விசார

ணையின் தமிழ் வடிவத்தை 'ஸ்ரீ திலகர் விசாரணை அல்லது 1908ம் வருஷத்துக் "கேசரி" இராஜநிந்தனைக் கேஸ்' என்று ஒரு நூலாக 1909இல் வெளியிட்டிருக்கிறார்.

1918இல் சென்னை 'தேசபக்தன்' நாளிதழ் சார்பாக 'லோகமான்ய திலகர்' என்றொரு சிறுநூலை வே. [வெ]. சாமிநாத சர்மா எழுதியிருக்கிறார். திலகரின் மறைவையொட்டிச் சில நூல்கள் வெளிவந்திருக்கின்றன. 'விவேகபோதினி' பத்திரிகையின் வெளியீட்டுப் பிரிவிலிருந்து என்.ஆர்.கேதாரி ராவ் என்பவர் 'லோகமான்ய பால கங்காதர திலகர்' என்றொரு சிறுநூலை வெளியிட்டிருக்கிறார். 'சுதேசமித்திரன்' சார்பாகவும் 'லோகமான்ய பால கங்காதர திலகர்' என்றொரு நூல் அவர் மறைந்ததும் வெளிவந்திருக்கிறது. 'லோகமான்ய பாலகங்காதர திலகர் அவர்கள் தேகவியோகத்தைப் பற்றித் தமிழ்ப் பண்டிதர் வாண்டுவாஞ்சேரி கோ. நாராயணசாமி நாயுடு' சில இரங்கற்பாக்களை இயற்றிப் பன்னிரண்டு பக்க அளவில் வெளியிட்டிருக்கிறார். சுதேசி இயக்க காலத்தில் கரூர் இராஜதுரோக வழக்கு என்று அறியப்பட்ட வழக்கில் தண்டனையடைந்தவரும், தமிழில் அரசியல் நூல்கள் பல எழுதியவருமான கிருஷ்ணஸ்வாமி சர்மாவின் 'ஸ்ரீ லோகமான்ய பாலகங்காதர திலக் (ஜீவிய சரிதை)' என்ற நூலை 1924இல் சென்னை சௌகார்பேட்டையிலிருந்து காங்கிரஸ் விளம்பர சபை வெளியிட்டது. (இந்நூலின் 195ஆம் பக்கத்தில் அமைந்துள்ள ஓர் அடிக்குறிப்பு வருமாறு: '1908ம் வருடத்தில் சென்னை மாகாணத்தில் இராஜநிந்தனை குற்றத்திற்காக, தூத்துக்குடியில் ஸ்ரீ வ.உ. சிதம்பரம் பிள்ளை, சுப்பிரமணிய சிவா ஆகிய இவ்விருவர்களும், கரூரில் ஸ்ரீ கிருஷ்ணஸ்வாமி சர்மா அவர்களும், சென்னையில் யதிராஜ சுரேந்திரநாத ஆர்யாவும் ஸ்ரீநிவாஸசாரியாரும், ஆந்திரதேசத்தில் ஸ்ரீ ஹரிசர்வோத்தம ராவும் கடின தண்டனையை யடைந்தார்கள். காலஞ்சென்ற ஜி. சுப்பிரமணிய ஐயரும் சிறைப்படுத்தப்பட்டுப் பிறகு மீட்சி பெற்றார்.' இதைத் தவிர வ.உ.சி. பற்றி வேறு குறிப்பு இந்நூலில் இல்லை.) 'ஸ்ரீ திலகர் காந்தி தரிசனம்' என்றொரு சிறுநூலைச் சுப்பிரமணிய சிவா தமது பாரதாச்ரமத்தின் சென்னைக் கிளையின் சார்பாகச் சென்னை ஹிந்தி பிரசார் அச்சகத்திலிருந்து 1924இல் வெளியிட்டிருக்கிறார்.

திலகரின் வாழ்க்கைவரலாறு மற்றும் கட்டுரைகளும் உரைகளும் கொண்ட பல நூல்கள் ஆங்கிலத்தில் சென்னையிலிருந்து வெளிவந்திருக்கின்றன. 1918 ஏப்ரலிலேயே திலகரின் எழுத்துகளும் பேச்சுகளும் அடங்கிய நூலை சென்னை கணேஷ் அன் கோ. வெளியிட்டுள்ளது. புகழ்பெற்ற தேசிய இயக்க வெளியீட்டாளரான ஜி.ஏ. நடேசன் கம்பெனி திலகர்

மறைவுக்குச் சற்று முன்பு அவருடைய வரலாற்றை வெளியிட்டிருக்கிறது. என்.சி. கேல்கர் மராட்டியில் எழுதிய திலகரின் விரிவான வாழ்க்கை வரலாற்றின் ஆங்கிலப் பெயர்ப்பும் சென்னையிலிருந்தே சங்கு கணேசன் வெளியீடாக 1928இல் வெளியாகிவிட்டது.

இவற்றையெல்லாம் வ.உ.சி. படித்திருப்பார் என்றே கருதலாம். ஆயினும் வ.உ.சி.யின் திலகர் வரலாறு ஏதோ ஒரு குறிப்பிட்ட ஆங்கில நூலை அடியொற்றி எழுதியதாகவே தோன்றுகிறது. அவருடைய இயல்பான தமிழ்நடைக்கு மாறாகப் பல இடங்களில் ஆங்கிலத் தொடரமைப்புகள் அப்படியே மொழிபெயர்க்கப்பட்டிருப்பதையும் காண முடிகின்றது. திலகரோடு பல கட்டங்களில் நேர்த்தொடர்பு கொண்டிருந்த வ.உ.சி., அதனை இவ்வரலாற்றில் எங்குமே சுட்டாதது வியப்புக்குரியது. எடுத்துக்காட்டாக, சூரத் காங்கிரசில் வ.உ.சி. முக்கியப் பங்காற்றியதை முன்பு கண்டோம். ஆனால் தம் பங்கைப் பற்றி வ.உ.சி. எதுவுமே இந்நூலில் குறிப்பிடவில்லை. மேலும், பல கருத்துகளில் திலகரோடு வ.உ.சிக்கு உடன்பாடில்லை. இந்நூலுக்கு முன்னுரையாக அமைக்கப்பட்டுள்ள நினைவுக்குறிப்பில், திலகர் சமூகக் கருத்துகளில் பலர் கருதுவதுபோல் பிற்போக்கானவர் அல்ல என்பதை உணர்த்த வ.உ.சி. வலிந்து முயன்றிருப்பதைக் காணலாம். மேலும், திலகரைத் தமது 'அரசியல் குரு' என்று மட்டுமே மீண்டும்மீண்டும் சுட்டுகிறார். 1930இல் தமது 'வலிமைக்கு மார்க்கம்' நூலுக்கு எழுதிய பாயிரத்திலும் திலகரை 'எனது இராஜிய குரு' என்றே குறிப்பிடுகிறார். சமுதாயத் துறையில் அவர் தமது குரு அல்லர் என்று வ.உ.சி. சுட்டுவதாகவே இதற்குப் பொருள் கொள்ளமுடியும். ஆனால் இந்த வாழ்க்கை வரலாற்றில் திலகரின் சமூகக் கருத்துகளையும் நிலைப்பாட்டையும் எந்த விவாதமோ விமரிசனமோ இல்லாமலேதான் வ.உ.சி. முன்வைத்திருக்கிறார். அன்னி பெசண்ட் பற்றி வ.உ.சி. மிகக் கடுமையான பார்வையினைக் கொண்டிருந்தார். இது பற்றித் திலகரோடு முரண்பட்டிருக்கிறார். பொதுவில் விவாதித்திருக்கிறார். திலகரால் அமைதிப்படுத்தவும் பட்டிருக்கிறார். ஆனால் இவை பற்றி எந்தச் சுட்டலும் இவ்வரலாற்றில் இல்லை. மொத்தத்தில் 'தான் கலந்து' எழுதாத ஒரு வரலாறாகவே 'திலக மகரிஷி' அமைந்துள்ளது. தம் வாழ்நாளின் இறுதிக் காலத்தில் தம் குருநாதருக்குச் செய்யும் ஒரு அஞ்சலியாகவே இவ்வரலாற்றை வ.உ.சி. அமைத்துள்ளார் என்று கொள்ள வேண்டியுள்ளது.

'வீரகேசரி' வாரப் பதிப்பில் தொடராக வெளிவந்த 19 தவணைகளும் தனித்தனி இயலாக எண்ணிடப்பட்டு இந்நூலில்

அமைக்கப்பட்டுள்ளன. (மா.ரா. அரசு தமது வ.உ.சி. நூலில் 17 தவணைகளே கிடைக்கப்பெற்றுள்ளதாகக் குறிப்பிட்டுள்ளார்.) முன்பின்னாக இடம் மாறியிருந்த இரண்டு இயல்கள் சரியாக வரிசைப்படுத்தப்பட்டுள்ளன. (12, 13ஆம் இயல்கள் வரிசை மாறி முறையே 17 ஜூன் 1934, 10 ஜூன் 1934 ஆகிய இதழ்களில் வெளியாகியுள்ளன.) அக்காலப் பத்திரிகை வழமைப்படி ஒவ்வொரு இதழிலும் ஒன்றுக்கு மேற்பட்ட தலைப்புகள், சற்றுப் பரபரப்பு தொனிக்கும்வகையில், இடப்பட்டுள்ளன. இவை வ.உ.சி. சூட்டியவையாக இருக்க வாய்ப்பில்லையாயினும், அவை அப்படியே கொள்ளப்பட்டுள்ளன. மேலும், பத்திரிகைத் தேவை கருதி பிரதியில் பெரும்பாலும் பத்தி பிரிக்கப்படாமலே அச்சிடப்பட்டுள்ளது. வாசகப் பயன் கருதி இப்பதிப்பில் சில பத்திகள் பிரிக்கப்பட்டுள்ளன.

'வீரகேசரி'யில் வெளியானபொழுது ஒவ்வொரு கட்டுரையிலும் திலகர், வ.உ.சி. படங்கள் பெரும்பாலும் இடம்பெற்றுள்ளன. கட்டுரையில் குறிப்பிடப்படும் பிற பெருமக்களின் படங்களும் சில சமயம் அச்சிடப்பட்டுள்ளன. 'வீரகேசரி' பக்கங்கள் சில மாதிரிக்காக இந்நூலில் கொடுக்கப்பட்டுள்ளன.

திலகர் பற்றிப் பல்வேறு பெரியோர் எழுதிய நினைவுக் குறிப்புகள் அடங்கிய எஸ்.வி. பாபட் தொகுத்த Reminiscences of Lokamanya Tilak (3 volumes, Poona, 1924-1927) என்ற நூலின் மூன்றாம் பகுதியில் வ.உ.சி. ஆங்கிலத்தில் எழுதிய நினைவுரையின் தமிழாக்கம், பொருத்தம் கருதி, இந்நூலுக்கு முன்னுரையாக அமைக்கப்பட்டுள்ளது. இந்நினைவுரை வ.உ.சி.யின் மொழிநடையிலேயே பெயர்க்கப்பட்டுள்ளது. இம்மொழியாக்கம் 'நாவாவின் ஆராய்ச்சி' 26ஆம் இதழில் 1988இலேயே நான் முதலில் வெளியிட்டுவிட்டதையும் இங்குக் குறிப்பிட வேண்டும். (இந்த நினைவுரையின் மூல ஆங்கில வடிவம் 3ஆம் பின்னிணைப்பாக வழங்கப்பட்டுள்ளது.)

'வ.உ.சி. கண்ட பாரதி' என்று அறியப்படும் பாரதி பற்றிய வ.உ.சி.யின் நினைவுக் குறிப்புகளிலிருந்து சூரத் காங்கிரஸ், திலகர் பற்றிய பகுதி முதல் பின்னிணைப்பாக வழங்கப்பட்டுள்ளது.

திலகர் 1914இல் சிறையிலிருந்து மீண்ட உடனே வ.உ.சி. அவருக்கு எழுதிய ஆங்கிலக் கடிதம் பின்னிணைப்பு 2ஆக வழங்கப்பட்டுள்ளது. இக்கடிதம் முதன்முறையாக அச்சேறுகிறது.

திலகர் மறைந்தபொழுது வ.உ.சி. இயற்றிய இரங்கற்பாக்கள் பின்னிணைப்பு 3ஆக அமைந்துள்ளன. 'சுதேசமித்திர'னில் வெளியான இக்கையறுநிலைப் பாடல்கள் இதுவரை நூலாக்கம் பெற்றதில்லை.

திலகர் நடத்திய 'மராட்டா' வார ஏட்டிலிருந்து சுதேசி இயக்கக் காலகட்டத்தில் வ.உ.சி. தொடர்பாக வந்த செய்திக் கருத்துரைகள் பின்னிணைப்பு 4இல் தரப்பட்டுள்ளன.

1918 காங்கிரஸ் சிறப்பு மாநாட்டுக்குச் சுப்பிரமணிய அய்யரல்ல, திலகரே தலைமையேற்க வேண்டும் என்ற வ.உ.சி. அடங்கிய தமிழகத் தலைவர்களின் அறிக்கை பின்னிணைப்பு 5இல் தரப்பட்டுள்ளது.

முக்கால் நூற்றாண்டுக் காலமாக அச்சேறாமல், பெயரளவில் மட்டுமே அறியப்பட்டிருந்த வ.உ.சி.யின் திலகர் வரலாற்றைத் தமிழுலகத்திற்குக் கையளிப்பதில் மனநிறைவுகொள்கிறேன். இதை இயல்வதாக்கிய பல அன்பர்களுக்கு நன்றியறிதலைப் பதிவு செய்வது என் கடன்.

ஏப்ரல் 2002, ஜனவரி 2008 என இருமுறை 'வீரகேசரி' தொகுப்புகளைத் தேடி கொழும்புக்குச் சென்றேன். முதல் பயணத்தின்பொழுது புரிந்துணர்வு ஒப்பந்தம் கைச்சாத்திடப் பட்டு அமைதியும் ஆசுவாசமும் பெருமூச்சாய் வெளிப்பட்டுக் கொண்டிருந்தன. இரண்டாம் பயணத்தின்பொழுது தெரு முனைக்குத் தெருமுனை இராணுவச் சோதனை. புரட்டிப் புரட்டி என் கடவுச்சீட்டே நைந்துவிடும்போலிருந்தது. 2002இல் 'வீரகேசரி' அலுவலகத்தில் பழைய தொகுதிகள் சீராக அடுக்கிவைக்கப்படாமல் இருந்தன. 2008இல் ஒழுங்கு நிலைநாட்டப்பட்டிருந்தது. இலங்கை அரசின் ஆவணத் திணைக்களத்தில் முதற் பயணத்தின்பொழுது வாரப்பதிப்பின் ஒரு தொகுதியை மட்டுமே பார்க்க இயன்றது. 2008 பயணத் தில்தான் 1933 முதல் 1936 வரையான வாரப்பதிப்புத் தொகுதி களை முழுமையாகப் பார்வையிட்டுப் படியெடுக்க இயன்றது.

கொழும்பு பயணம் வெற்றிபெற பல்வேறு அன்பர்கள் உதவினர். இலங்கையில் இந்தியத் தூதராக விளங்கிய திரு. கோபாலகிருஷ்ண காந்தி, இலங்கை அரசின் வெளியுறவுத் துறையைச் சேர்ந்த திரு. சுமித் நகண்டலா, ஆவணத் திணைக் களத்தின் இயக்குநர் முனைவர் சரோஜா வேட்டசிங்க ஆகி யோர் ஆவணத் திணைக்களத்தைப் பயன்கொள்ள உதவினர்.

'வீரசேகரி' அலுவலகக் கோப்புகளைப் பார்வையிட அனுமதி நல்கியவர் அதன் ஆசிரியர் திரு. வ. தேவராஜ்.

2002இல் கண்டி சென்று அங்கு உலகத் தமிழர் ஆவணக் காப்பகத்தின் திரு. இரா. கனகரட்னம் அவர்களைச் சந்தித்துப் பழைய 'ஈழகேசரி' முதலான இதழ்களைப் பார்வையிட்டேன். அவ்வாவணக் காப்பகம் பின்னர் தமிழீழத்திற்கு இடம்

பெயர்ந்துவிட்டதாகக் கேள்விப்பட்டேன். கிளிநொச்சியின் வீழ்ச்சிக்குப் பிறகான துயர நாள்களில் அந்த அரிய ஆவணக் காப்பகம் என்னவாயிற்றோ?

மூத்த எழுத்தாளர் தெளிவத்தை ஜோசப், சந்தகோமி கோப்பரஹேவ, எம்.ஏ. நுஃமான், 'சரிநிகர்' சிவா, எஸ்.கே. விக்னேஸ்வரன், ஜெயதீபன் உலகபிரகாசம், துவாரகன், சசீவன் எனப் பல அன்பர்கள் பலவகையில் உதவி செய்தனர்.

திலகருக்கு வ.உ.சி. எழுதிய கடிதத்தின் ஒளிநகலைப் பூனா கேசரி—மராட்டா நூலகத்திலிருந்து 1985இலேயே பெற்றுத்தந்தவர் நூறு வயதிலும் இன்று நம்மிடையே இருக்கும் தோழர் ஸி. எஸ். சுப்பிரமணியம். இதனைப் பின்னர் புது தில்லி நேரு அருங்காட்சியகத்திலுள்ள திலகர் ஆவணங்கள் அடங்கிய நுண்படச் சுருளிலும் கண்டேன்.

தமிழ்நாடு ஆவணக்காப்பகம், சென்னை மறைமலையடிகள் நூல்நிலையம், சென்னை ரோஜா முத்தையா ஆராய்ச்சி நூலகம், புதுக்கோட்டை ஞானாலயா நூலகம், புது தில்லி நேரு நினைவு அருங்காட்சியகம்—நூலகம், இலண்டன் பிரிட்டிஷ் நூலகம் ஆகியவை பழம் நூல்களையும் இதழ்களை யும் ஆவணங்களையும் பார்வையிட அனுமதி நல்கின.

நூலமைப்பு, முன்னுரை ஆகியவற்றைப் பற்றித் தம் கருத்துகளை பகிர்ந்துகொண்டு வழக்கம்போல் உதவியவர்கள் பழ. அதியமான் மற்றும் பா. மதிவாணன். இதன் தொடர்பில் பேராசிரியர் ஆ. சிவசுப்பிரமணியன் தெரிவித்த கருத்துகளும் உதவின.

மங்கலான புகையெழுத்துகளைப் புதிரவிழ்த்துச் சிறப் பாகக் கணினியில் உள்ளிட்டவர் ஆ. அறிவழகன்.

மெய்ப்புகளை ஒப்புநோக்குவதில் உதவியவர்கள் கே. முரளிதரன், ச. தில்லைநாயகம்.

கீழ்வேளூர் பா. ராமநாதன், தி. முரளி, சு. நாகம், முத்து வைரவன் முதலான காலச்சுவடு பதிப்பக நண்பர்கள் நூலாக்கத்தில் உதவினர்.

இவர்கள் அனைவர்க்கும் என் நன்றி உரியது.

இந்நூல் வெளிவரும் இவ்வேளையில் மறைந்த திரு வ.உ.சி. சுப்பிரமணியம் அவர்களின் குடும்பத்தினர் அனை வரின் அன்பையும் நினைவுகூர்கிறேன். நூல் அச்சாகிவரும் வேளையில் வ.உ.சி.யின் கடைசி மைந்தர் வ.உ.சி. வாலேஸ்வரன் அவர்கள் இம்முயற்சியை வாழ்த்தியது எனக்கமைந்த நற்பேறு.

சலபதி

சான்றுக் குறிப்புகள்

1. V.O. Chidambaram Pillai, *Reminiscences of Lokamanya Tilak*, vol. III, Kesari & Mahratta Office, Poona, 1927. (இதன் தமிழாக்கம் இந்நூல் முன்னுரையாக அமைக்கப் பட்டுள்ளது.)
2. *சுதேசமித்திரன், 15.8.1898;* மறுபதிப்பு: *குமரி மலர்,* மே *1981.*
3. பாரதி, *எங்கள் காங்கிரஸ் யாத்திரை,* சென்னை, *1908.*
4. *The Hindu, 7.12.1907.*
5. பாரதி, *எங்கள் காங்கிரஸ் யாத்திரை.*
6. *Bande Mataram* (Weekly), 5.1.1908; *The Hindu*, 27.12.1907; 30.12.1907.
7. *The Hindu*, 6.1.1908; Ambika Charan Mazumdar, *Indian National Evolution*, G.A. Natesan & Co., Madras, 1917 (II edition), Appendix.
8. பாரதி, *எங்கள் காங்கிரஸ் யாத்திரை.*
9. திருநெல்வேலி எழுச்சி பற்றிய விரிவான விவரணைக்கும் ஆய்வுக்கும் காண்க: ஆ. இரா. வேங்கடாசலபதி, *வ.உ.சி.யும் திருநெல்வேலி எழுச்சியும்,* மக்கள் வெளியீடு, சென்னை, *1986.*
10. ரா. அ. பத்மநாபன் (ப–ர்), *பாரதியின் கடிதங்கள்,* காலச்சுவடு பதிப்பகம், நாகர்கோவில், *2005.*
11. *The National Dharma : Life, Speeches and Writings of Dr P. Varadarajulu Naidu*, The Tamil Nadu Co. Ltd., Salem, 1948, p. 6.
12. *New India*, 13.5.1918.
13. *சுதேசமித்திரன், 15.6.1918.*
14. *சுதேசமித்திரன், 24.7.1918.*
15. *சுதேசமித்திரன், 24.7.1918.*
16. *சுதேசமித்திரன், 25.7.1918.*
17. *சுதேசமித்திரன், 27.6.1918.*
18. *சுதேசமித்திரன், 2.7.1918;* மறுபதிப்பு : *குமரி மலர்,* ஆகஸ்டு *1967.*
19. சேலம் சி. விஜயராகவாசாரிக்குத் திலகரின் *8.8.1918* நாளிட்ட கடிதம் (C. Vijayaraghavachari Papers, Nehru Memorial Museum & Library, New Delhi).
20. *Amrita Bazar Patrika*, 14.9.1918; *Mahratta*, 8.9.1918.
21. *Mahratta*, 8.9.1918; *Amrita Bazar Patrika*, 14.9.1918.
22. *சுடர்: வ.உ.சி. மலர்,* தில்லித் தமிழ்ச் சங்கம், *1961.*

23. *Amrita Bazar Patrika*, 14.9.1918.

24. Paramananda Dutt, *Memoirs of Motilal Ghose*, Amrita Bazar Patrika Office, Calcutta, 1935. p. 311.

25. *சுதேசமித்திரன்,* 8.3.1919.

26. *The Hindu*, 10.3.1919.

27. Fortnightly Reports, Govt. of Madras, dated 5.3.1919.

28. Fortnightly Reports, dated 19.10.1919.

29. *வைசியமித்திரன்,* 30.6.1919.

30. *சுதேசமித்திரன்,* 25.7.1919.

31. *சுதேசமித்திரன்,* 8.9.1919.

32. *திரு.வி.க. வாழ்க்கைக் குறிப்புக்கள்*, சைவ சித்தாந்த நூற்பதிப்புக் கழகம், திருநெல்வேலி, 1969, ப. 311.

33. *சுதேசமித்திரன்,* 18.9.1919.

34. *திரு.வி.க. வாழ்க்கைக் குறிப்புக்கள்,* ப. 312.

35. *மேலது,* ப. 312–13.

36. நாமக்கல் ராமலிங்கம் பிள்ளை, கப்பலோட்டிய தமிழன், தமிழ்ப் பண்ணை, சென்னை, 1948.

37. வ.உ.சி., *எனது அரசியல் பெருஞ்சொல்* (ப–ர்: செ. திவான்), நஜாத் பதிப்பகம், பாளையங்கோட்டை, 1996, ப. 12.

38. *நவசக்தி,* 20.11.1936.

39. இ. சிவகுருநாதன், *இலங்கையில் தமிழ்ப் புதினப் பத்திரிகையின் வளர்ச்சி*, குமரன் பப்ளிஷர்ஸ், சென்னை, 1993, ப. 116, 218–19.

40. *வீரகேசரி* (வாரப் பதிப்பு), 16.4.1933, தலையங்கம்.

41. வ.உ.சி. வாலேஸ்வரன் அவர்களுடன் நேர்காணல், சென்னை, 17.2.2010.

42. *வீரகேசரி,* 8.4.1933.

மூன்றாம் பதிப்புக்கான குறிப்பு

திலகர் மறைந்தபொழுது வ.உ.சி. இயற்றி, ‘சுதேசமித்திர’னில் வெளியான இரங்கற்பாக்கள் இப்பதிப்பில் புதிதாகச் சேர்க்கப் பட்டுள்ளன (பின்னிணைப்பு: 3).

8 மார்ச் 2021 **சலபதி**

பாரத ஜோதி

ஸ்ரீ திலக மகரிஷியின்

ஜீவிய வரலாறு

ஸ்ரீமாந்: வ.உ. சிதம்பரம் பிள்ளை அவர்கள்
(Pleader) எழுதியது

அரிய சந்தர்ப்பம்!

பாரத ஜோதி

ஸ்ரீ திலகமகரிஷியின்

ஜீவிய வரலாறு.

லோகமான்யரின் உற்ற அபிமானியாகவும், நண்பராகவும், சிஷ்யராகவும் விளங்கியவரும், தென்னாட்டு தேசபக்தரும், செந்தமிழ்ப் புலவரும், தியாகதுரந்தரருமான

ஸ்ரீமான் V. O. சிதம்பரம்பிள்ளை அவர்களால்

பிரஸ்தாப வரலாறு எழுதப்பெறுகிறது.

"வீரகேசரி" யின் வாரப்பதிப்பிற்காக விசேஷமாக எழுதப்பெறும் ஸ்ரீ லோகமான்ய பாலகங்காதர திலக முனிவரின் ஜீவிய வரலாறு 28—5—33 ஞாயிறு முதல் பிரதி ஞாயிறு பதிப்பிலும் தொடர்பாக வெளியிடப்பெறும்.

இவ் வாரத்தில் பல இனிமையான விஷயங்கள் தொடர்ந்து வெளிவர விருப்பதால், பத்திரிகாபிமானிகள் இவ்வரிய சந்தர்ப்பத்தை இழந்துவிடாதிருப்பார்களாக.

முன்னுரை

லோகமானிய பால கங்காதர திலகர் என் அரசியல் குரு ஆவார். எனது 21ஆம் வயதிலிருந்து, அதாவது 1893இலிருந்து, அரசியலைப் பற்றிய அவருடைய பேச்சுக்களையும் எழுத்துக்களையும் நான் உன்னிப்பாகக் கவனித்துவந்தேன். இந்தியா எனது நாடு, அநியாயமான வகையில் பிரிட்டிஷார் தம் வசம் நம் நாட்டை வைத்துள்ளனர், நம் நாட்டை அவர்களிடமிருந்து திரும்பப் பெற வேண்டும் என்று அவை எனக்கு உணர்த்தின. நம் நாட்டை அவர்களிடமிருந்து திரும்பப் பெறுதற்கான மார்க்கங்களைக் குறித்து எனது நண்பர்களுடன் நான் ஆலோசித்தேன். அந்த மார்க்கங்கள் எவையும் நமது நாட்டினரின் நிலைமைக்குப் பொருந்துவனவாக இல்லை. ஆகவே, எனது அரசியல் குருவைச் சந்தித்து அவருடன் இந்த மார்க்கங்களைக் குறித்து விவாதிக்க விரும்பினேன். 1907இல், சூரத்தில் இந்திய தேசிய காங்கிரசின் மகாநாடு கூடப் போகும் நேரம் நெருங்கிக் கொண்டிருந்தது. என் அரசியல் குருவைச் சூரத்தில் சந்தித்து அவருடன் இந்த மார்க்கங்களைக் குறித்துப் பேச எண்ணினேன்.

அந்தத் தருணத்தில்தான் நமது உத்தம தேசாபிமானியான ஸ்ரீமான் லாலா லஜபதி ராய் தீபாந்திரச் சிறையிலிருந்து விடுவிக்கப்பட்டார். சூரத் காங்கிரசிற்கு அக்கிராசனம் வகிப்பதற்கு லாலா லஜபதி ராய் அவர்களே ஏற்றவர் என்று எனக்கும், என் சென்னை நண்பர்கள் சிலர்க்கும்

தோன்றியது. இவ்விஷயத்தைப் பற்றி என் அரசியல் குருவிடமும், வங்காளத்தின் பாபு அரவிந்த கோஷுடனும் தந்தி மூலமாகத் தொடர்பு கொண்டேன். லாலாஜி அவர்களையே காங்கிரசிற்கு அக்கிரா சனம் வகிக்க வைக்க வேண்டும் என்று நாங்கள் மூவரும் தீர்மானித்தோம். அதன் பிறகு, இதனைக் குறித்து லாலாஜிக்குத் தந்தி கொடுத்தோம். காங்கிரசின் அக்கிராச னத்தை ஏற்க முதலில் அவர் ஒப்புக்கொள்ளவில்லையென் றாலும், நாங்கள் பல முறை தந்தி மூலம் கேட்டுக் கொண்ட படியால், அவர் ஒப்புக்கொண்டார். இவ்வேளையில், நமது மிதவாத நண்பர்கள் தேசாபிமானி டாக்டர் ராஷ் பிஹாரி கோஷை அக்கிராசனம் வகிக்க நியமித்திருந்தார்கள். லாலாஜியை அக்கிராசனராக்கு வதற்காகக் காங்கிரசின் பொது அமர்வில் திருத்த மசோதா பிரேரேபிக்க வேண்டுமென்றும், இதன் பொருட்டு பலம் சேர்ப்பதற்காகப் பல மாகாணங்களிலிருந்தும் தேசியவாதப் பிரதிநிதிகளை அழைக்க ஏற்பாடு செய்ய வேண்டுமென்றும் தந்தித் தொடர்பு மூலமாக நாங்கள் மூவரும் முடிவு செய்தோம். இதற்கேற்ப, பிற மாகாணங்களின் தேசிய வாதத் தலைவர்களுக்குத் தந்தி கொடுத்தோம்; சூரத்திற்குப் பல தேசியவாதப் பிரதிநிதிகளை அவர்கள் அழைத்துவந்தனர். பல தேசியவாதப் பிரதிநிதிகளை நாங்களும் சூரத்திற்கு அழைத்துச் சென்றோம். சூரத் காங்கிரஸ் பந்தலுக்கு உள்ளேயும் வெளியேயும் நடந்தவற்றை, "லோகமானிய திலகரைப் பற்றிய நினைவுக் குறிப்புகள்" பகுதி இரண்டில் வெளியாகியுள்ள, 23 டிசம்பர் 1907 முதல் 28 டிசம்பர் 1907 வரையிலான தமது கடிதங்களில் திரு. ஜி.எஸ். காபர்தே சரியாகக் கூறியுள்ளார். ஆகவே, அவற்றை நான் திரும்பச் சொல்லத் தேவையில்லை.

சூரத்தில் இரண்டு முக்கிய சம்பவங்கள் நடந்தன; மேல் மாடியில் என் குரு தங்கியபோது ஒரு சம்பவமும், கீ காந்த வாடியில் மற்றொன்றும் நிகழ்ந்தன. முதலில் குறிப்பிட்ட இடத்தில், ஆயிரக்கணக்கான மக்கள் கூட்டம் என் குருவின் பாதங்களை முத்தமிட வந்திருந்ததால், எங்கள் மதிய உணவு நெடுநேரம் தாமதப்பட்டது. பிற்பகல், சுமார் மூன்று மணிக்கு எங்கள் சூரத் நண்பரொருவர், மக்கள் கூட்டத்தைச் சிறிது நேரம் காத்திருக்கச் சொல்லிவிட்டு, என் குரு, பாபு அரவிந்தர், நான் முதலான சிலரை உணவுக்காகப் பின் அறை ஒன்றுக்கு அழைத்துச் சென்றார். நாங்கள் வெவ்வேறு சாதிகளைச் சேர்ந்த வர்கள் என்று அறிந்து, எங்களுடன் அமர்ந்து உணவுண்ண என் குரு விரும்பமாட்டார் என்று நினைத்து, "அடுத்த அறை யில் தங்களுக்கு உணவு பரிமாற ஏற்பாடு செய்யட்டுமா?" என்று அவரிடம் அந்த சூரத் நண்பர் உசாவினார். "எல்லா தேசாபிமானிகளும் ஒரு சாதியினரே" என்று என் குரு பதில்

கூறிவிட்டு, எங்களுடன் அமர்ந்து சாப்பிட்டார். இதுதான் அவருடைய ஆசார அனுஷ்டானம்! தேசியவாதப் பிரதிநிதி களின் மகாநாட்டில், "நமது கட்சியில் சேர விரும்புவோரு டைய அந்தரங்க சுபாவத்தை நாம் கருத்தில் கொள்ள வேண்டுமா?" என்று ஒரு பிரதிநிதி கேட்டார். "பொதுப் பணியை அவருடைய அந்தரங்க சுபாவம் பாதிக்காதவரை அதனைக் குறித்து நாம் கவலைப்படத் தேவையில்லை," என்று உடனே விடையிறுத்தார். இதுதான் அவருடைய பொறுத் தருளும் பண்பு! மகாநாடு முடிந்த பிறகு, ஒவ்வொரு மாகா ணத்தைச் சேர்ந்த பிரதிநிதிகளும், அந்தந்த மாகாணத்தின் காரியதரிசியைத் தேர்ந்தெடுத்துவிட்டுக் கலைந்து சென்றனர். காங்கிரசில் ஏற்பட்ட பிளவே என் சிந்தையை ஆட்கொண் டிருந்தமையான், பிரிட்டிஷாரிடமிருந்து நமது நாட்டை எப்படித் திரும்பப்பெறுவது என்பதைப் பற்றி என் குருவுடன் விவாதிக்க விரும்பியதை நான் மறந்தேபோனேன்.

1908ஆம் ஆண்டின் மத்தியில், நான் இராஜத்துரோகக் குற்றஞ்சாட்டப்பட்டு ஆயுள் தீபாந்திர தண்டனை விதிக்கப் பட்டேன். சில மாதங்கள் கழித்து என் குருவும் இராஜத் துரோகக் குற்றத்திற்காக ஆறு வருஷ தீபாந்திர தண்டனை விதிக்கப்பட்டார். அப்பீலில் எனக்குத் தண்டனை ஆறு ஆண்டு தீபாந்திரமாகக் குறைக்கப்பட்டது. கோவை [மற்றும் கண்ணனூர்] மத்தியச் சிறையில் அடைக்கப்பட்டு, 1912இல் நான் விடுதலை அடைந்தேன். என் குரு மாண்டலேயில் அடைக்கப்பட்டு, 1914இல் விடுதலை செய்யப்பட்டார். அப்போதிலிருந்து, அன்றைய அரசியல் விஷயங்கள் குறித்துக் கடிதத் தொடர்பு கொள்ளத் தொடங்கினோம். இருந்தபோதும், சுயராச்சியம் பெறுவதற்கான மார்க்கங்களைப் பற்றி விவாதிக்க வேண்டும் என்ற அவா நாளுக்கு நாள் வளர்ந்துகொண்டே இருந்தது; அவரைச் சந்திக்கும் சந்தர்ப்பத்திற்காகவே நான் காத்திருந்தேன்.

திரு. ஜி.கே. கோகலே மறைவதற்குச் சுமார் ஒரு வாரத்திற்கு முன்பு, உடனடியாகப் பூனா செல்லும்படி என் குருவிடமிருந்து கடிதம் வந்தது. திரு. கோகலே இறந்த இரவு நான் பூனா சென்றடைந்தேன். அந்தச் சமயத்தில் என் குரு சிங்கஹாத் மலையில் இருந்தார். அவரைப் பூனாவுக்கு அழைத்துவரும் பொருட்டு அவர்தம் சீடர்கள் சிலர், மறுநாள் சிங்கஹாத் மலைக்குச் சென்றனர். சுமார் 9 மணிக்குத் தம்முடைய அவர் தம் இல்லம் அடைந்தார். உடனே என் அறைக்கு வந்து சௌக்கியம் உசாவினார். பின்னர், திரு. கோகலேயின் மறைவு பற்றிக் குறிப்பிட்டு, தேசத்திற்கு அவர் ஆற்றிய சேவை களைப் பற்றிச் சொல்லி, அவருடைய மறைவுக்காக வருந்தினார். திரு. கோகலேயின் வீட்டிற்குச் செல்ல எண்ணி, என்னையும்

அவருடன் வருமாறு அழைத்தார். நான், முடியாது என்றேன். அவரும் அவர்தம் சீடர்களும் திரு. கோகலேயின் வீட்டுக்குச் சென்றுவிட்டு இரவுதான் திரும்பினர். திரு.கோகலேயின் வீட்டிலும் சுடுகாட்டிலும் நடந்தவற்றையெல்லாம் அவர் எனக்கு விவரித்தார்.

அடுத்த நாள் காலை ஐந்து மணியளவில் நான் உறங்கும் அறைக்கு வந்து, தமது தனியறைக்கு அழைத்துச் சென்றார். அப்போது நடந்துகொண்டிருந்த ஐரோப்பிய யுத்தம் குறித்தும், அப்போது ஜெர்மனியிலிருந்த சில இந்திய தேசாபிமானிகளிட மிருந்து வந்த ஒரு செய்தியைப் பற்றியும் என்னிடம் பேசினார். யுத்தம் நடக்கும் போக்கில் சில சந்தர்ப்பங்கள் வாய்க்கையில், இந்தியர்கள் இன்னஇன்ன செய்ய வேண்டும் என்ற பொருளில் அந்தச் செய்தி அமைந்திருந்தது. அந்தச் செய்தியின்படி செயல்படுவதன் உசிதம், சாத்தியம், விளையக்கூடிய பயன் ஆகியவற்றைப் பற்றி இரண்டொரு நாள் நாங்கள் விவாதித் தோம். இந்த இடத்தில், அந்தச் செய்தி குறிப்பிட்ட சில சந்தர்ப்பங்கள், யுத்தத்தால் ஐரோப்பாவில் ஏற்பட்டுள்ள சில பிரச்சனைகள் காரணமாக எழாமல் போகலாம் என்று என் குரு கூறினார்.

நமது நாடு சுயராச்சியம் அடைவதற்கான மார்க்கங் களைப் பற்றி என் குருவை வினவினேன். பின்வரும் அர்த்தத் தில் அவர் பதில் கூறினார். நமது தேசம் மிகப் பரந்தது. வெவ்வேறு போக்கும் சுபாவமும் கொண்டோர் இதில் உள்ளனர். மனுச்செய்தல், விண்ணப்பித்தல், கண்டனங்கள் ஆகியவற்றின் மூலமாக சுயராச்சியம் பெற்றுவிடலாம் என்று சிலர் சொல்கிறார்கள்; இந்த வழிகளில் சுயராச்சியம் அடைய முடியாது என்று வேறு சிலர் சொல்கிறார்கள். அரசாங்கத்தின் நிர்வாகத் தலைவர்களை ஒழிப்பதன் மூலம் சுயராச்சியம் அடையலாம் என்று சிலர் சொல்கிறார்கள்; அவ்வாறு செய் தால் ஒடுக்குமுறைதான் அதிகமாகும் என்று வேறு சிலர் சொல்கிறார்கள். தேசமெங்கும் ஒரே சமயத்தில் புரட்சி ஏற்படுவதன் மூலம் சுயராச்சியம் அடையலாமென்று சிலர் சொல்கிறார்கள்; இதனால் அராஜகமே விளையும் என்று வேறு சிலர் சொல்கிறார்கள். வேறொரு தேசத்தின் உதவி யுடன் யுத்தம் செய்வதன் மூலம் சுயராச்சியம் பெறலாமென்று சிலர் சொல்கிறார்கள்; இந்த யுத்தத்தில் வெற்றி பெற்றாலுங் கூட அந்த அந்நிய தேசத்திற்கு நாம் அடிமையாக இருப்போம் என்று வேறு சிலர் சொல்கிறார்கள்.

“ஆம், நமது தேசத்தைச் சேர்ந்த வெவ்வேறு மனிதர்களும் இவ்விஷயம் குறித்து வேறுபட்ட அபிப்பிராயங்களே கொண்

டுள்ளனர். ஆனால், நாம் என்ன செய்வது?" என்று கேட்டேன். இதற்கு அவர் பின்வருமாறு பதில் கூறினார்: "நமது தேசத்திற்கு எது நல்லது என்று தான் கருகிறானோ அதையே ஒவ்வொரு தேசாபிமானியும் செய்யட்டும். அவர்கள் மார்க்கத்தைப் பிறர் தடை செய்யாமலிருக்கட்டும். வெவ்வேறு வகையான மனிதர்களுக்கும், விதவிதமான செயல்களுக்கும் நமது தேசத்தில் இடம் இருக்கிறது. ஒருவருடன் மற்றவர் மோதாமல் இருக்கட்டும். ஆக்க வேலைகள், அவை எவையாக இருந்தாலும், என்ன வடிவத்தில் இருந்தாலும், நடக்கட்டும். பிறர் அச்செயல்களைத் தடுக்காமல் இருக்கட்டும். சுயராச்சியம் அடையும் பொருட்டு செய்யும் வேலைகளில் ஏற்படும் தோல்விகளையும் சோதனைகளையும் கண்டு மனம் தளர வேண்டாம். தோல்விகளே அறிவையும் வெற்றியையும் பெற்றுத் தரும்."

சமூகச் சீர்திருத்த இயக்கத்தைப் பற்றி அவருடைய அபிப்பிராயத்தைக் கேட்டேன். அது ஒரு நல்ல இயக்கம் என்று கூறினார். அப்படியென்றால், அதில் ஏன் அவர் பங்காற்றவில்லை என்று வினவினேன். ஒரே ஒரு லட்சியத்தை மட்டுமே எண்ணத்தில் கொள்ள வேண்டுமென்றும், அந்த லட்சியத்தை அடைவதற்காக முழு சக்தியையும் அக்கறையையும் ஒருமுகப்படுத்த வேண்டுமென்றும் பதில் கூறினார். அவ்வாறு அல்லாமல், ஒன்றுக்கு மேற்பட்ட லட்சியத்தை ஒருவர் கொள்வாரேயானால், அவருடைய அக்கறையும் ஆற்றலும் சிதறி, எந்த லட்சியத்தையும் அடைய முடியாமல் போய்விடுமென்று அவர் கூறினார். நம் நாட்டு மக்களின் ஒற்றுமைக்குத் தற்போதைய சாதி அமைப்பு தடையாக இல்லையா என்று நான் கேட்டேன். "ஆம். தடை செய்யவே செய்கிறது. அரசாங்க சேவையில் உள்ளவர் உட்பட பலரும் சாதி அமைப்பிலுள்ள தீமைகளைக் களையும்பொருட்டு வேலை செய்கிறார்கள். வேறொரு மார்க்கத்தில் நமக்குப் போதுமான வேலைகள் இருக்கும்போது நாம் ஏன் அவர்கள் வேலையில் குறுக்கிட வேண்டும்" என்று அவர் விடை யிறுத்தார்.

அரசாங்க வேளைகளைத் தேசாபிமானிகள் ஏற்றுக்கொள்வது உசிதமானதா என்று நான் கேட்டேன். "நல்லதுதான். சிவில், மிலிட்டரி ஆகிய துறைகளின் அரசாங்கப் பொறுப்புகளை உண்மையான தேசாபிமானிகள் ஏற்க வேண்டுமென்றே நான் விரும்புகிறேன். அனைத்து கவர்னர்களும், கவர்னர் ஜெனரல்களும் உண்மையான இந்திய தேசாபிமானிகளாக இருக்கும்பட்சத்தில் நாம் சுயராச்சியம் அடைந்துவிட்டோமென்றுதானே அர்த்தம்". சட்டமன்றங்களில் உண்மை தேசாபிமானிகள் நுழையலாமா என்று நான் கேட்டேன். "சட்டமன்றம் மட்டுமல்லாமல் அதிகாரம், செல்வாக்கு, பணம் ஆகியவற்றைத்

தரக்கூடிய நம் தேசத்து அமைப்புகளின் பொறுப்புகள், அலுவல்கள் அனைத்தையும் உண்மை தேசாபிமானிகள் பிடிக்க வேண்டும் என்றே நான் விரும்புகிறேன்" என்றார்.

ஏறத்தாழ ஒரு வாரம் என் குருவுடன் நான் தங்கினேன். ஒவ்வொரு நாளும் அதிகாலை ஐந்து மணிக்கெல்லாம் தம்முடைய தனியறைக்கு அழைத்துச் சென்று இரவு பத்து மணி வரை என்னுடன் பேசிக்கொண்டும் விவாதித்துக் கொண்டும் இருப்பார். அவரைக் காண விருந்தாளிகள் வருகையில் நான் என் அறைக்குச் சென்றுவிடுவேன். விருந்தாளிகள் சென்றவுடனே, என் அறைக்கு வந்து தம்முடைய தனியறைக்கு என்னை அழைத்துச் செல்வார். சுமார் ஒரு வாரத்திற்கு நான் அவருடன் பேசியபோது, "க்ஷமிக்க வேண்டும்", என்றோ, "எனக்குப் புரியவில்லை", என்றோ, "மீண்டும் ஒரு முறை சொல்லுங்கள்", என்றோ நான் சொல்வதற்குச் சந்தர்ப்பமே நேரவில்லை. அத்துணைத் தெளிவாகவும் நேராகவும் வெளிப் படையாகவும் அவர் பேசினார்.

என் குருவுடன் நான் தங்கிய சமயத்தில் எனக்குச் செய்யப்பட்ட உபசாரத்தைப் பற்றி கூறவில்லையென்றால் நன்றி மறந்தவனாகிவிடுவேனோ என்று நான் அஞ்சுகிறேன். தொடக்கத்தில் சில நாள், காலையும் மாலையும் நான் தேநீர் அருந்தும்போதும், மதியமும் இரவும் உணவு சாப்பிடும் போதும் அவர் என்னுடன் அமர்ந்து தம்முடைய சாப்பாட்டை உண்டார். சருக்கரைநோய் உடையோர் உண்ணும் உணவையே அவர் சாப்பிட்டார். அதன் ருசியும் வாசனையும் எனக்குப் பிடிக்கவில்லையென்றபோதும், ஒவ்வொரு முறை சாப்பிடும் போதும் அதில் கொஞ்சமேனும் என்னைச் சாப்பிடச் சொல்வார். அவருடைய இல்லத்திலிருந்த உறவினர்களும் நண்பர்களும் எனக்குப் பழக்கமானபின் எனது மதிய, இரவு வேளை உணவை அவர்களுடன் அமர்ந்து சாப்பிட விரும்பினேன். அப்போதுங்கூட, எனக்குச் சாப்பாடு பிடித்ததா என்பது போன்றவற்றை என்னிடம் உசாவ வருவார். அவரும் சரி, அவருடைய நண்பர்களும் உறவினர்களும் சரி நான் எந்தச் சாதியைச் சேர்ந்தவன் என்று ஒருபோதும் கேட்கவில்லை. சுருக்கமாகச் சொன்னால் என் குருவும் பிறரும் என்னை அவ்வீட்டின் எஜமானனாகவே நடத்தினர். இத்துணை அன்பும் மரியாதையும் மிக்க உபசாரத்தை எனது மாமனார் வீட்டிலும் நான் பெற்றதில்லை. எனக்கு மகிழ்வூட்டும்பொருட்டு ஒரு நாள் சாயந்திரம் இசைக் கச்சேரிக்கும், இன்னொரு நாள் சாயந்திரம் ஒரு கொட்டகையில் இந்தியப் போர் விளையாட் டிற்கும் அவர் ஏற்பாடு செய்தார்.

அவரை நான் பிரிந்து வந்தபொழுது என்னை அவர் ஆலிங்கனம் செய்தவிதத்தைக் கண்ணீர் உகுக்காமல் என்னால் கூற முடியாது.

கோவில்பட்டி, *1927* **வ.உ. சிதம்பரம் பிள்ளை**

S.V. Bapat (ed.), *Reminiscences of Lokamanya Tilak*, vol. III நூலில் வ.உ.சி. ஆங்கிலத்தில் எழுதிய நினைவுக் கட்டுரையின் தமிழாக்கம்.

1

இளமைப் பருவமும் சுதந்திர எழுச்சியும்

தாய் தந்தையரின் பிரிவும், மண வாழ்க்கையும்

"உலகத்தில் புண்ணியம் தாழ்ந்தும் பாவம் உயர்ந்தும் நிற்கும்பொழுதெல்லாம் யான் மனித சமூகத்திற்கு உதவி செய்வதற்காக அவதரிக்கிறேன்" என்று கூறினார் ஸ்ரீ கிருஷ்ண பகவான். அவ்வாறே இராஜீய விடுதலைக்காக நாம் செய்யும் போராட்டத்தில் நமக்கு உதவி செய்வதற்காகக் காலஞ்சென்ற லோகமான்ய திலகர் அவதரித்தார். இந்தியாவின் விடுதலைக்காகப் போராடி வேலை செய்து பிரசித்தியடைந்த இந்தியத் தலைவர்களுள் அவர் மிகமிகக் கண்ணியமும் பிரதானமும் வாய்ந்தவர். உண்மையில், அவர் இந்திய தேசீயத்திற்குத் தந்தையாவர். அவரது அநித்தியமான உடம்பு சென்றுவிட்டாலும், அவரது ஆத்மாவும், அவர் கொண்டிருந்த இலக்ஷியங்களும், அவர் உண்டு பண்ணிய இந்திய இராஜீயக் கொள்கைகளை யுடைய மாணாக்கர் குழுவும் நமது ஜனசமூக வாழ்க்கையில் அவர் காலத்தில் இருந்த மாதிரி யாகவே ஆண்மையும் மேம்பாடும் உடையனவாய் விளங்குகின்றன. அவரது தன்மை இருவகைக் கலப்பாயிருந்தது; அவற்றில் ஒன்று அநேகரை அவர்பால் இழுத்துக்கொண்டது; மற்றொன்று சிலரை அவரிடமிருந்து பிரித்து நீங்காத பிடிவாத முள்ள பகைவராக்கிற்று. அவருடைய ஒப்புயர் வற்ற வாழக்கையில் நிகழ்ந்த நடுக்கத்தை யுண்டு பண்ணத்தக்க பல சம்பவங்களும், அவை சம்பந்த மாக அப்போதைக்கப்போது எழுந்த பல வாதங்

களும் சிலருக்கே இப்போது ஞாபகமிருக்கக்கூடும்; அவர் காலத்தவரின் மனத்தை மிகக் கலக்கிய அந்த சம்பவங்களைப் பற்றி மாறுபடுத்தியும் மிகைப்படுத்தியும் எழுதப்பட்ட விருத்தாந் தங்களைப் பரீக்ஷித்துப்பார்க்க ஒரு சிலருக்கே நேரமிருக்கக்கூடும். ஆனாலும், அத்தேசாபிமானியின் துன்பகரமான வாழ்க்கையைப் பற்றி எழுதப்பட்டுள்ள விஷயங்களை ஜாக்கிரதையோடு படித்த ஒருவரால் எழுதப்பெற்ற அவரது சுருக்கமான ஜீவிய சரித்திரத்தை அவர் பெயரைப் போற்றும் கோடிக்கணக்கான மனிதர்கள் விரும்புகின்றார்கள். அத்தகைய சரித்திரத்தையே யான் எழுத எத்தனிக்கின்றேன்.

பிறப்பும் பெற்றோரும்

பாலகங்காதர திலகர் 1856–ம் வருஷம் ஜூலை மாதம் 23–ந் தேதி இரத்தினகிரியில் பிறந்தார். அவருடைய தகப்பனா ரான கங்காதர இராமச்சந்திர திலகர், சமஸ்கிருத பாஷை யிலும் மகாராஷ்டிர பாஷையிலும் ஒரு பெரிய பண்டிதர். தரித்திர நிலைமைகளால், இராமச்சந்திரர் உயர்தரக் கல்வி கற்பதில் அவருக்கிருந்த நம்பிக்கைகளை யெல்லாம் விடுத்துக் குறைந்த சம்பளத்தில் ஓர் உபாத்தியாயர் உத்தியோகத்தில் அமர்ந்தார். அவருடைய கலப்பற்ற யோக்கியதையும் அசையாத மனச்சான்றும் அவருடைய ஜனங்களிடத்து அவரது மதிப்பை உயர்த்தின; ஆனால் அவருக்கு மேற்பட்ட உத்தியோகஸ்தர்கள் வெகுகாலம்வரையில் அவருடைய உரிமைகளைக் கவனிக்க வில்லை. பதினேழு வருஷம் உத்தியோகம் புரிந்த பின்னர் அவர் உதவி டிப்டிக் கல்வி கமிஷனராக்கப்பட்டார். மிகுந்த உறுதியான சுதந்தர உணர்ச்சி அவருடைய முக்கிய குணமா யிருந்தது. அவரது மனைவி மிகுந்த தெய்வ பக்தியுள்ளவர். திலகர் தமது தகப்பனாரிடமிருந்து அவருடைய உறுதியான யோக்கிய உணர்ச்சியையும் சுதந்தர உணர்ச்சியையும், தமது தாயாரிடமிருந்து அவருடைய தெய்வ பக்தியையும் ஜீவகாருண்ணியத்தையும் இயற்கையாக அடைந்தனர்.

கல்வி கற்றல்

பதினொரு வயது அடையும்வரையில், திலகர் பாட சாலைக்கு அனுப்பப்படவில்லை. ஏனென்றால், அவருடைய தகப்பனார் சுதந்தரமான வீட்டு வாழ்க்கையில் தமது குமாரருக்குத் தமது தாய்ப்பாஷையாகிய மகாராஷ்டிரத்தையும் சமஸ்கிருதத்தையும் கற்பிக்க விரும்பினார். அவருடைய தகப்பனாரது புத்தகசாலையிலிருந்த எண்ணிறந்த புத்தகங்கள் நமது கதாநாயகருக்கு அச்சிறு வயதில்கூடத் தடுக்கமுடியாத பிரியத்தை உண்டுபண்ணின. அவர் அவற்றை மிக ஆவலுடன் எடுத்து வாசித்தார். அவருடைய தாயார் 1866–ம் வருஷத்தில்

இறந்தார். சிறிது காலங்கழித்து அவர் பாடசாலைக்கு அனுப்பப் பட்டார். அவர் பாலர் வகுப்புக்களைக் கடந்த பின்னர், பூனா கலாசாலைக்கு அனுப்பப்பட்டார். அங்கு அவர் 1872–ம் வருஷத்தில் மெற்றிரிக்குலேஷன் பரீக்ஷையில் தேறினார். அவர் கலாசாலையில் கற்றபோது வகுப்புவேலைகளின் கடுமையான முறைகளைக் கையாண்டதில்லை. அவர் குறிப்புகள் குறிப்பதில்லை; உபாத்தியாயர் சொன்னவற்றை யெல்லாம் தமது குறிப்புப் புத்தகத்தில் எழுதுவதில்லை; ஆனால் சொற்களின் பொருள்களைக் கிரகித்துத் தமது ஞாபகத்தில் வைத்துக்கொள்வார். கணக்குகளை அவர் காகிதத்தில் செய்வதில்லை. மனத்தில் தீர்த்து விடையை மாத்திரம் காகிதத்தில் எழுதுவார். "கணக்கைச் செய்த வழி எங்கே" என்று வைதிக உபாத்தியாயர் கேட்டால், அவ்வருமை மாணவர் தமது தலையைத் தொட்டுக்காட்டுவார். இவ்வாறாக கலாசாலையில் வாசித்தபோது, நமது சிறிய திலகர் தமது சுதந்தரத்தை வற்புறுத்தினார். உபாத்தியாயருடைய அர்த்த மற்ற, ஒரே மாதிரியான, கடுமையுள்ள வழிகளுக்கு விரோதமான ஒருவகைக் 'கலகக்கார'ராயிருந்தார்.

1871–ம் வருஷத்தில் இரத்தினகிரி ஜில்லா லாட்கர் நகரவாசியாகிய பாலால் பால் என்பவருடைய புத்திரியாகிய தாபிபாயை விவாகம்செய்து கொண்டார். அதற்குப்பின் சில மாதம் கழித்து, அவருடைய தகப்பனார் இறந்துபோனார். 1873–ம் வருஷத்தில் அவர் டெக்கான் கல்லூரியைச் சேர்ந்தார். அக்காலத்தில் கீழ இந்தியாக் கம்பெனியின் சேனாதிபதி உபாத்தியாயர்களும் இராணுவ நிர்வாகஸ்தர்களும் கல்லூரி களைவிட்டு மெதுவாக நீங்கிக்கொண்டும் ஆக்ஸ்பர்டு, காம்பிரிட்ஜ் கல்லூரிகளில் இங்கிலிஷ் பாண்டித்ய உணர்ச்சி களைக் கொண்ட பி.எ. பட்டதாரிகள் கல்லூரியில் நுழைந்து கொண்டும் இருந்தார்கள். கல்லூரியில் மாணாக்கர்களுக்குக் கற்பிக்கப்பட்ட கல்வி பக்ஷபாதமுடையதாயும் குறைவுடைய தாயும் இருந்தது. மாணாக்கர்களுடைய மனத்தில் ஷெல்லி, பயிரன், பர்க்கு, கிபன் முதலியவர்களுடைய நூல்கள் நிறைக்கப் பட்டன. மாணாக்கர்களுடைய சரீர பலம் கவனிக்கப்படவே யில்லை. இதன் முடிவு உண்மையில் மிகமிக விசனப்படத் தக்கதாயிருந்தது; சரீர பலமும் விவேக பலமுமுள்ள இளைஞர் களை வெளியில் அனுப்புவதற்குப் பதிலாகக் கல்லூரியானது சரீர பலமிழந்தவர்களையும் விவேக பலமற்றவர்களையும் மாத்திரம் வெளியே அனுப்பிக்கொண்டிருந்தது. இக்கல்வியின் குறைவுத்தன்மையை அறிந்து திலகர் தமது நேரத்திலும் கவனத்திலும் பெரும் பாகத்தைத் தமது சரீர வளர்ப்பிலும் சரீர அப்பியாசத்திலும் செலவிட்டு வந்தார். நீந்துதலிலும்,

படகோட்டுதலிலும், குஸ்தி செய்வதிலும் அவர் தமது காலத்தைக் கழித்துவந்தார். அவர் தமது கல்லூரிக் கல்வியின் முதல் வருஷ முடிவில் மிக சரீரக்கட்டும் சரீர பலமும் சுறுசுறுப்பும் ஆரோக்கியமும் உடையவராயிருந்தார். ஆனால் அவர் தமது யப்.எ. பரீக்ஷையில் தவறிப்போனார்.

அவர் தமது கல்லூரி வாழ்க்கையின் குற்றமற்ற விளை யாடல்களிலெல்லாம் முதன்மையாயிருந்தார்; ஆனால் அவர் உண்மையில் ஒருபோதும் குறும்புத்தனமுள்ளவராயிருக்க வில்லை. அவர் தம்முடன் கல்வி கற்ற மாணாக்கர்களோடு தாராளமாகப் பழகிவந்தார். அவருடைய பேச்சிலும் செயலி லும் எப்பொழுதும் உற்சாகத்தை உண்டுபண்ணக்கூடிய முறட்டுத்தனமும் யாரும் காணத்தக்க நேர்மையும் இருந்தன. அவர் அடிக்கடி தமது சகாக்களுடன் கடுமையான தர்க்கம் புரிந்து ஓர் ஆச்சரியகரமான குணதோஷ ஆராய்ச்சியாளராய் விளங்கினார். வெறுங் குதர்க்கங்கள் அவரைப் பின்னிடச் செய்ய முடியாது. வெறும் பேச்சுகள் அவருடைய அறிவைக் கெடுக்க முடியா. அவர் ஒரு விஷயத்தின் மூலத்தைக் கண்டு அதன் சாராம்ஸங்களை யெல்லாம் மதிக்கக்கூடிய திறமை யுடையவர். குதர்க்கமற்ற அவருடைய வீட்டு வாசனையிலும் எதுவும் மனத்தில் பதியத்தக்க அவருடைய இளம்பருவத்திலும் அவர் சமஸ்கிருதத்திலும் மகாராஷ்டிரத்திலும் அடைந்திருந்த கல்வியானது மேல் நாட்டுக் கொள்கைகளையும் நாகரீகத்தை யும் ஆராயாது கைக்கொள்ளுதலிலிருந்தும் அடிமைத்தன மாகப் பின்பற்றுதலிலிருந்தும் அவரைக் காப்பாற்றிற்று. அதனால்தான் அவர் தம்முடன் கல்வி கற்ற மாணாக்கர் களிலிருந்து கிளம்பிய 'ஆசார சீர்திருத்தக்காரர்'களோடு சேரவில்லை. ஆயினும் அவருடைய இயற்கைக் குணத்தாலும் இளமைப் பயிற்சியாலும் கீழ் நாட்டுக் காரியங்களில் அவருக்கு ஓர் அபிமானம் இருந்தபோதிலும் அவர் மேல் நாட்டுக் காரியங்களிலுள்ள நன்மைகளைத் தெரிந்துகொள்ளத் தவறவில்லை.

அவர் தமது கல்லூரித் தலைவர் வேர்ட்ஸ்வொர்த் என்பவரையும், உபாத்தியாயர் சாட்டிரீ என்பவரையும் சகல வகைகளிலும் தமது குருக்களாகவே மதித்துவந்தார். ஸ்ரீமான்கள் மியூல், சாரங்கபாணி, கதாவடி, எஸ்.பி. உபாஸானி, ஜி.எஸ் அகர்கார், வாமன்ராவ் அப்தே, டி.எ. காரி, ஜி.எஸ். கப்பர்தே, ஆர்.யந். முதால்கர், ஒ கிடுமால், யந், ஜி. சந்திரவர்க்கர். அவருடன் கல்வி கற்றவர்களிலும் அவரது காலத்தவர்களிலும் பிரபலமான சிலர். திலகர் பி.எ. பரீக்ஷையின் 1வது வகுப்பில் 1876–ம் வருஷம் தேறினார். பின்னர் சட்டக் கல்லூரியில் சேர்ந்து சட்டம் கற்று 1879–ம் வருஷம் டிஸம்பர் மாதத்தில்

எல்.எல்.பி. பரீக்ஷையில் தேறினார். அவர் சட்டங்களைக் கற்ற மூன்று வருஷங்களில் ஹிந்து லாவிலும், இந்திய கவர்ன்மெண்டார் 1827-ம் வருஷம் முதல் செய்த சகல சட்டங்களிலும் பூரண பாண்டித்வம் அடைந்தார்.

28-5-1933

2

பொதுஜனத் தொண்டிற் புகுதல்

கோலாப்பூர் கேஸும் 4 மாதச் சிறைத் தண்டனையும்

பொதுஜன வாழ்க்கையில் பிரவேசித்தல்

அறிவுமிக்க மேதாவியாயும், வளையாத தர்க்கவாதியாயும், சட்ட ஞானம் நிரம்பிய மாணாக்கராயும் இருந்தபடியால், திலகர் சட்டத் தொழிலைக் கைக்கொண்டிருப்பாரானால் உயர்ந்த புகழும் மிகுந்த செல்வமும் அடைந்திருப் பார். ஆனால், தேசத்திற்கு ஊழியம் செய்யும் அவாவே அவருடைய குணங்களில் மிகமிக மேம்பட்டதாயிருந்தது. அன்றியும், அந்நிய தேசத் தாரின் ஆள்கைக்குட்பட்ட அவர் காலத்தில் நடந்த சில சம்பவங்களை அவருடைய தேசத்தின் ஆதரவற்ற தன்மையைப் பற்றி அவருடைய மனத்தில் மங்காத ஓர் எண்ணத்தை உண்டு பண்ணின.

1875–ம் வருஷத்தில் பரோடா தேசத்து அரசரான மல்ஹார் ராவ் சிம்மாஸனத்திலிருந்து நீக்கப்பட்டார். ரெஸிடண்டு கர்ணல் பாயருக்கு அவர் பாஷாணம் ஊட்ட எத்தனித்ததாகக் கூறப்பட்டது. அந்த விஷயத்தைப் பற்றி விசாரணை செய்வதற்காகச் சிலர் ஒரு கமிஷனாக நியமிக்கப் பட்டனர். அக்கமிஷன் அரசருக்கு விரோதமாகத் தீர்ப்புச் சொல்லிற்று. ஆனால், பரோடா தேசத்திலும் அதற்கு வெளியிலுமுள்ள ஜனங்கள் அரசர் நிரபராதி யென்று நம்பினார்கள். அக்கமிஷன் பொது ஜனங்களின் அபிப்பிராயத்

தையும் உணர்ச்சியையும் பொருட்படுத்தவில்லை; சந்தேகத்தின் அநுகூலத்தைக்கூட அரசருக்குக் கொடுக்கவில்லை. அரசருடைய கதியைத் தீர்மானித்த அக்கிரமமும், அவருடைய நிர்க்கதியான தன்மையும் திலகர் உள்ளத்தில் ஒரு பெரிய அதிர்ச்சியை உண்டுபண்ணின. அந்நியர் ஆள்கையால் ஏற்பட்ட தமது தேசத்தவரின் நபுஞ்சகத் தன்மையைத் திலகர் வருத்தத்தோடும் வெறுப்போடும் உணர்ந்தார்.

பிற்பாடு, 1877–78–ம் வருஷத்துப் பஞ்சம் வந்தது. அதில் ஐம்பது லக்ஷம் ஜனங்கள் மாண்டனர். அதே வருஷத்தில் விக்டோரியா மகாராணியார் 'கெய்ஸரி ஹிந்து' என்னும் பட்டத்தை ஏற்றுக்கொள்ளும்படியாகத் தூண்டப்பட்டனர். இந்தியாவை அரசாண்டவர்களுக்கு அதன் ஜனங்களிடத்திலும், அந்த வருஷத்துக் கோரமான பஞ்சத்தில் ஜனங்கள் பட்ட பாடுகளிலும் கஷ்டங்களிலும் எள்ளளவு அநுதாபம் இருந்திருக்குமானால், அந்தச் சமயத்தில் அந்தப் பட்டத்தை ஏற்றுக்கொள்ளும்படியாக மகாராணியாரை அவர்கள் தூண்டியிருக்கமாட்டார்கள்.

1876–ம் வருடத்தில் கவர்ன்மெண்டு உத்தியோகஸ்தனாயிருந்த வாசுதேவ பால்வன்த் பத்கே என்பவனின் தலைமையின் கீழ் மகாராஷ்டிர தேசத்தின் பல பாகங்களில் பிரிட்டிஷ் அரசாட்சியை ஒழித்துவிடுவதற்கு எத்தனம் செய்யப்பட்டது. ஆனால், அவ்வெத்தனம் ஒரு கேலிக்கூத்தாய் முடிந்தது. இந்தியாவிலுள்ள பிரிட்டிஷ் அரசாட்சியைப் பலாத்காரத்தால் ஒழிப்பதற்கு முயல்வதன் பயனற்ற தன்மையை விளக்கிக் காட்டிற்று. பிரிட்டிஷ் அரசாட்சியானது தேசப் பக்தியை ஒழிக்கும் கல்வியையும் உத்தியோக அமைப்பையும் அடிப்படைகளாக்கி ஏற்படுத்தப்பட்டிருக்கிற தென்பதையும், அதனைப் பலாத்காரத்தால் மாற்ற முடியாதென்பதையும், பிரிட்டிஷார் உபயோகித்துவருகிற தந்திரங்களாலும் ஆயுதங்களாலுமே அதனை மாற்ற முடியுமென்பதையும் அவ்வெத்தனம் தெளிவாகத் திலகருக்குக் காட்டிற்று. இவையும் இவை போன்ற பிற சம்பவங்களும் தமது தேசத்தின் புனருத்தாரணத்திற்காக வேலைசெய்யும்படி திலகரைத் தூண்டின.

கிருஷ்ண சாஸ்திரியார் குமாரர் விஷ்ணு சாஸ்திரி சிப்லூன்கர் தேசத்திற்கு ஊழியஞ்செய்துவந்தது திலகருக்கும், அவருடைய நண்பர் ஜி.ஜி. அகர்காருக்கும் உற்சாகத்தை உண்டுபண்ணிற்று. ஸ்ரீ சிப்லூன்கார் ஒரு புதிய கொள்கையைக் கண்டுபிடித்தவர். அவர் 1874–ம் வருஷத்தில் தொடங்கிய 'நிபந்தமாலை' என்னும் பத்திரிகை வாயிலாக அக்காலத்து ஜனாசாரக் கிளர்ச்சிகளையும் மதக்கிளர்ச்சிகளையும் கவர்ன்மெண்டின் தன்மையையும் கடுமையான கண்டனங்களால்

தாக்கி வந்தார். அவர் எழுத்து நடையின் கௌரவமும் அணி யலங்காரமும், அவருடைய அஞ்சாமையும் சுவாதீனமும் அவருக்குப் பெரிய மதிப்பை யுண்டுபண்ணின.

ஸ்ரீ சிப்லூன்காரின் செயல்களைப் பார்த்து உற்சாகமும் ஊக்கமும் கொண்டவராய்த் திலகரும் அகர்காரும் பொதுஜன சேவையில் பிரவேசித்தனர். மாகாணம் முழுவதும் கலாசாலை களை ஏற்படுத்தி பொதுஜனங்களுக்கு அவர்களுடைய உரிமை களையும் கடமைகளையும் கற்பிப்பதே அவர்களுடைய அவாவாயிருந்தது. அவர்கள் பூனா நகரில் புதிய இங்கிலீஷ் கலாசாலையையும், 'மகாராட்டா', 'கேசரி' என்னும் இரண்டு பத்திரிகைகளையும் தொடங்கினார்கள். சில நாள் கழித்து ஸ்ரீ எம்.பி. நாம்ஜோஷி என்பவர் அவர்களோடு சேர்ந்தார். அவர் விரிந்த கல்வியும் அநுபோகமும் சாமர்த்தியமும் உடை யவர். அவர் உண்மையில் கலாசாலைக்கு ஓர் ஆஸ்தியாயிருந் தார்; அதற்கு ஊழியஞ் செய்வதற்காகத் தமது வாழ்நாளைச் சமர்ப்பணம் செய்தார். ஓர் உபாத்தியாயராய் மிக்க அநுபவம் பெற்றிருந்த ஸ்ரீ வி.எஸ். ஆப்டேயின் ஊழியத்தை அடையும்படி யான நல்ல அதிர்ஷ்டத்தை அக்கலாசாலை பெற்றது. கலாசாலையின் மேற்பார்வையாளராயிருந்து ஆப்டே கலா சாலையைப் பல வழிகளில் அபிவிர்த்தி செய்து அதனுடைய மதிப்பை உயர்த்தினார். டம்பமும் சுயநலமும் அற்ற இந்த ஊழியர்களுடைய நடாத்துகையால் அக்கலாசாலை அம்மாகாணத்தில் மிகமிகப் பெரிய ஒரு ஸ்தாபனமாயிற்று. திலகராலும் அகர்காராலும் நடத்தப்பெற்ற 'மகாராட்டா', 'கேசரி' என்னும் இரண்டு பத்திரிகைகளும் மிக வெற்றிகரமாய்த் திகழ்ந்தன. அவர்களுடைய குணதோஷ ஆராய்ச்சி வாசிப்போர் களுடைய தேசாபிமானத்தையும் ஊக்கத்தையும் எழுப்பிற்று. அவற்றை வாங்கி வாசிப்போர் நாள்தோறும் அளவுகடந்து பெருகிக்கொண்டிருந்தனர்.

கோலாப்பூர் கேஸ்

திலகர் எப்பொழுதும் இந்திய சமஸ்தானங்களின் க்ஷேமத் திலும் அபிவிர்த்தியிலும் பெரிய அக்கறை கொண்டிருந்தார். கோலாப்பூர் சமஸ்தான காரியங்கள் 1870-ம் வருஷம் முதற் கொண்டு மிக அதிருப்திகரமாயிருந்தன; அவை திலகரின் கவனத்தைக் கவர்ந்தன. இராஜா அந்த வருஷத்தில் இறந்தார். அவரது விதவைகள் சிவாஜிராவை சுவிகாரம் செய்தார்கள். 1877-ம் வருஷம் முதல் இந்த இளவரசர், சந்தேகிக்கக்கூடிய புத்தி சுவாதீனத்தைக் காட்டத் தொடங்கினார். பாஷாணம் ஊட்டிக் கொன்றாவது, புத்திசுவாதீனமில்லையென்ற காரணத்தாலாவது இவ்விளவரசரைச் சிம்மாசனத்திலிருந்து

ஒழித்து வேறு ஒருவருக்குப் பட்டம் கட்டுவதற்காக அந்த சமஸ்தானத்தின் காரியஸ்தராயிருந்த இராவ்பகதூர் பார்வ் என்பவர் வேலை செய்துகொண்டிருக்கிறதாகப் பெரும் பிரஸ்தாபம் உண்டாயிற்று. பூனா நகரத்தில் ஒரு மகாநாடு நடத்தப்பட்டது. அதில் இளவரசராகிய சிவாஜிராவுக்கு ஒரு புதிய கியார்டியனை நியமிக்க வேண்டுமென்று ஒரு தீர்மானம் நிறைவேற்றப்பெற்றது. இந்த மகாநாட்டிற்குப் பின்னர் இவ்விளவரசரைக் கொலை செய்வதற்கு எத்தனம் செய்யப்பட்டதாகவும், அது தவறிவிட்டதாகவும் ஒரு பிரஸ்தாபம் எழுந்தது. சிலகாலம் கழித்து திலகருக்கும் அகர்காருக்கும் மூன்று கடிதங்கள் வந்தன.

அவை சமஸ்தானக் காரியஸ்தரால் ஒருவனுக்கு எழுதப் பட்டவை போலத் தோன்றின. இக்கடிதங்களில் இளவரசருக்குப் பாஷாணம் ஊட்டுவதற்குரிய உபாயம் குறிக்கப்பட்டிருந்தது. அக்கடிதங்கள் உண்மையானவை என்று கருதி, அவர்கள் ‘மகாராட்டா’விலும் ‘கேசரி’யிலும் அவற்றைப் பிரசுரித்துச் சமஸ்தானக் காரியஸ்தர் தமது குற்றமற்ற தன்மையைச் சட்டக்கோர்ட்டு மூலமாக ரூபிக்க வேண்டுமென்று கூறப் பட்டது. அக்கூற்றை ஏற்றுக்கொண்டு இராவ்பகதூர் பார்வ் கோலாப்பூர் கோர்ட்டில் திலகரையும் அகர்காரையும் வேறு சிலரையும் சேர்த்து ஒரு கேஸ் நடத்தினார். அவர் நானாபைட் என்பவரைத் தலைமையாகக்கொண்ட தமது விரோதிகளுள் தமக்குக் கெட்ட பெயரை உண்டுபண்ண வேண்டுமென்ற ஒரு சதி நடந்ததாயும், அப்பெயரை உண்டு பண்ணுவதற்காகத் தமது விரோதிகள் மனப்பூர்வமாகப் பல சூழ்ச்சிகள் செய்திருக்கிறார்களென்றும், ‘மகாராட்டா’ விலும் ‘கேசரி’யிலும் பிரசுரிக்கப்பட்ட கடிதங்கள் பொய்யாகச் சிருஷ்டிக்கப்பட்டவையென்றும் தமது பிரியாதில் சொல்லி யிருந்தார். திலகருக்கும் அகர்காருக்கும் ஸ்ரீ பி.எம். மேத்தாவும் கே.டி. திலாங்கும் வக்கீல்களாக ஆஜரானார்கள். அக்கடிதங் கள் உண்மையானவையென்று ரூபிப்பதற்காக நானாபைட் மிகமிகப் பிரயாசைப்பட்டார்; ஆனால் கோர்ட்டுத் தீர்ப்பு அதற்கு மாறாயிற்று. திலகரும் அகர்காரும் தாம் அக்கடிதங் கள் உண்மையானவையென்று நம்பி தம் பத்திரிகைகளில் பிரசுரித்ததாகவும், அத்தவறுக்காகத் தம்மை மன்னிக்க வேண்டுமென்றும் கேட்டனர். இதில் திருப்தியடையாமல், சமஸ்தானக் காரியஸ்தர் அவர்களுக்குத் தண்டனை விதிக்க வேண்டுமென்று வற்புறுத்தினார். திலகரும் அகர்காரும் ஆளுக்கு நான்கு மாதம் வெறுங்காவல் விதிக்கப்பெற்றனர். அவ்விருவரும் அநியாயமாகத் தண்டிக்கப்பட்டனரென்று பொது ஜனங்கள் கருதினார்கள். கல்லூரித் தலைவர்

வேர்ட்ஸ்வொர்த் ஓர் இயக்கத்தை நடாத்தி புகழ்வாய்ந்த இவ்விருவரையும் விடுதலை செய்ய வேண்டுமென்று கவர்ன் மெண்ட்டுக்கு மனுச் செய்தார். ஆனால், அம்மனு அங்கீகரிக்கப் படவில்லை. அவர்கள் விடுதலை அடைந்த தினத்தில் சிறை வாசல் பக்கம் கூடியிருந்த பெருங்கூட்டத்தார்கள் மிகுந்த சந்தோஷத்துடன் அவ்விரு ஜெயசீலரையும் வரவேற்றார்கள். அவ்விருவரும் சிறையுள்ளிருந்தபோதே அவர்களுக்கு உதவி செய்வதற்காக ஒரு நிதி சேர்க்கப்பட்டது. அந்நிதிக்குப் பணம் அளிப்பதற்காக நடத்தப்பட்ட ஒரு நாடகத்தில் அப்போது ஒரு மாணாக்கராயிருந்த கோபால கிருஷ்ண கோகலே ஒரு பெண் வேடம் பூண்டு நடித்ததாகச் சொல்லப்படுகிறது.

11-6-1933

3

தேசீய உணர்ச்சியை வேரறுத்த விதேசிக் கல்விமுறையை மாற்றியமைக்கத் தீவிர முயற்சி

தக்ஷணக் கல்விச் சங்க ஸ்தாபகமும் தன்னலத் தியாகமும்

கல்வி சம்பந்தமான வேலை

தேச ஊழியம் செய்தற்குத் திலகரையும், அவர் கூட்டாளியாகிய அகர்காரையும் தூண்டிய எண்ணங்கள் இதுமுன்னரே குறிக்கப்பட்டுள்ளன. தேசீயத் தத்துவத்தையும் குடியாட்சித் தத்துவத்தையும் தமது தேசத்தார்களின் உள்ளத்துள் புகுத்துவதற்கு ஓர் கருவியாகக் கல்வி வேலையிலும் பத்திரிகை வேலையிலும் அவ்விருவரும் தமது கவனத்தைச் செலுத்தினர். இந்தியாவை இங்கிலாந்து ஆள்வதற்குக் காரணம் இங்கிலீஷ் கல்வியானது இந்திய இளைஞரிடத்தில் உண்டு பண்ணிய புத்திப்பிரேமைதானென்றும், அந்தப் புத்திப்பிரேமையை ஒழிப்பதினாலேயே அதாவது தேசீய வழிகளில் ஜனங்களுக்குக் கல்வியைக் கொடுப்பதனாலேயே அந்த ஆள்கையைப் பலஹீனப்படுத்தக் கூடுமென்றும் அவர்கள் தெளிவாகக் கண்டார்கள். அவர்கள் ஏற்படுத்தி நடாத்திய புதிய இங்கிலீஷ் கலாசாலை, பலவழிகளில் உண்மைத் தேசீயத்தைக் கற்பித்தது. இங்கிலீஷ் மூலமாகக் கற்பித்தல் கூடியவரையில் குறைக்கப்பட்டது. தற்காலத்துக் கல்வி முறையில் எந்தக் குறைகளைக் களைவதற்காக நாம் இப்பொழுதும் போராடிக்கொண்டிருக்கிறோமோ, அந்தக் குறைகளிற் பல களையப்பட்டன.

இவ்வாறு புதிய இங்கிலீஷ் கலாசாலையானது ஜனங்களால் மிக நேசிக்கப்பட்டு ஆதரிக்கப்பெற்றதும், கவர்ன்மெண்டு கல்வி யிலாகா அதிகாரிகளால் இகழப்பட்டுக் கண்டிக்கப் பட்டதுமான மதிப்புமிக்க ஒரு ஸ்தாபனமாக விளங்கிற்று. அக்கலாசாலையின் வெற்றியானது திலகருக்குத் தைரியத்தைக் கொடுத்தது; அதனை அவர் ஒரு கல்லூரியாக்குவதற்கு விரும்பினார். இந்த நோக்கத்தோடு அந்த விஷயத்தில் அக்கரையுடைய எல்லோரையும் சேர்த்து ஒரு மகாநாடு கூட்டினார். கீர்த்திவாய்ந்த தக்ஷணக் கல்விச் சங்கம் 1884-ம் வருடம் அக்டோபர் மாதத்தில் ஸ்தாபிக்கப்பெற்றது. ஸர்வ கலாசாலைச் சங்கத்தின் அனுமதியின்பேரில் 1895-ம் வருஷத்தில் ஓர் உயர்தரக் கல்லூரி ஸ்தாபிக்கப்பெற்றது.

கணித சாஸ்திரத்திலும் சம்ஸ்கிருத பாஷையிலும் விசேஷத் திறமை வாய்ந்திருந்த திலகர் அவ்விரண்டையும் கற்பிக்கும் உபாத்தியாயராயிருந்தார். அவர் உபாத்தியாயரா யிருந்த காலத்தில் தாம் கையில் எடுத்துக்கொண்ட பாடங் களைவிடப் பிற விஷயங்களிலாவது, வேடிக்கை விளையாட்டு களிலாவது அவர் ஒருபோதும் காலங்கழித்ததில்லை. திலகர் கண்டிப்புடையவராயிருந்தபடியால், அவர் எல்லாரும் விரும்பத்தக்க ஓர் உபாத்தியாயராயிருக்கவில்லை. ஆனால் அவருடைய மாணாக்கராயிருந்து அவரிடம் கற்கும் விசேஷ நற்பாக்கியம் செய்தவர்களுக்கெல்லாம் அவருடைய மேதாவித் தன்மையின் பயபக்தியை உண்டுபண்ணத்தக்க கம்பீரமும் கௌரவமும் அவரிடம் இருந்தன.

துரதிர்ஷ்டவசமாக, தக்ஷணக் கல்விச் சங்கம், ஸ்தாபிக்கப் பட்ட சிறிது காலத்துள் திலகருக்கும் அவருடன் சேர்ந்து வேலை செய்தவர்களுக்கும் வேற்றுமை ஏற்பட்டு அவர் அச்சங்கத்திலிருந்து விலகிக்கொள்ளும்படியாயிற்று. திலகருடைய நோக்கம், முன்சொல்லியபடி, மகாராஷ்டிர தேச முழுவதிலும் நன்றாக நடத்தப்பட்ட கலாசாலைகளை நிரப்ப வேண்டு மென்பதே. இந்த நோக்கத்தை நிறைவேற்றுவதற்காக வேலை செய்ய விருப்பமுள்ளவர்கள் தன்னல மறுப்பு, தன்னலத் தியாகம் இவற்றைக் கைக்கொண்டிருக்க வேண்டுமென்றும், தம்முடைய வாழ்க்கைக்கு இன்றியமையாத ஊதியம் மாத்திரம் பெற்றுக்கொள்ள வேண்டுமென்றும் அவர் வற்புறுத்தினார். இதற்குச் சங்கத்தின் அங்கத்தினர்களெல்லாம் முதலில் ஒப்புக்கொண்டார்கள். ஆனால், பெரிய கல்விமுறையை ஏற்படுத்துவதில் உண்டாகக்கூடிய பிரதமக் கஷ்டங்களையும் தொந்தரவுகளையும் கடந்த பின்னர், சங்கத்தின் ஆயுள் அங்கத்தினர்களிற் சிலர் அதிகச் சம்பளம் வேண்டுமென்று கூக்குரலிடத் தொடங்கினர். சங்கத்தின் விதிப்படி சகல

அங்கத்தினர்களின் சம்பளங்களும் சமமாயிருந்தன; குறித்த சிலருக்கு மட்டும் நன்கொடைகள் கொடுக்கப்பட்டன. சங்கம் சம்பந்தமான வேலை தவிர வேறு வேலைகளில் சங்கத்தின் அங்கத்தினர்கள் பிரவேசிக்கக் கூடாதென்ற ஒரு விதியும் ஏற்படுத்தப்பட்டிருந்தது. சிறிது காலம் சென்ற பின்னர், அங்கத்தினர்களிற் சிலர் இந்த விதியை மீறிப் பணம் வரக்கூடிய வேறு வேலைகளிலும் பிரவேசிக்கத் தொடங்கினர்.

1885–ம் வருஷத்தில் இந்தக் கடுமையான விதிகள் தளர்த்தப்பட்டன. ஒவ்வோர் அங்கத்தினரும் பகற்காலத்தில் நான்கு மணிநேரம் கல்வி கற்பித்தலிற் செலவிட வேண்டுமென்றும், மற்றைய நேரங்களில் வேறு சொந்த வேலைகளைச் செய்துகொள்ளலாமென்றும் தீர்மானிக்கப்பட்டது. சங்கத்தின் விதிகளிற் செய்யப்பட்ட இந்த மாற்றமானது சங்கம் சம்பந்தமான வேலை தவிர வேறு வேலையொன்றும் சங்கத்தின் அங்கத்தினர் செய்யக்கூடாதென்ற சங்கத்தின் முக்கிய விதியைச் சங்கத்தின் அங்கத்தினர்கள் மீறி நடக்கும்படி செய்துவிட்டது. திலகர் இக்கெட்ட பழக்கத்தைப் பார்த்துப் பொறுமையை இழந்து, சொந்த வேலைகளை அடியோடு விட்டுவிட வேண்டும் அல்லது அங்கத்தினர்களின் சொந்த வேலைகளால் கிடைக்கும் ஊதியங்கள், அந்நிய நாட்டுப் பாதிரிமார் சங்கங்களில் நடப்பது போலச் சங்கத்தின் சகல அங்கத்தினர்களுடைய பொதுநன்மைக்கு உபயோகப்படும்படியாகச் சங்கத்தின் பொது நிதிக்குச் சேர்க்கப்பட வேண்டும் என்னும் ஒரு விதியை ஏற்படுத்த வேண்டும் என்று வற்புறுத்தினார். இவ்வாறாக, சங்கத்தின் ஆதிநோக்கங்களையும் கொள்கைகளையும் தூய்மையாக வைத்திருக்க வேண்டுமென்ற விருப்பத்தோடு அவர் அந்த நோக்கங்களையும் விதிகளையும் மீறினவர்களெல்லோரோடும் சண்டையிட்டார். சர்வஜன சபைக்கு ஸ்ரீ கோக்கலே ஒவ்வொரு நாளும் மூன்று மணிநேரம் வேலை செய்துவந்ததை அவர் பலமாக ஆக்ஷேபித்தார். சங்கத்தின் அங்கத்தினர்களுடைய கூட்டமொன்றில் அங்கத்தினர்களுடைய சம்பள விகிதங்களை உயர்த்த வேண்டுமென்று ஸ்ரீ அகர்கார் கொண்டுவந்த பிரேரேபணையைத் திலகர் ஆக்ஷேபித்தார்; ஆனால், அகர்கார் காரியத்தை மாத்திரம் ஒரு விசேஷ காரியமாக எடுத்துக் கொண்டு அவருக்கு ஒரு நன்கொடை அளிக்கலாமென்று சொன்னார். வரவர இந்த விவாதங்கள் வளர்ந்து மனவருத்தத்தை உண்டுபண்ணுவனவாய்விட்டன. சங்கம் முறிந்து போகும்படியான நிலைமை ஏற்பட்டபோது, அதனைத் தடுப்பதற்காகத் திலகர் சிறிது காலத்திற்குத் தாம் சங்கத்தை விட்டு விலகி நிற்பதாகச் சொன்னார். ஓர் இராஜி செய்யப்

பட்டுத் திலகர் மறுபடியும் சங்கத்தில் சேர்ந்தார். ஆனால், இந்த விவாதங்கள் அங்கத்தினர்களுள் கடுமையான விரோ தத்தை உண்டுபண்ணிவிட்டன. இராஜிப்படியும் அங்கத்தினர் கள் நடக்கவில்லை. ஆதலால், திலகர் 1890–ம் வருஷம் டிசம்பர் மாதத்தில் சங்கத்தினின்று விலகிக்கொண்டார். ஆனாலும், அவர் சங்கத்தை ஸ்தாபித்து, அதனுடைய உண்மை யான நண்பராக அவர் செய்த ஊழியங்கள் எல்லோருடைய ஞாபகத்திலும் இருந்துவந்தன.

2-7-1933

4

அந்நிய நாகரீகத்திற்கு அடுத்த ஆசாரச் சீர்திருத்தத்திற்கு எதிர்ப்பு

சமூக, சமய பழக்கவழக்கங்களில் சர்க்கார் தலையிடுவதை முற்றாக ஆக்ஷேபித்தல்

ஆசாரச் சீர்திருத்த விரோதி

இங்கிலீஷ் கல்வியானது, கால அளவில், இங்கிலீஷ்காரரின் நடைஉடை பாவனைகளைக் கொண்ட இந்தியர்களாகிய ஒரு பெரிய வகுப்பினரை உண்டுபண்ணிவிட்டது. மேல்நாட்டுக் கல்வியை உட்கொண்டும், மேல்நாட்டு சமுதாய இராஜீய ஞானிகளுடைய பிதற்றல்களெல்லாம் உலகம் முழுவதற்கும் பொருந்தத்தக்க உண்மைகளென்று நம்பியும், அவர்கள் மேல்நாட்டுப் பழக்கவழக்கங்களைக் கைக்கொள்ளவும், மேல்நாட்டார் கொள்கைகளை இந்தியர் வாழ்க்கையில் புகுத்தவும் தொடங்கினர். இந்தியர் சமூகம் தீமைகளடங்கிய ஒரு நரகத்தில் அமிழ்ந்திருக்கிறதென்றும், அடியோடு கெட்டு அழுகிப்போயிருக்கிறதென்றும், நாகரீகத்திற்கும் முன்னேற்றத்திற்கும் அச்சமூகக் கட்டை அழித்து மாற்றிக் கட்ட வேண்டுமென்றும் அவர்கள் கூச்சலிட்டார்கள். ஜாதி யென்னும் பெரும் பலதலைப் பாம்பைக் கொன்றுவிடவேண்டுமென்றும், பாலிய விவாகங்களை ஒழித்துச் சிக்ஷைக்குட்படுத்த வேண்டுமென்றும், ருதுபின்–விவாகங்களையும், விதவா–விவாகங்களையும், கலப்பு–விவாகங்களையும் அனுமதிப்பதுடன் நடத்திக்காட்ட வேண்டுமென்றும், பெண்களை எல்லா விஷயங்களிலும் – முக்கியமாகக் கல்வி விஷயத்தில் – ஆண்களோடு

சமமாக வைத்து நடத்தவேண்டுமென்றும் அவர்கள் சொன்னார்கள்.

இந்தச் சுயமயக்கப் பித்தலாட்டக்காரர்களின் இரவற் சுவிஷேஷங்கள் திலகருக்குப் பிடிக்கவில்லை. பிறவித் தேசீயவாதியானபடியால் அவர் இந்தியர் சமூகத்தின் சிக்கலான வாழ்க்கையில் மேல்நாட்டின் பக்ஷபாதமான பயிற்சியையும், பரீக்ஷிக்கப்படாத கொள்கைகளையும் நன்மை தீமைகளைக் கவனியாது புகுத்துவதற்கு அவர் விரும்பவில்லை. ஆதலால், அவர் ராநேட் போன்ற விவேக மேதாவிகளால் நடத்தப்பட்ட ஆசாரச் சீர்திருத்தக்காரர்களாகிய வலிமை மிக்க வீரர்களை எதிர்த்துத் தமது கூரிய பேனாவாலும் சாதுரிய நாவாலும் இரக்கமற்றதொரு போர் நடத்தவேண்டியதாயிற்று. இவர்கள் பயங்கரமானவர்களாயிருந்தபோதிலும், திலகர் இவர்களுக்குப் பயப்பட்டவரல்லர். மேல்நாட்டு இலக்கியத்தில் அடிக்கடி காணப்படும் சமூக ஆட்சி முதலிய உரத்த சொற்களின் பெயரால் ஜனங்களுடைய வாழ்க்கையில் ஒரு கலப்புத் தேசீயத்தைப் புகுத்துவதை அவர் பார்த்துகொண்டு சும்மா இருக்கிறவரல்லர்.

அவ்வாறிருந்தாலும், திலகர் ஹிந்து சமூகத்தினிடையே அநேக தீயவழக்கங்கள் இருக்கின்றனவென்பதை ஒத்துக் கொள்ளத் தயாராயிருந்தார்; ஆனால், சீர்திருத்தம் ஜனங்களிடையே நின்றுதான் வெளிப்பட வேண்டுமென்று அவர் சொன்னார். சீர்திருத்தத் தொடக்கம் சமூகத்தினிடையேயிருந்து தான் தோன்ற வேண்டும்; சீர்திருத்த நெறிகள் ஜனங்களுடைய பழங்கொள்கைகளுக்கும் கல்விக்கும் ஒத்தனவாயிருக்க வேண்டும். ஒரு தேசத்து ஜனங்களின் தேசீய உணர்ச்சியும், தேசீயத் தத்துவமுமே அவர்களுடைய சமூகத் திருத்தங்களின் தன்மையையும் கூர்மையையும் வேகத்தையும் குறிப்பிடல் வேண்டும். சமூகமானது ஒரு பெரிய ஜீவ சாஸ்திர அமைப்பு; அது தன்னுடைய உள் தன்மைக்கு அந்நியமானதும், தன்னுடைய வாழ்க்கை நெறிக்குப் பொருத்தமற்றதுமான எதனையும் வெளியிலிருந்து உட்கொள்ளாது. ஆதலால், இந்தியர் சமூகத்தை மேல்நாட்டு வழிகளில் சீர்திருத்த முடியாது. மேலும், சீர்திருத்தமானது வளர்ச்சியின் பயனாக நாளடைவில் உண்டாக வேண்டுவதொன்று. இவ்வாறாக, சமூக ஆசாரச் சீர்திருத்தத்திற்குத் திலகர் செய்துவந்த எதிர்ப்பு சாஸ்திர சம்பந்தமான இரண்டு காரணங்களை ஆதாரமாகக் கொண்டிருந்தது. உண்மையில், அவர் மெய்யான சமூக சீர்திருத்தக்காரர்; மற்றவர்கள் சமூக விகாரக்காரர்கள்.

உதாரணமாக, அவர் மலபாரியின் சம்மத வயதுச் சட்ட மசோதாவை எதிர்த்தற்குரிய காரணங்களை எளிதாகத்

தெரிந்துகொள்ளலாம். மதத்தோடு நெருங்கிய சம்பந்தமுடைய ஒரு சமூகத் தீமையை நீக்குவதற்கு ஓர் அந்நிய இராஜாங்கம் சட்டம் செய்ய வேண்டுவதில்லையென்பதும், சட்ட மசோதா வால் நீக்கக் கருதிய தீமையானது சட்டப் பிரவேசத்திற்கு அவசியமான அபாயகரமானதன்றென்பதும், அந்தத் தீமை யானது ஜனங்களுக்குள் கல்வி பரவவே நாளடைவில் நீங்கிவிடுமென்பதும் அவருடைய தாவா. அந்த சட்ட மசோதாவுக்கு விரோதமாக அவர் ஒரு பலமான சண்டை தொடுத்தார்; வைதீகக் கக்ஷியாருடைய உதவியைக் கொண்டு அவர் ஒரு பெருங்கிளர்ச்சி செய்தார்; அக்கிளர்ச்சியால் பொதுஜன அபிப்பிராயம் அந்த மசோதாவை உயிரற்றதாக்கி விட்டது. அந்த மசோதாவில் சில மாற்றங்களும், சில திருத்தங்களும் செய்யவேண்டுமென்று அவர் சொன்னார்; அவற்றை ஒப்புக்கொண்டு அந்த மசோதாவில் சேர்த்து விட்டால், அதனை வைதீகக் கக்ஷியாரும் ஒப்புக்கொள்ளத் தக்கதாயிருந்திருக்கும். ஆனால் இராஜாங்கத்தாரும், அவருக்கு உதவியாயிருந்தவர்களும் அளவு கடந்த கெர்வ வெறிகொண் டவர்களாய்த் திலகரது மேலான ஆலோசனையை ஏற்றுக் கொள்ள மறுத்துவிட்டார்கள். அந்த மசோதாவை எதிர்ப்பது சம்பந்தமாகத் திலகருக்கும் ராநேடுக்கும் ஒருவகை மேலாந் தரமான உடன்படிக்கை ஏற்பட்டிருந்தபோதிலும், அவ்விரு வருக்கும் உண்மையில் தென்துருவத்திற்கும் வடதுருவத்திற்கும் உள்ள அளவு வித்தியாசம் இருந்தது. திலகர் அந்த மசோதா வுக்கு மதத்தின் அனுமதி கட்டாயம் வேண்டுமென்றார்; ராநேட் அவ்வனுமதியைப் பொருட்படுத்தவில்லை. முந்தினவர் இந்தியருடைய ஐதிகங்களிலிருந்து தமது உணர்ச்சியைக் கொண்டிருந்தார்; பிந்தினவர் மேல்நாட்டுப் பிதற்றல்களிலிருந்து தமது உணர்ச்சியைக் கொண்டிருந்தார்.

இந்தக் கடுமையான விவாதங்கள் நடந்துகொண்டிருந்த காலத்தில், இங்கும் அங்கும், ஆபாசமான பலோத்காரச் செயல்களும் மத வெறிச் செயல்களும் நடந்தன. சீர்திருத்தக் காரர்களால் நடத்தப்பட்ட ஒரு பொதுக்கூட்டத்தில் அவ மரியாதையான காட்சிகளும் கலகங்களும் நிகழ்ந்தன; அவற் றிற்குக் காரணஸ்தர் திலகர் என்று ஆசார சீர்திருத்தக்காரர் சந்தேகித்தனர். நாளாக நாளாகத் திலகருக்கும் சீர்திருத்தக் காரருக்கும் வேற்றுமை வளர்ந்துகொண்டே வந்தது. சம்மத வயதுச் சட்ட மசோதா சம்பந்தமான விவாதங்களைத் தவிர, வேறு சம்பவங்களும் நடந்தன; அவை இரு திறத்தார்களுக்கும் ஏற்பட்டிருந்த வேற்றுமையை விசாலப்படுத்தி அவர்களுக்குள் ஒற்றுமை ஏற்படாதவாறு செய்துவிட்டது.

ஓர் இந்தியக் கிறிஸ்தவ மாதாகிய ஸ்ரீமதி இராமபாய் என்பவள் இந்தியச் சிறுமிகள் தங்கிக் கல்வி கற்பதற்காக

வாசஸ்தலத்தோடு சேர்ந்த ஒரு கலாசாலையை ஏற்படுத்த விரும்பினாள். அந்தக் காரியத்திற்காக அவள் பணம் சேகரித்துக்கொண்டிருந்தாள்; அமெரிக்காவிலிருந்து அவளுக்கு அதிக உதவி கிடைத்தது. அவள் இந்தியத் தலைவர்களுடைய உதவியையும் நாடினாள். கலாசாலையில் லௌகீகக் கல்வியை மாத்திரம் கற்பிப்பதாகவும், மத விஷயங்களில் சிறிதும் தலையிடுவதில்லை யென்றும் அவள் வாக்குறுதி செய்ததின் பேரில், திலகர் அவ்வியக்கத்திற்கு உதவி செய்தார். சில சீர்திருத்தக்காரரும் அவ்வாறு உதவி செய்தனர். ஆனால் வெகு விரைவில், அவள் அமெரிக்காவிலிருந்து போதிய உதவி பெறக்கூடுமென்று தெரிந்தவுடன், அவள் ஒப்பந்தத்தைக் கைவிட்டுக் கிறிஸ்து மதத்தைக் கற்பிக்கத் தொடங்கினாள். ஸ்ரீமதி இராமபாயை விட்டு விலகிக்கொள்வதற்குப் பதிலாகச் சீர்திருத்தக்காரர் அமெரிக்காவிலுள்ள தலைமை வேலை ஸ்தலத்திற்கு மனுச் செய்தனர்; ஆனால் அது யாதொரு பயனையும் தரவில்லை. திலகர் தன்னுடைய உதவியை நிறுத்திக்கொண்டார். இந்தச் சமயத்தில்தான் சீர்திருத்தக்காரர் நடத்திய பத்திரிகைகளில் திலகரை இகழ்ந்தும் நிந்தித்தும் வியாசங்கள் வெளியாயின.

சிறிது காலத்திற்குப் பின்னர், வைதிகக் கக்ஷியார் திலகர், ராநேட், கோக்கலே முதலிய நாற்பத்திரண்டு பேர்கள் ஜாதிக் கட்டை ஒழிக்க வேண்டுமென்ற நோக்கத்துடன் ஒரு கிறிஸ்தவப் பாதிரியார் வீட்டில் தேனீர் பானஞ்செய்தார் களென்று குற்றஞ்சாட்டினர். இந்த வழக்கு ஸ்ரீ சங்கராச்சாரி யார் முன் விசாரணைக்கு வந்தது. பிராயச்சித்தம் செய்து கொள்ள வேண்டுமென்று தீர்ப்புச் சொல்லப்பட்டது. திலகர் அத்தீர்ப்புக்குக் கட்டுப்பட்டார். அன்றியும், அவர் சமூக விஷயங்களில் சமாதானப் பான்மையைக் காட்டவேண்டு மென்று தமது ‘கேசரி’யில் ஒரு பலமான கட்டுரை எழுதி வெளிப்படுத்தினார். சமூக விஷயங்களில் சமாதானம் வேண்டு மென்று அவர் பிரசங்கித்து வந்ததோடு அதனை அப்பியசித் தும் வந்தார். சமூகப் பொதுக்கூட்டங்கள் பலவற்றில் அவர் முக்கியஸ்தராய் நின்று சீர்திருத்தக்காரர் பிரேரேபித்த பல தீர்மானங்களை ஆமோதித்தார். ஆனால் ஒரு விஷயத்தில் மட்டும் அவர் சீர்திருத்தக்காரரினின்று பலமாக வித்தியாசப் பட்டார். அதாவது, சமூகத்திலுள்ள தீமைகளைப் போக்கு வதற்குத் தற்கால அந்நிய கவர்ன்மெண்டின் உதவியை நாடவே கூடாதென்பதுதான். உதாரணமாக, விதவைகளை மொட்டை யடித்தல் முதலிய செயல்களை ஒரு குற்றமாக்கிச் சிக்ஷை விதிக்கும்படி கவர்ன்மெண்டைக் கேட்டல் ஒரு பிழையாகும்; அத்தகைய விண்ணப்பங்களை ஜனங்களிடத்தே

செய்ய வேண்டும்; கவர்மெண்டிடத்துச் செய்தல் கூடாது என்பன அவர் கோட்பாடு. சமூக விஷயங்களிலும் இராஜீய விஷயங்களிலும் தந்நம்பிக்கையே வேண்டுமென்று அவர் நம்பினார், உபதேசித்தார்.

16-7-1933

5

இந்தியத் தேசீய மகாசபையின் ஆரம்ப ஊழல்களைத் திருத்த தீவிர முயற்சி

பம்பாய் சட்டசபைக்குள் பலத்த ராஜீயத் தர்க்கம்

அரசாங்கத்தின் துன்புறுத்தலுக்கு இலக்கான காரணம்

இராஜீய விஷயங்களில் பிரவேசித்தல்

தெக்ஷணக் கல்விச் சங்கத்தில் தாம் அங்கத்தினரா யிருந்தமையை இராஜிநாமாச் செய்தபின் திலகருக்கு வேறு துறைகளில் வேலை செய்வதற்கு ஏராளமான நேரம் இருந்தது. வேகமும் முழு வேறுபாடுமுள்ள சமூகத் திருத்தங்களில் இயற்கையிலேயே வெறுப்புள்ள அவர் சாதாரணமாகக் காணப்படும் திருத்தக்காரர் போன்ற ஓர் ஆசாரச் சீர்திருத்தக்காராயிருக்க முடியவில்லை. இதற்கு மாறாக, இராஜீய விஷயங்கள் அவருடைய இயற்கைக்கு மிகமிகப் பொருத்தமாயிருந்தன. ஓர் இராஜீயவாதியாகவே திலகர் தமது புகழ்களையெல்லாம் பெற்றார்.

இந்திய தேசீய மகாசபையை (இந்திய நேஷனல் காங்கிரஸை) உண்டுபண்ணி நான்கு வருஷம் கழிந்த பின்னர், 1889–ம் வருஷத்தில் திலகர் அச்சபையில் சேர்ந்தார். ஆசாரச் சீர்திருத்த இயக்கத்தைப் போலவே இந்திய தேசீய மகாசபையும் நடை உடை பாவனைகளிலும் மனப்பான்மையிலும் ஐரோப்பியரைப் பின்பற்றும் இந்தியர்களாலேயே ஸ்தாபிக்கப்பட்டும் நடத்தப்பட்டும் வந்தது. இவர்கள் இங்கிலாந்து பரோபகார நிமித்தமாகவே இந்தியாவுக்கு வந்திருக்கிறதாக நம்பினார்கள். அந்த மகாசபை உபந்நியாசங்கள்— உதாரணமாக ஸ்ரீ சுரந்தரநாத பானர்ஜியின்

உபந்நியாசங்கள்—சுதந்தரத்திலும் விடுதலையிலும் இங்கிலாந்துக் குள்ள விருப்பத்தைப் பற்றிய புகழ்மொழிகளாகவும், நினைப் பிலும் அபிப்பிராயத்திலும் சுயமதிப்புள்ள தேசீயமும் சுதந்தரமு மற்றவையாவும் இருந்தன.

திலகருடைய தன்மைகள் வேறுவிதமாயிருந்தன; அக்காலத்து இராஜீய விஷயங்களைப் பற்றி அம்மகாசபை தனக்குத் தோன்றியவாறு செய்த முடிவுகளும், அக்காலத்தில் அம்மகாசபை கொண்டிருந்த அடிமை மனப்பாங்கும் திலகருக்குப் பிடிக்கவில்லை. அன்றியும், அம்மகாசபையானது மகாஜனங்களை அணுகவில்லையென்றும், அவர்களுக்கு இராஜீய விஷயங்களைக் கற்பித்து அவர்களை ஒழுங்குபடுத்த வில்லையென்றும் அவர் கண்டார். அவர் அம்மகாசபையைச் சேர்ந்தவுடனே, அதனுடைய வேலைகளில் புதிய சக்தியையும் புதிய ஊக்கத்தையும் ஊட்டி, மகாஜனங்களுக்கு இராஜீய உரிமைகளையும் கடமைகளையும் கற்பித்து, அம் மகாசபையைப் பின்பற்றி நடக்கவேண்டுமென்று அவர்களுக்கு விண்ணப்பம் செய்தார். அவருக்கும் ஆசாரச் சீர்திருத்தக்காரருக்குமுள்ள வித்தியாசங்கள், அவர் இராஜீய விஷயங்களில் அவர்களோடு சேர்ந்து வேலை செய்வதைத் தடுக்கவில்லை; ஆனால் அவர்கள் துரதிர்ஷ்டவசமாக, அவரிடத்துப் பூரணநம்பிக்கை கொள்வ தில்லை. இவ்வாறாக அவர்கள் முக்கியமான தீர்மானங்களை அவர் பிரரேபிக்கவிடுவதில்லை; உண்மையில் அவருடைய வழியில் சகலவகைத் தடைகளும் உண்டுபண்ணப்பட்டன. அவர் தம்மைப் பிரபலஸ்தராக்கிக்கொள்ள ஆசைப்படவில்லை; அவர் கீர்த்தியையும் கோரவில்லை. அவர் உண்மையான வேலை செய்வதற்கு ஆசை கொண்டிருந்தார்; அவர் சுயநலமற்ற அசையாத உள்ளத்தோடு வேலை செய்துவந்தார்.

1895—ம் வருஷத்தில் ஆசாரச் சீர்திருத்தக் கூட்டத்தை இந்திய தேசீய மகாசபை பந்தரில் நடத்தலாமா? நடத்தக் கூடாதா? என்ற ஒரு வாதம் எழுந்தது. சீர்திருத்தக்காரர்கள் அக்கூட்டத்தை அப்பந்தரிலே நடத்த வேண்டுமென்று வற்புறுத் தினார்கள்; வைதீகக் கக்ஷியார் அதனை அப்பந்தரில் நடத்தக் கூடாதென்றார்கள். அக்கூட்டத்தை அப்பந்தரில் நடத்துவது அம்மகாசபைக்குப் பண உதவி செய்வதற்கு ஒரு நிபந்தனை என்றுகூடச் சீர்திருத்தக்காரர்கள் சொல்லத் தலைப்பட்டார் கள்; வைதீகர்களும் அவ்வாறே அக்கூட்டத்தை அப்பந்தரில் நடத்தவே கூடாதென்று பிடிவாதஞ் செய்தார்கள். அதன் முடிவு மகாசபையினருள்ளேயே ஒரு பெரும் பிளவு ஏற்பட்டது.

திலகர் கக்ஷி மிகத் தெளிவானது. அந்தத் தாவா மகாசபை யால் அல்லது அதன் வரவேற்புச் சபையால் தீர்க்கப்பட வேண்டுமென்றார். பக்கப்பிரச்சனைகள் பல கிளப்பப்பட்டன.

திலகர் உதாசீனமாயிருக்கிறதாகக் குற்றஞ் சாட்டப்பட்டார். அவர் பூனா நகரத்தில் இல்லாத சமயத்தில் மகாசபை வேலை ஸ்தலத்தை அவர் வாசஸ்தலத்திலிருந்து அப்புறப்படுத்துவதற் காக எத்தனங்கள் செய்யப்பட்டன. மகாசபையின் வேலை களைச் செய்வதற்குச் சீர்திருத்தக்காரருள்ளே உபசபைகள் அமைக்கப்பட்டன. ரூபாய் 50 கொடுத்த ஒவ்வொரு கனவானும் மகாசபைத் தீர்மானங்களுக்கு வாக்குக் கொடுக்க உரிமை யுடையவர் என்று முதலில் ஒரு விதி செய்யப்பட்டிருந்தது; ரூபாய் 50க்கு மேல் கொடுத்தவர்கள் தங்களுக்காக வாக்குக் கொடுப்பது மாத்திரமல்லாமல், தங்கள் மனைவி மக்களுக்கு வேறாக வாக்குக் கொடுக்கவும் உரிமை யுடையவர்களென்று அவ்விதி மாற்றப்பட்டது.

இத்தந்திரங்களினால் கோபமடைந்து, திலகர் முக்கிய மான மகாசபையினருக்கெல்லாம் ஒரு சுற்றறிக்கை அனுப்பி ஒரு பொதுக்கூட்டம் கூட்டினார். வரவேற்புச் சபையில் சீர்திருத்தக்காரர்களே பெரும்பாலராயிருக்கிறதினால், ஒரு புதிய வரவேற்புச் சபை ஏற்படுத்த வேண்டுமென்று அப்பொதுக் கூட்டத்தில் ஒரு தீர்மானம் நிறைவேற்றப்பட்டது. நிலையான சபையார் (ஸ்டாண்டிங் கமிட்டி) ஒவ்வொரு கக்ஷியிலும் இரண்டு காரியதரிசிகளைத் தெரிந்தெடுக்க வேண்டுமென்றும், பம்பாய் நகரத்திற்கு மூன்று காரியதரிசி களைத் தெரிந்தெடுக்க வேண்டுமென்றும் தீர்மானித்தனர். மிகுந்தநேரம் மனமில்லாதவராயிருந்து, கடைசியாகத் திலகர் இத்தீர்மானத்தை ஒப்புக்கொண்டனர்; ஆனால் அவருடைய எதிரிகளின் நிலைமை அநேகமாக ஜயிக்கப்பட முடியாததா யிருந்தது. தமது எதிரிகளோடும் அவர்களுடைய வழிகளோடும் அதிருப்தியடைந்தவராய் அவர் மகாசபைக் காரியதரிசிப் பதவியை இராஜிநாமாச் செய்தார். இருந்தாலும், வித்தியாசங் கள் அதனோடு முடிவடையவில்லை. சீர்திருத்தக்காரர்களும் திலகர் கக்ஷியார்களும் பத்திரிகைகள் வாயிலாகவும், உபந் நியாசங்கள் வாயிலாகவும் ஒருவரை ஒருவர் நிந்தித்துக் கொண்டுவந்தார்கள்.

மகாசபைத் தலைவராகக் குறிப்பிடப்பட்டிருந்த ஸ்ரீ சுரந்தரநாத பானர்ஜி அந்த விஷயத்தைச் சாமர்த்தியமாக முடிவு செய்துவிட்டார். ஆசாரச் சீர்திருத்தக் கூட்டத்தை மகாசபையின் பந்தரில் நடத்த வேண்டுமென்ற தீர்மானத்தை மாற்றவில்லையானால், தாம் மகாசபைக்குத் தலைமை வகிக்கமுடியாதென்றுகூடக் குறிப்பாகச் சொன்னார். தலை வரின் இந்தத் துணிவான செய்கையானது விரும்பத்தகாத வாதங்களையெல்லாம் முடிவுசெய்துவிட்டது. எல்லோரும் நினைத்ததற்கு மாறாக மகாசபையானது விசேஷ வெற்றி

கரமாக நடந்தேறி முடிந்தது. "இந்தியாவின் இவ்வெக்காள வொலி" எல்லாராலும் மிகக் கவனமாகக் கேட்கப்பட்டது; எல்லாக் கக்ஷியினர்களாலும் நல்வரவேற்கப்பெற்றது.

சட்டசபையில்

அதே 1895ம் வருஷத்தில் திலகர் பம்பாய் சட்டசபை அங்கத்தினராக ஸ்தல ஸ்தாபனங்களால் தெரிந்தெடுக்கப் பெற்றார். அக்காலத்துச் சட்டசபைகள் வெறும் வாதஞ் செய்யும் சங்கங்கள் போலவேயிருந்தன; ஜனப்பிரதிநிதிகளுக்கு யாதொரு அதிகாரமும் கிடையாது. அவர்கள் அங்கு நல்ல உபந்நியாசங்கள் செய்து தங்களைத் திருப்திப்படுத்திக்கொள்ள லாம்; ஆனால், இராஜாங்க நிர்வாகத்தை எள்ளளவும் திருத்த முடியாது. சட்டசபை அப்பொழுது அமைக்கப் பட்டிருந்த தன்மையில், திலகர் தேசத்திற்குப் பிரயோஜனமா யிருக்க முடியவில்லை. அவர் சட்டசபையில் இருந்த சிறிது காலத்தில் சட்டஞ் செய்பவருக்கு வேண்டிய திறமைகளை யெல்லாம் வெளிப்படுத்தினார்; ஆனால் அந்நாட்களில் வேலை செய்வதற்கு அங்கு இடமில்லை. ஆதலால், திலகர் இராஜாங்க நிர்வாகத்தின் குற்றங்குறைகளை எடுத்துக்கூறிக் கொண்டு வெறும் பக்கப் பாட்டுப் பாடுபவர்போலிருந்தார். அவர் இராஜாங்க இயந்திரத்தையும், அதன் நானாவித உறுப்புக்களையும் நன்றாகப் பரீக்ஷித்து அவற்றின் குண தோஷங்களை நிர்த்தாக்ஷண்யமாக எடுத்துச்சொல்லிவந்தார். இராஜாங்கத்தார் பிரியமாகப் போற்றிவந்த கோட்பாடு களெல்லாம் அவருடைய இரக்கமற்ற தர்க்க வாதங்களால் நாசஞ் செய்யப்பட்டன. சட்டசபையின் ஆலோசனைக்கு வந்த பிரச்னைகளுக்கு ஆதாரமான தத்துவங்களில் அவர் பிரவேசித்து, அவர் செய்த கடுமையான வாதங்களின் முன்னிலையில் இராஜாங்க அங்கத்தினர்கள் நடுநடுங்கும்படி செய்தார். இராஜாங்கத்தார் அவரைப் பிடித்தபிடி விடாத ஓர் எதிரியென்று கண்டு, அவரை இரக்கமற்றவிதத்தில் துன்பப் படுத்தினர். 1897–ம் வருஷத்தில் அவர் பேரில் இராஜாங்கத் தார் இராஜ நிந்தனை வழக்குக் கொண்டுவந்தபின் அவர் தமது சட்டசபை அங்கத்தினர் பதவியை இராஜிநாமாச் செய்தார்.

30-7-1933

6

அதைரியமடைந்த மக்களின் உள்ளத்தில் ஆண்மையைப் புகுத்தின அருங்கிளர்ச்சி

வெள்ளை விஷமிகள் சிருட்டித்துவிட்ட இராஜதுரோக வழக்கில் பதினெட்டு மாதக் கடுங்காவல் தண்டனை

1896–97ம் வருஷத்துப் பஞ்சமானது திலகருக்கு அமைதியின்மையை உண்டுபண்ணிற்று. கவர்ன் மெண்டாருடைய உதாசீனமும் தமது தேச மக்களுடைய உதவியற்ற தன்மையும் அவருக்கு நடுக்கத்தைக் கொடுத்தது. அவர் ஒரு பெரிய வேலைத்திட்டத்தைத் தயாரித்தார். பஞ்சநிவர்த்திச் சட்டத்தின் ஷரத்துக்களை ஜனங்களுக்குக் கற்பிப் பதற்காகவும், பஞ்ச நிவர்த்திக்குரிய வழிகளைக் கண்டுபிடிப்பதற்காகவும் ஜனங்களுடைய நிலை மையைப் பற்றிய தகவல்களைச் சேகரிப்பதற்காகத் தமது சகாக்களை மகாராஷ்டிரத்தின் பல பாகங் களுக்கும் அனுப்பினார்.

திலகர் ஓர் ஒழுங்கான வழியில் கிளர்ச்சியை நடத்தினார்; ஜனங்களுக்குள் ஆண்மையையும் தைரியத்தையும் புகுத்தினார். மகாராணியவர் களும், இந்தியா மந்திரியும் ஆவசியகமானால் கடன் வாங்கத் தயாராயிருக்குங் காலத்தில் ஜனங்கள் தங்கள் நிலங்களை விற்றுத் தீர்வை செலுத்தவேண்டுவது அவசியம் இல்லையென ஜனங்களுக்கு அவர் சொன்னார். கவர்ன்மெண் டார் திலகருடைய ஒழுங்கான கிளர்ச்சியைத் துவேஷத்தோடும் அச்சத்தோடும் பார்த்தனர். அதனால் அவருடைய ஒத்துழைப்பையும், நிருமாண ஆலோசனையையும் உபயோகப்படுத்திக் கொள்ளத் தவறிவிட்டனர். பிரசாரகர்களிற் சிலர்

தொந்தரவு செய்யப்பட்டனர். புரொபெஸர் ஸாதர் காட்டி லாகாக் குற்றங்களுக்கு உடைந்தையாயிருந்ததாகக் குற்றஞ் சாட்டப்பட்டார். பஞ்ச நிவர்த்திச் சட்டத்தின் ஷரத்துக்களை ஜனங்களுக்கு விளக்கிக்காட்டும் துண்டுப்பிரசுரங்களை வினியோகம் செய்ததற்காகத் தாநா நகரக் கனவான்கள் மூவர் குற்றஞ்சாட்டப்பெற்றனர். ஸ்ரீ ஆப்டே விசாரணை செய்யப்பட்டு ஒரு வருஷம் மெய்காவல் தண்டனை விதிக்கப் பட்டார். கவர்ன்மெண்டாருக்கு மனுச் செய்யும் உரிமை பூனா நகர சர்வஜன சபையிடமிருந்து பறிக்கப்பட்டது. அறிவில்லாத உத்தியோகஸ்தர்களால் நடத்தப்பட்ட இப்புத்தி யற்ற குற்றச்சாற்றுகள் திலகரை எள்ளளவும் அதைரியப்படுத்த வில்லை. உத்தியோகத் தேவதைகளின் நியாயமற்ற வெடு வெடுத்த கோபத்தை ஒருசிறிதும் பொருட்படுத்தாமல், திலகர் அடக்குமுறைகளுக்கு மாறாகக் கிளர்ச்சி செய்தார். அவர் முயற்சிகள் விசேஷ வெற்றி தந்தன. ஜனங்கள் அவரால் நடத்தப்படுவதற்குச் சித்தமுடையவர்களாகி, அவர் சொல்லிய படி நடந்துவந்தார்கள். ஜனங்களுடைய இந்த விழிப்பிலிருந்து திலகர் இராஜீய சுதந்தரத்திற்கு அவசியமான இராஜீய நிருமாண வேலைக்கு உபயோகப்படத்தக்க ஏராளமான சக்திகள் தமது தேசத்து மக்களிடம் இருப்பதைப் பிரத்தியக்ஷ மாகக் கண்டார்.

பின்னர் பஞ்சத்திலிருந்து ‘பிளேக்’ என்னும் தொத்து நோய் உண்டாயிற்று. திலகர் பந்தோபஸ்தான ஓர் இடத்திற்கு ஓடிப்போவதற்குப் பதிலாக கஷ்டப்படுகிற ஜனங்களுடன் அவர்களுடைய கஷ்டகாலம் முழுவதும் இருந்தார். அவர் ஊர்ஊராகச் சென்று ஜனங்களுடைய கஷ்டங்களைக் கவர்ன்மெண்டு அதிகாரிகளுக்கும், கவர்ன்மெண்டு அதிகாரி களின் எண்ணங்களை ஜனங்களுக்கும் எடுத்துக் கூறிவந்தார். அவர் தாமே பிளேக் ஆஸ்பத்திரி யொன்றை ஏற்படுத்தினார்.

கோரமான கொலைகள்

மிஸ்டர் ராண்ட் என்பரைத் தலைமையாகக்கொண்ட பிளேக் கமிட்டி யொன்றைக் கவர்ன்மெண்டார் நியமித்தனர். அந்தப் பிளேக் கமிட்டியார் உண்மையில் நல்ல எண்ணத்துடன் வேலை செய்தனர். ஆனால், அந்தத் தொத்து நோய் பரவ விடாமல் தடுப்பதற்காக அவர்கள் கையாண்ட நடவடிக்கை களில் வேண்டிய ஜாக்கிரதை எடுத்துக்கொள்ளவில்லை. ஜனங்களுடைய ஜாதி மத உணர்ச்சிகளைப் பொருட்படுத்த வில்லை. வீடுகளைச் சோதனை செய்து நோயாளிகளை அப்புறப்படுத்தும் வேலை பட்டாளத்துச் சிப்பாய்களிடம் ஒப்பிக்கப்பட்டது. பிரிட்டிஷ் சிப்பாய்கள் சண்டை

செய்வதற்குத் தகுதியுடையவர்களாயிருக்கலாம்; ஆனால், இந்த மாதிரி வேலையைச் செய்வதற்கு அவர்கள் அதிசயப் படத்தக்கவிதத்தில் தகுதியற்றவர்களாயிருந்தார்கள். இந்தச் சிறு விஷயத்தைத் தெரிந்துகொள்ளக்கூடிய புத்தியில்லாதவர் களாயிருந்தார்கள் சர்க்கார் அதிகாரிகள். சிப்பாய்கள் ஜனங் களுக்குப் பெரிய கோபத்தையும் வருத்தத்தையும் உண்டு பண்ணிவிட்டார்கள். திலகர் இதனை அதிகாரிகளுக்கு எடுத்துக் காட்டினார்; ஆனால், அவருடைய புத்திமதி அவர்களுடைய செவிகளுக்குள் நுழையவில்லை.

பிளேக் நோய் சீக்கிரம் அடங்கிவிட்டது. ஆனால் பிளேக் கமிட்டியாரால் நடத்தப்பட்ட பகுத்தறிவற்ற நடவடிக்கை களால் உண்டான புழுக்கமான அதிருப்தியும் மனக்கடுப்பும் அடங்கவில்லை. தாமோதர சாப்பிக்கார் என்னும் ஒரு மதோன்மத்தன் மிஸ்டர் ராண்டைக் கவர்னர் மாளிகையில் நடந்த ஒரு விருந்திலிருந்து திரும்பி வருகிற வழியில் 1897ம் வருஷம் ஜூன் மாதம் 22ம் தேதி இரவு கொலை செய்து விட்டான். லெப்டனெண்டு அய்ரஸ்டும் கொலை செய்யப் பட்டார். இந்தக் கோரமும் மிருகத்தனமுமான கொலைகள் ஒரு திகிலுணர்ச்சியைப் பரவச்செய்தன. திலகர் சந்தேகிக்கப் பட்டார். அவருடைய அதருமத்திற்கு அஞ்சாத விரோதிகள் அவருடைய செல்வாக்கைக் கெடுப்பதற்காகவும், அவருடைய வேலைக்குக் கெட்ட பெயரை உண்டுபண்ணுவதற்காகவும் இந்தக் கொலைகளை மிகச் சாமர்த்தியத்தோடு பிரமாதப்படுத் தினார்கள். துரதிர்ஷ்டவசமாக இந்தக் கொலைகள் மஹா ராணியார் அரசாட்சியின் ஐம்பதாவதாண்டு நிறைவுவிழா (ஜூபிலி)த் தினத்தில் நடந்தன. திலகர் சம்பந்தப்பட்ட காரியங்களைப் பற்றித் தருமாதருமத்திற்கு அஞ்சாமல் எப்பொழுதும் எழுதிக்கொண்டுவந்த இந்திய–இங்கிலீஷ்காரர் பத்திரிகைகள் ஜூபிலி தினத்தில் இந்தக் கொலைகள் நடந்ததைப் பற்றி மிகைப்படுத்தி எழுதின. இராஜத்துரோ கத்தைப் பற்றிய இந்தியன் பெனல் கோர்டின் பிரிவை உபயோகிக்க வேண்டுமென ஒரு கூச்சல் கிளம்பிற்று. பூனாப் பத்திரிகைகளிலிருந்து சில வாக்கியங்களை எடுத்தெழுதி, அவற்றிற்கும் இந்தக் கொலைகளுக்கும் ஒரு சம்பந்தம் கற்பிக்கப் பட்டது. திலகருடைய குற்றமற்ற குறிப்புரைகளை அவற்றின் முன் பின் வாக்கியங்களிலிருந்து பிரித்தெடுத்துப் பிரசுரித்த தானது இந்திய இங்கிலீஷ்காரர்களுடைய நெஞ்சத்தில் மிகமிகப் பெரிய சந்தேகத்தை உண்டுபண்ணிற்று. இந்திய இங்கிலீஷ்காரர் பத்திரிகைகள் சாதுரியமாகப் பின்வருமாறு வாதித்தன: 1897–ஷு மேமீ 11உ திலகர் அதிகாரிகளுடைய அக்கிரமங்களைப் பற்றி “வெறுங் கூச்சலிடுதலால் பயனில்லை”

என்ற தலைப்பெயருடன் ஒரு வியாசத்தைப் பிரசுரித்தார். ஜூன்மீ 12உ அப்ஸூல் கானை சிவாஜி கொலை செய்தது நியாயந்தான் என்று ரூபித்து, இந்தியாவை ஆளுவதற்கு அந்நிய நாட்டினருக்குச் செப்புப் பட்டயம் கொடுக்கப்பட வில்லையென்று ஒரு வியாசத்தைப் பிரசுரித்தார். இவ்வெழுத்துக் களால் திலகர் மிஸ்டர் ராண்ட், லெப்டனெண்டு அய்ரஸ்ட் கொலைகளுக்கு வழி தீட்டினார். இவ்வெழுத்துக்களின் பலனாக இந்திய–இங்கிலீஷ்காரர்களுக்கும் இந்தியர்களுக்கும் பகைமை யுணர்ச்சிகள் உண்டாயின. ஆரம்பத்தில், கவர்ணர் லார்டு சாண்ட்ஹர்ஸ்டும் அவருடைய கவர்ன்மெண்டு உத்தியோகஸ் தரும் தங்கள் மூளைகளைக் குளிர்ச்சியாக வைத்துக்கொண் டிருந்தார்கள்; ஆனால், முடிவாக அவர்கள் இந்திய–இங்கிலீஷ் காரர்களுடைய கூச்சலுக்குச் செவி சாய்த்து, அடக்குமுறை களைக் கையாண்டு இந்திய இங்கிலீஷ்காரர்களின் நோக்கம் போல நடக்கலாயினர்.

‘டைம்ஸ் ஆப் இந்தியா’ப் பத்திரிகை தம்மைப் பற்றி ஜாக்கிரதையில்லாமல் எழுதிய விஷயங்களுக்காக அதன்பேரில் சட்டப்படி நடவடிக்கைகள் நடத்துவதற்காகத் திலகர் பம்பாய்க்குச் சென்றார். அங்கே அவர் 1897–ம் வருஷம் ஜூலை மாதம் 27–ந் தேதி கைதி செய்யப்பட்டார். ‘கேசரி’ப் பத்திரிகையின் அச்சுக்காரரும், வேறு பல பத்திரிகாசிரியர் களும் கைது செய்யப்பட்டார்கள். அவர்களிற் சிலர் தாழ்வான மன்னிப்புப் பத்திரங்கள் எழுதிக்கொடுத்துத் தம்மைக் காப்பாற்றிக்கொண்டனர். ஆகஸ்டு மாதம் 4–ந் தேதி திலகர் ஜாமின்பேரில் விடப்பட்டார். மஹாராஷ்டிர பாஷையே தெரியாத ஆறு ஐரோப்பியர்களைக் கொண்ட ஒன்பது ஸ்பெஷியல் ஜூரிகள் முன்னிலையில் மிஸ்டர் ஜஸ்டிஸ் ஸ்டிரேச்சி ஆகஸ்டுமீ 8உ கேஸை விசாரணை செய்யத் தொடங்கினார். திலகருக்கு விரோதமாகத் தீர்ப்புச் சொல்லப் பட்டது. அவர் பதினெட்டு மாதக் கடுங்காவல் தண்டனை விதிக்கப்பட்டார். பிரிவிக் கவுண்ஸிலுக்கு அப்பீல் செய்யப் பட்டது; ஆனால், அதனால் பயன் ஒன்றும் இல்லை. திலகரை இராஜத்துரோகத்திற்காகக் குற்றஞ்சாற்றப்பட்ட விஷயத்தைப் பற்றிப் பிரிட்டிஷ் பத்திரிகைகள் விவாதித் தெழுதின. ‘இராஜத்துரோகம்’ என்பதற்குக் “கவர்ன்மெண்டா ரிடம் அன்பில்லாதிருத்தல்” என்று மிஸ்டர் ஜஸ்டிஸ் ஸ்டிரேச்சி செய்த வியாக்கியானத்திற்கு விரோதமாக அப்பத்திரிகைகள் எழுதின.

அந்த வருஷம் நடந்த இந்தியன் நேஷனல் காங்கிரஸ் தனது பூரண அனுதாபத்தைத் திலகருக்குத் தெரிவித்தது. ஹானரபள் மிஸ்டர் சுரந்தரநாத பானர்ஜி செவிடு

படும்படியான சிரிப்புக்களுக்கு இடையில் "என் சார்பாகவும், இந்தியாவிலுள்ள சகல இந்தியப் பத்திரிகைகள் சார்பாகவும் நான் சொல்லுகிறேன். திலகர் பேரில் கொண்டுவந்த குற்றச் சாட்டில் அவர் நிரபராதியென்று எங்களுடைய உள்ளங்களில் உள்ளூர உணர்கிறோம். பேர் மாத்திரையான நீதி வழங்கப் பட்டிருக்கலாம்; ஆனால், உண்மையான நீதி அடியோடு தவறிவிட்டது. சிறை வீட்டிலிருக்கிற திலகருக்கு என்னுடைய அனுதாபம் செல்கின்றது; அவருக்காக இந்திய ஜாதிசமூகம் கண்ணீர்விட்டு அழுகின்றது." இங்கிலாந்தில் புரோபஸர் மாக்ஸ் முல்லர் திலகருடைய பாஷாஞான மேம்பாட்டிற்காக வாவது அவரை விடுதலை செய்ய வேண்டுமென்று மஹா ராணியாருக்கு ஒரு மனுச் செய்தார். இதன் பயனாகத் திலகர் தீர்ப்புக்கால முடிவிற்கு ஆறு மாதங்களுக்கு முன்னர் விடுதலை செய்யப்பெற்றார். அவர் சிறையிலிருந்த காலத்தில் சுவர்களுக்கும் சாய்மான நாற்காலிகளுக்கும் வர்ணம் பூசும் வேலை கொடுக்கப்பட்டார். ஆனாலும், அவர் இராத்திரி காலங்களில் இரண்டு மணி நேரம் மெழுகுவர்த்தி உபயோ கித்துக்கொள்ளும்படி அனுமதிக்கப்பெற்றார். இந்த நேரங் களைத் தமக்குப் பிரியமான வேலையாகிய வேதங்களின் பூர்வகால ஆராய்ச்சியில் அவர் செலவு செய்தார். சிறை வாழ்க்கைக் கஷ்டங்களும், சிறைவாழ்க்கையின் ஏகரீதியான தன்மையும் அவருடைய வெல்ல முடியாத ஆத்மாவைப் பாதிக்கவில்லை; ஆனால் அவர் சிறையினின்று விடுதலை அடைந்தபோது அவர் ஓர் உடைந்த சரீரியாய் வெளிவந்தார். பம்பாய் 'டைம்ஸ் ஆப் இந்தியா' பேரிலும், 'குளோப்' என்னும் ஓர் இங்கிலீஷ் பத்திரிகை பேரிலும் அவர் மான நஷ்டிக்காக வியாச்சியம் செய்தார்; இவ்விரண்டு பத்திரிகைகளும் தமது கெட்ட நடத்தைக்காக மன்னிப்புக் கேட்டுக்கொண்டன; அதன்பின் திலகர் அவற்றின்பேரில் நடத்திய வியாச்சியங்களை நிறுத்திக்கொண்டார்.

24-9-1933

7

மகாராஷ்டிர ஜனங்களை உயிர்ப்பித்த உற்சவங்கள்

மிதவாதிகள் தோற்றுவித்த பிளவு

காங்கிரஸ்களில் திலகரின் கர்ஜனை

சிவாஜி, கணபதி உற்சவங்கள்

திலகர் முறையே 1893–ம் வருஷத்திலும் 1895–ம் வருஷத்திலும் ஏற்படுத்திய கணபதி உற்சவமும், சிவாஜி உற்சவமும் மகாராஷ்டிர தேசத்து ஜனங்களிடையே தேசாபிமானத்தையும் தேசீய உணர்ச்சியையும் உண்டாக்கின. ஆசாரச் சீர்திருத்தக்காரர்களின் தீய செல்வாக்கைத் தொலைப்பதற்காகத் திலகர் இந்த உற்சவங்களை ஏற்படுத்தியிருக்கக்கூடும். இது முன்கூறியபடியே திலகர் தமது உள்ளுணர்ச்சியை ஹிந்து மதத்தி லிருந்தே கொண்டார்; அதனால் அவர் ஆசாரச் சீர்திருத்தம் அல்லது இராஜீய விஷயங்கள் சம்பந்த மான தேசீய இயக்கம் ஹிந்து மதக் கோட்பாடு களை ஆதாரமாகக் கொண்டிருக்க வேண்டு மென்று விரும்பினார். இந்த நோக்கத்துடனே தான் அவர் கணபதி உற்சவத்தை ஆரம்பித்தார். இந்த உற்சவம் இன்றுவரையில் மகாராஷ்டிர தேசம் முழுவதிலும் மிக ஆடம்பரத்துடன் நடத்தப் பட்டுவருகிறது. இந்த உற்சவம் பல வகுப்பினர் களையும் பொது ஜனங்களையும் ஒன்றுபடுத்து கின்றது; பல திறப்பட்ட ஜனங்களிடையே ஒற்றுமையுணர்ச்சியை வளர்க்கின்றது. மிதவாதி கள் விலகி நின்றபோதிலும், சில வருஷங்களுக் குள் இந்த உற்சவம் ஒரு தேசீய ஸ்தாபனமாய் விட்டது.

சிவாஜி உற்சவமும் அதே மாதிரியான நோக்கத்துடனே உண்டுபண்ணப்பட்டது; அதே மாதிரியாக ஜனங்களை ஒற்றுமைப்படுத்தும் செல்வாக்கைக் கொண்டிருந்தது. மகாராஷ்டிர தேசத்துப் பல வகுப்பினருள்ளும் பல மதத்தினருள்ளும் சிவாஜியின் பெயர் மேலான தேசாபிமானத்தையும் தேசீய உணர்ச்சியையும் உண்டுபண்ணுகின்றது; இராஜீய விடுதலைக் கொள்கைக்குப் பிரதிநிதியாய் விளங்குகின்றது. ஆதலால் சிவாஜி உற்சவம் உயர்ந்தோரையும் தாழ்ந்தோரையும் வலியோரையும் எளியோரையும் எல்லா வகுப்பு ஜனங்களையும் ஒன்றுபடுத்துகின்றது. இந்த உற்சவங்களின் பயனாக மகாராஷ்டிர தேசத்து ஜனங்களிடையே வளருகின்ற ஒற்றுமையும் சகோதரத்துவமும் அதிகாரவர்க்கத்தினருக்கு ஒரு பெரிய மனக்கலக்கத்தை உண்டுபண்ணின; அதனால் அவர் இந்த இயக்கத்தை மிக ஜாக்கிரதையாகக் கண்காணிக்கத் தொடங்கினர்.

அதிகாரவர்க்கத்தினருக்குப் பயந்தவர்கள் திலகருடனும் அவரைப் பின்பற்றுபவர்களுடனும் சேர்ந்துழைக்கப் பயமடைந்தார்கள்; அவர்கள் தங்களை மிதவாதிகளென்றும், திலகர் கோஷ்டியினரை அமிதவாதிகளென்றும் சொல்லி வந்தார்கள். இந்தச் சமயத்தில் ஹிந்துக்களுக்கும் முகமதியர்களுக்கும் பல இடங்களில் கலகங்கள் நடந்தன; இக்கலகங்களுக்குக் காரணம் திலகர் சம்பந்தமுடைய பசுப் பாதுகாப்புச் சங்கங்களின் உற்பத்தியே யென்று இந்திய–இங்கிலீஷ்காரர் சொல்லிவந்தனர். ஆனால், திலகர் அவற்றிற்குக் காரணம் கவர்ன்மெண்டார் கைக்கொண்டுள்ள "பிரித்தாளும்" கொள்கையே என்றனர். ஸர் பி.எம். மேத்தா தவிர மற்றைய மிதவாதிகள்கூட இந்திய–இங்கிலீஷ்காரர் சொன்னதையே நம்பினார்கள். இதன் முடிவாகத் திலகருக்கும் மிதவாதிகளுக்கும் ஏற்பட்டிருந்த வேற்றுமையானது வளர்ச்சியுற்றது. அதனால் காங்கிரஸ் பந்தரில் ஆசாரச் சீர்திருத்த மகாநாடு நடத்துவதைப் பற்றிய 1895ம் வருஷத்து விவாதம் ஏற்பட்டது. மிதவாதக் கக்ஷியார் முழுத் தோல்வியடையும்படியாகத் திலகருக்குச் சர்வஜன சபையில் பெரும்பாலாருடைய வோட்டுகள் கிடைத்தன. சமாதானப் பேச்சு நடந்தது. சமாதானம் செய்வதற்காக ஸ்ரீ கோக்கலே மிகப் பிரயாசைப்பட்டார். ஆனால் சமாதானம் முடியவில்லை.

திலகருடன் சேர்ந்துழைக்க முடியாதவர்களாய், அவருடைய எதிரிகள் தெக்ஷண சபை என்ற ஒரு சங்கத்தைப் புதிதாக உண்டுபண்ணுவதாகத் தீர்மானித்தார்கள். அது 1895–ம் வருஷம் நவம்பர் மாதம் ஸ்தாபிக்கப்பட்டது. மிதவாதக் கக்ஷியின் ஜனனம் என்று சொல்லும்படியான

இந்தச் சங்கம் இந்திய இராஜியவாதிகளுக்குள் ஒரு பிளவை உண்டுபண்ணிற்று. இப்பிளவானது ஒரு கக்ஷிக்காரரை மற்றொரு கக்ஷிக்காரருக்கு விரோதமாக உபயோகிக்கக் கவர்ன்மெண்டாருக்கு உதவியாயிருந்தது. இக்கக்ஷி வேற்றுமை களை ஒழிப்பதற்காகத் திலகர் தம்மால் கூடியவரையில் பிரயாசைப்பட்டார். ஆனால் அவருடைய முயற்சிகள் யாதொரு பயனையும் தரவில்லை.

இராஜீய வாழ்க்கை ஒழுங்கீனமாயது. ஒற்றுமையின்மை யும் பிளவும் ஏற்பட்டன. சில தலைவர்களின் கோழைத்தனத் தையும் உறுதியின்மையையும் சுயநலத்தையும் கண்டு வெறுப் படைந்து திலகர் பயங்கரமான சண்டையைத் தொடங்கி ஒவ்வொரு வருஷத்துக் காங்கிரஸ் மகாநாட்டிலும் நடத்தி வந்தார். 1899ம் வருஷம் லக்னௌ நகரில் நடந்த காங்கிரஸில் லார்டு சாண்ட்ஹர்ஸ்டின் ஆட்சியைக் கண்டித்து ஒரு தீர்மானம் நிறைவேற்ற வேண்டுமென்று திலகர் கூறினார். அவருடைய எதிரிகள் அந்தத் தீர்மானத்திற்கு விரோதமாகப் பெருங் குழப்பம் செய்தார்கள். திலகர் அவ்விஷயத்தில் பிடிவாதம் செய்தால், காங்கிரஸ் தலைவர் தமது பதவியை இராஜிநாமாச் செய்துவிடுவதாகச் சொல்லிப் பயப்படுத்தினார். காங்கிரஸின் நன்மையை உத்தேசித்துத் திலகர் தமது தீர்மா னத்தை வாபஸ் வாங்கிக்கொண்டார். சத்தரா நகரில் நடந்த மாகாண மகாநாட்டிலும் அதேமாதிரியான தீர்மானத்தைப் பிரரேபிக்க வேண்டுமென்றார் திலகர். அதன் தலைவராகிய ஸ்ரீ ஜி. கே. பரேக் தமது பதவியை இராஜிநாமாச் செய்துவிடு வதாகச் சொல்லிப் பயப்படுத்தினார். மகாநாட்டின் நடவடிக்கைகளைப் பற்றிய ரிப்போர்ட்டில் அந்தத் தீர்மா னத்தைப் பற்றிக் குறிக்கவேண்டுமென்று கடைசியாக முடிவு செய்யப்பட்டது. அக்காலத்துக் காங்கிரஸூம் காண்பிரன்ஸ் களும் பிற்போக்கானவையாயிருந்தன. காங்கிரஸ் தலைவர் களின் நோக்கம் கவர்ன்மெண்டின் அங்கீகாரத்தைப் பெற வேண்டுமென்பதாயிருந்தது. அக்காலத்துத் தலைவர்களிடம் ஆத்திரமாவது ஊக்கமாவது இல்லை. பம்பாயின் சிம்மமாகிய ஸர் பி. எம். மேத்தாவும்கூட மிகச் சாதுவாய்விட்டார். இந்திய தேசீயத்தின் உண்மையான கர்வமும் அகங்காரமும் நிறைந்த செயல்கள் எல்லாக் கக்ஷியார்களையும் ஒன்றுபடுத்தித் தேசம் முழுவதிலும் ஒரு பெருங்கிளர்ச்சியை உண்டுபண்ணிய காலம் வரையில் மேற்கண்டபடியே காரியங்கள் நிகழ்ந்துவந்தன.

8-10-1933

8

விரோதிகளின் ஏவுதலால் விதவைராணி தொடர்ந்த மரணசாஸன வழக்கு

இந்திய நீதிஸ்தலங்களில் ஏற்பட்ட பிரதிகாலங்களும் பிரிவிக்கவுண்சிலில் கிடைத்த இறுதி வெற்றியும்

1900ம் வருடம் முதல் 1905ம் வருடம் வரையில் சுமார் 5 வருஷ காலம் திலகர் இராஜீய விஷயங்களில் சுறுசுறுப்பாகக் கலந்துகொள்வதற்கு அசக்தராயிருந்தார். அந்தக் காலத்தில் அவர் தாய் மகராஜ் கேஸ் சம்பந்தமான வேலைகளில் ஈடுபட்டிருந்தார். திலகரது வாழ்க்கையில் அவர் மிகமிகக் கஷ்டங்களை அனுபவித்த காலம் அதுதான். அவருக்கு விரோதமான காரியங்கள் உக்கிரமாக நிகழ்ந்தன. சிருஷ்டிணை செய்தா ரென்றும், பொய்ச் சாக்ஷியம் உண்டுபண்ணினா ரென்றும் அவர் குற்றஞ்சாட்டப்பட்டார். ஜனங்களுடைய பார்வையில் அவரைக் கெட்டவராக்குவதற்காகச் செய்யக்கூடிய எத்தனம் ஒவ்வொன்றும் செய்யப்பட்டது.

1897ம் வருடம் ஆகஸ்ட் மாதம் 7ம் தேதி திலகர் தமது சிநேகிதரான, மரணத்தருவாயிலிருந்த பாவா மகாராஜாவைக் கண்டார். இறக்கும் நிலைமையில் இருந்த அம்மகாராஜா ஒரு வில் (மரணசாஸனம்) எழுதினார். அவர் ராவ் சாகிபு கிருத்திகார், கனம் மிஸ்டர் ஜி. எஸ். கப்பர்தே, திரு. கம்போஜ்கார், திரு. நாக்புர்கார் இந்நால்வருடன் திலகரும் அந்த வில் சாஸனத்தின் காரியங்களை நிர்வகிக்கும் தருமகர்த்தர்களாயிருக்க வேண்டுமென்று கட்டாயப்படுத்தினார். அந்த வில்லில் பின்வரும் முக்கிய வாக்கியங்கள்

எழுதப்பட்டிருந்தன: "என்னுடைய மனைவி இப்போது கர்ப்பவதியாயிருக்கிறாள். அவள் புத்திரனைப் பெறவில்லை யானால், அல்லது அவள் பெற்ற புத்திரன் சீக்கிரம் இறந்து போனால், என் குடும்பத்தின் பெயர் நிலைநிற்பதற்காகத் தருமகர்த்தர்களின் ஆலோசனையின்பேரில், அவசியமான போதெல்லாம், சாஸ்திரப்படி ஒரு பையனை என் மனைவி சுவீகாரஞ் செய்துகொள்ள வேண்டும். அந்தச் சுவீகாரப் புத்திரனுக்காக அவன் யுக்த வயது அடையும்வரையில் என்னுடைய ஸ்தாபர சங்கம சொத்துக்களையெல்லாம் மேற்கண்ட ஐவரும் மானேஜ்மென்டு செய்துவர வேண்டும்."

மகாராஜாவின் மனைவியார் ஒரு புத்திரனைப் பெற்றார். ஆனால் அவன் இரண்டு மாதம் கழித்து இறந்துபோனான். திலகர் சிறைப்பட்டிருந்த காலத்தில் மிஸ்டர் கப்பர்தே அந்தச் சொத்துக்களைப் பரிபாலித்துவந்தார். திலகர் சிறையி லிருந்து வெளிவந்தவுடன் அந்தச் சொத்துக்களை அவரே மானேஜ்மென்டு செய்யத் தொடங்கினார். அந்தச் சொத்துக்கள் கடன்களில் மூழ்கியிருந்தன. செலவுகளைக் கண்டிப்பாகக் குறைப்பதாகிய ஒரு வழியால் மாத்திரம் அக்கடன்களை நிவர்த்திபண்ணக்கூடியதாயிருந்தது. கெட்ட புத்தி சொல்பவர் களால் சூழப்பட்டிருந்த மகாராஜாவின் மனைவியாருக்கு இது மிகமிக அதிருப்தியை உண்டுபண்ணிற்று. திலகரும் மற்றைய தருமகர்த்தர்களும் மகாராஜாவின் மனைவியாருடைய சுவீகாரத்திற்கு ஒரு பையனைக் கண்டுபிடிப்பதற்காகத் தம்மால் கூடிய அளவு பிரயாசைப்பட்டார்கள். தகுதியான பையன் ஒருவனும் அகப்படவில்லை. கோலாப்பூர் பண்டிட் மகாராஜாவின் தம்பியாகிய பாலமகாராஜாவைச் சுவீகாரம் செய்யும்படியாக மகாராஜாவின் மனைவியாரைத் தூண்டு தவற்கு அந்தரங்கமாக ஓர் எத்தனம் நடந்தது. அந்த விஷயத்தை முடிவு செய்வதற்காக 1901ம் வருஷம் ஜூன் மாதம் 18ம் தேதி தருமகர்த்தர்கள் ஒருகூட்டம் கூடினார்கள். கோலாப் பூரையும், குடும்பத்தின் பூனாக் கிளைகளையும் சேர்ந்த எந்தப் பையனும் அங்கீகரிக்கப்படவில்லை. அரங்கபாத்து ஜில்லாவின் ஒரு கிராமமாகிய பாபிரியில் ஒரு பையன் கிடைப்பானா என்று பார்க்க வேண்டுமென்று தீர்மானிக்கப் பட்டது. மகாராஜாவின் மனைவியாரும், திலகரும், கப்பர்தேயும் அந்தக் கிராமத்திற்குப் போய் ஜகநாத் என்னும் ஒரு பையனைச் சுவீகாரத்திற்குத் தெரிந்தெடுத்தார்கள். மகாராஜாவின் மனைவியாரும் அந்தப் பையனைச் சுவீகாரம் செய்துகொள்ள விரும்பினார். அந்தப் பையனைச் சுவீகாரம் செய்துகொள்ளத் தாம் விரும்புவதாக அவனுடைய தகப்பனா ருக்கு ஒரு கடிதம் எழுதினார். சாஸ்திரிகள் கூட்டத்தின்

முன்னிலையில் மதச் சடங்குகள் செய்து அந்தப் பையன் சுவீகாரம் செய்துகொள்ளப்பட்டான். எல்லா காரியங்களும் சிறிது காலத்திற்கு நன்றாக நடந்தன.

என்றாலும், திலகருடைய விரோதிகள் அவரைக் கெடுத்து விட விரும்பி, தக்ஷண சர்தார்களின் ஏஜெண்டும் டிஸ்டிரிக்ட் ஜட்ஜுமான மிஸ்டர் ஆஸ்டனிடம் போய்த் திலகர் கொடுமை செய்வதாகப் பிரியாது செய்யும்படி மகாராஜாவின் மனைவி யாரைத் தூண்டினார்கள். தம்முடைய துர்மந்திரிகளின் கைக்கருவியாகி, மகாராஜாவின் மனைவியார் 1901ம் வருடம் ஜூலை மாதம் 29ம் தேதி மிஸ்டர் ஆஸ்டனிடம் சென்று திலகருக்கும் மற்றைய தருமகர்த்தர்களுக்கும் கொடுக்கப்பட்டிருந்த மரணசாஸன அங்கீகார உத்தரவை ரத்துச்செய்ய வேண்டுமென்று ஒரு மனுச் செய்தனர். மிஸ்டர் ஆஸ்டன் கேஸை விசாரித்து, மரணசாஸன அங்கீகார உத்திரவை ரத்துச்செய்து சுவீகாரத்தை அங்கீகாரம் செய்யாது, திலகர் பேரில் ஏழு குற்றங்களை ஏற்படுத்தி அவரைக் கிரிமினல் புரோசீஜர் கோர்ட் 476வது பிரிவுப்படி நகர மெஜிஸ்டிரேட்டின் விசாரணைக்கு அனுப்பினார். அந்தக் குற்றங்களில் தருமகர்த்தர் களில் ஒருவரான மிஸ்டர் நாக்புர்கார் நம்பிக்கை மோசம் செய்தாரென்ற பொய்ப் பிரியாதும் பொய்ச்சாக்ஷியம் உண்டு பண்ணியது, சிருஷ்டினை செய்தது முதலியவையும் அடங்கி யிருந்தன. தம்மீது மிஸ்டர் ஆஸ்டன் கெட்ட அபிப்பிராயம் கொண்டிருக்கிறதாகவும், மிஸ்டர் ஆஸ்டனைத் தாய் மகாராஜ் பலமுறை கண்டு பேசியிருக்கிறதாகவும், அக்காரணங்களால் கேஸை ஹைக்கோர்ட்டுக்கு மாற்ற வேண்டுமென்றும் திலகர் ஒரு மனுச் செய்தார். அந்த மனுத் தள்ளுபடி செய்யப்பட்டது. ஆனால் மிஸ்டர் ஆஸ்டனுடைய உத்தரவின் பேரில் செய்யப் பட்ட அப்பீலில் மரணசாஸன அங்கீகாரத்தைப் பற்றிய தீர்ப்பு மாற்றப்பட்டது. பிற்பாடு திலகர் பேரில் ஏற்படுத்தப் பட்ட ஏழு குற்றங்களையும் பற்றி விசாரணை செய்வதற்காக நியமிக்கப்பட்ட ஸ்பெஷியல் மெஜிஸ்டிரேட் கேஸை விசாரணை செய்தார். எட்டு மாத காலம் நடந்த நீண்ட விசாரணையின் பின் முதலாவது குற்றம் தள்ளுபடி செய்யப்பட்டது. பின்னர் பொய்ச்சாக்ஷியம் உண்டுபண்ணிய குற்றத்தைப் பற்றிய விசாரணை ஆரம்பிக்கப்பட்டது. 1903ம் வருடம் ஆகஸ்டு மாதம் 24ம் தேதி திலகர் தண்டிக்கப்பட்டு 18 மாதக் கடுங் காவலும் 1000 ரூபாய் அபராதமும் விதிக்கப்பட்டார். அப்பீல் செய்வதற்கு வேண்டிய தகவல்களைத் தமது வக்கீல்களுக்குச் சொல்வதற்குக்கூடப் போதிய நேரம் கொடாமல், அருவெறுக்கத் தக்க அவசரத்துடன் திலகர் ஜயிலுக்குக் கொண்டுபோகப் பட்டார். அப்பீலில் செஷன்ஸ் ஜட்ஜ் மிஸ்டர் லூக்கஸ் தண்டனையை உறுதி செய்து தீர்ப்பைக் குறைத்தார்.

1904ம் வருடம் ஜனவரி மாதம் 4ம் தேதி திலகர் எர்வாடா ஜயிலுக்குக் கொண்டுபோகப்பட்டார். என்றாலும் 8ம் தேதி ஹைக்கோர்ட்டார் உத்தரவின்பேரில் அவர் விடுதலை செய்யப் பட்டார். அவர் சிறைக்குக் கொண்டுபோகப்பட்டபொழுது, அவர் ஒரு சாதாரண குற்றவாளி போலவே கைவிலங்கு இடப்பட்டிருந்தார். இவ்வாறு செய்தது மிகமிக வெட்கப்படத் தக்க அவமரியாதையான செய்கை. ரிவிஷன் அப்பீல் ஹைக்கோர்ட்டார் முன் 1904ம் வருடம் பிப்பரவரி மாதம் 24ம் தேதி விசாரணைக்கு வந்தது. திலகரின் தண்டனை ரத்துச் செய்யப்பட்டது. அவருடைய அபராதத் தொகையை வாபஸ் செய்யும்படி உத்தரவு செய்யப்பட்டது. கிரிமினல் கேஸ் முடிந்துபோகவே சுவீகாரத்தைப் பற்றிய சிவில் கேஸ் முதலாவது வகுப்பு சபார்டினேட் ஜட்ஜ் முன் 1904ம் வருடம் ஜூன் மாதத்தில் விசாரணைக்கு வந்தது. அது திலகருக்கு அனுகூலமாக முடிந்தது. அதன்பேரில் ஹைக்கோர்ட்டுக்கு அப்பீல் செய்யப்பட்டது. இரண்டு வருஷங்களுக்குப்பின் அது திலகருக்கு விரோதமாகத் தீர்ப்பு செய்யப்பட்டது. அதன்பேரில் திலகர் பிரிவிக் கவுன்சிலுக்கு அப்பீல் செய்து கேஸை ஜயித்தார். ஹைக்கோர்ட்டுத் தீர்ப்பு ரத்துச்செய்யப்பட்டு செஷன்ஸ் ஜட்ஜ் தீர்ப்பு உறுதிசெய்யப்பட்டது. பிரிவிக் கவுன்சில் டிக்கிரியை நிறைவேற்றுவதற்குக் கவர்ன்மென்டார் அநாவசியமாகக் காலதாமதப்படுத்தினர். 1917ம் வருடம் பிப்பரவரி மாதம் வரையில் ஜகநாதுக்குச் சமஸ்தானம் ஒப்பிக்கப்பட வில்லை. விரோதப்பான்மையைக் கொண்ட ஒரு கவர்ன்மெண் டோடும், தமக்கு விரோதமாகச் சூழ்ச்சிகளும் சதியாலோசனை களும் செய்துகொண்டிருந்த பல எதிரிகளோடும், துர்மந்திரி களுடைய கைகளில் சிக்கி நடந்துகொண்டிருந்த ஒரு விதவை யோடும் திலகர் தமது யோக்கியதையை நிலைநாட்டுவதற் காகப் பல வருஷங்கள் சண்டையிட வேண்டியதிருந்தது. அவருடைய ஜயிக்கப்பட முடியாத தைரியமும், மாசற்ற யோக்கியதையும் மாத்திரமே இந்த ஹிம்சைகளையெல்லாம் பொறுமையோடும் உறுதியோடும் நன்நம்பிக்கையோடும் பொறுக்க முடிந்தது. அடைவதற்குத் தகுதியான அவ்வெற்றியை அவர் அடைந்த பின்னர் ஜனங்களெல்லாம் அவர் ஓர் உண்மையான வீரனென்று நியாயமாக மதித்தார்கள். மனிதர் வாழ்க்கையிலும் காரியங்களிலும் கடவுள் வேலை செய்து வருகிறாரென்பதை அவர் உறுதியாக நம்பினார்.

12-11-1933

9

காங்கிரஸின் துயிலைக் கலைத்த கர்ஸன் ஆட்சி

திலக மகரிஷி தோற்றுவித்த புதிய கிளர்ச்சி

கல்கத்தா மகாநாட்டில் கர்ச்சனை

வங்காளப் பிரிவினையால் உயிர்பெற்ற விதேசி பகிஷ்கார, சுதேசி இயக்கம்

தாதாபாய் நௌரோஜியின் தளர்வற்ற அபிமானம்

கர்சன் ஆட்சி

லார்டு கர்சன் இந்திய இராஜப் பிரதிநிதிகளில் மிகமிகக் கீர்த்தி பெற்றவர். அவர் ஒரு பெரிய பிரசங்கி; ஒரு நல்ல தர்க்கவாதி; சுறுசுறுப்பும் உறுதியான விருப்பமும் பிடிவாதமும் உள்ளவர். அவர் இராஜாதிகாரிகளிலெல்லாம் சிறந்த இராஜாதிகாரி. மிகச் சிரேஷ்டமான நிலைமைகளில் அவர் தமது ஆட்சியைத் தொடங்கினார். இந்திய ஜனங்களில் சில வகுப்பினரைத் திருப்தி செய்வதற்காக அவர் இங்கும் அங்கும் சில செயல்களைச் செய்தார். ஆனால், சில காலம் கழிந்த பின்னர் அவர் தமது மனப் போக்கை மாற்றி மிக அகம்பாவமுள்ள ஓர் எதேச்சாதிகாரியாய்விட்டார். அவர் அவ்வாறானது அரசாங்க அரைத் தேவதைகளின் கட்டாயத்தினாலன்று; ஏனெனில் அவர் பிற மனிதர்களின் செல்வாக்குகளுக்கு உட்படாத சுயேச்சையோடு நடக்கின்றவர். அவர் பொதுஜன அபிப்பிராயத்தை ஒரு சிறிதும் பொருட்படுத்தாமல், கவர்ன்மெண்டின் ஒவ்வோர் அங்கத்தையும், முக்கியமாக மத்திய கவர்ன்மெண்டின் நிர்வாக

அதிகாரிகளின் கைகளை வலுப்படுத்தி, அநேக திருத்தங்களைச் செய்தார். 1905–ம் வருஷம் நடந்த இந்தியன் நேஷனல் காங்கிரசின் வெளியீட்டில் அவருடைய நிர்வாகத்தைப் பற்றிப் பின்வருமாறு எழுதப்பட்டிருக்கிறது:

"லார்டு லிட்டன் இராஜப் பிரதிநிதியாயிருந்த இரண்டு நாள்களுக்குப் பின்னர் ஒருபோதும் இந்தியா இவ்வாறு பிளவுபட்டும், அதிருப்தி அடைந்தும், அதைரியப்பட்டும் இருந்ததில்லை. இராஜீய விஷயங்களிலும் மற்றைய விஷயங்களிலும் இத்தனை துரதிருஷ்டங்களை அனுபவித்ததில்லை. மிகமிக மேலான இடங்களிலிருந்து இவ்வளவு இகழ்ச்சிக்கும் தூஷணைக்கும் இலக்கானதில்லை. இந்தியாவினுடைய மிகமிகக் குறைந்த வேண்டுகோள்கள்கூட மிகமிகக் கேலியும் ஏளனமும் செய்யப்பட்டன. அதனுடைய மிகமிக நியாயமான பிரார்த்தனைகள் கடுமையான சொற்களால் மறுக்கப்பட்டன. அதனுடைய மிகமிக உயர்ந்த கோரிக்கைகள் கேடு விளைவிப்பனவென்றும் மடத்தனமானவையென்றும் நிந்தித்துத் தள்ளப்பட்டன. அதனுடைய மிகமிக மேலான கோட்பாடுகள் கீழே எறியப்பட்டு மிதிக்கப்பட்டன. இந்தியாவின் நிலைமை லார்டு கர்சனுடைய இரண்டாந் தடவை ஆட்சி காலத்திற் போல அபாயகரமானதாக ஒருபோதும் இருந்திருப்பதில்லை. இந்தியா முழுவதும் எதிர்த்தும் உத்தியோக அந்தரங்கச் சட்டம் செய்யப்பட்டது. அச்சட்டம் இந்தியர் பத்திரிகைகளாலும், இந்திய–இங்கிலிஷ் பத்திரிகைகாரர்களாலும் மிகமிகக் கண்டிக்கப்பட்டது. எல்லா இடங்களிலிருந்தும் கண்டனங்கள் வந்து குவிந்தன. ஆனால் லார்டு கர்சன் பிடிவாதமாயிருந்து, அவ்வாய்ப்பூட்டுச் சட்டத்தைச் செய்துவிட்டார். கல்வி கெடுக்கப்பட்டுச் சிதைக்கப்பட்டது. அஃது அதிகச் செலவுடையதாகவும் உத்தியோகஸ்தர் ஆள்கைக்குட்பட்டதாகவும் செய்யப்பட்டது. நமது தேசத்தின் நன்மையை அடிமைப்படுத்துவதான இந்திய சர்வகலா சங்கச் சட்டம் செய்யப்பட்டது. தேசத்திற்கு 50 வருஷ காலமாக நன்மையை விளைவித்துவந்த பென்றிங், மெக்காலே, லார்டு ஹாலிவாக்ஸ் இவர்களுடைய உயர்ந்த வேலைகளெல்லாம் தடை செய்யப்பட்டன.

"லார்டு கர்சனுடைய நிர்வாகம் லார்டு கர்சனுடைய ஆட்சி தீய உடையோடுவந்த நன்மையாயிற்று. இந்திய தேசீயக் கட்டிடத்தைக் கட்டியவர் அவரே; அவருக்குத் தெரிந்ததிலும் மிக நன்றாக அவர் கட்டிவிட்டார். அவருடைய அவிவேக வங்காளப் பிரிவினையானது வங்காளம் முழுவதிலும் அதனைச் சுற்றியுள்ள இடங்களிலும் புயல்போன்ற ஒரு கிளர்ச்சியை உண்டுபண்ணிற்று. அதனோடு சுதேசச்

சரக்கை வாங்க வேண்டுமென்றும், அன்னிய தேசச் சரக்கை வாங்கக்கூடாதென்றும் பெரும் கிளர்ச்சிகள் செய்யப்பட்டன. அக்கிளர்ச்சிகளுக்குத் தேசத்தில் ஏராளமான ஆதரவும் உதவியும் அளிக்கப்பட்டன. இந்தியா முழுவதும், அதாவது கன்னியாகுமரியிலிருந்து கௌரிசங்கர் மலைவரையிலும் கவர்ன்மெண்டினிடத்தில் கோப உணர்ச்சியும் வங்காளத் தினிடத்தில் அநுதாப உணர்ச்சியும் பரவிவிட்டன. கர்சன் ஆட்சியின் பயன் தேசீய ஒற்றுமையையும் கட்டுப்பாட்டையும் துரிதப்படுத்துகிற முழு இந்தியக் கிளர்ச்சியொன்று உண்டான தேயாம்."

கிளர்ச்சி முறைகளும் புதிய கட்சி உற்பத்தியும்

தேசத்தில் புதிய உயிரும் புதிய ஊக்கமும் தோன்றிய தோடு இந்திய இராஜீயவாதிகளுள் ஒரு பிளவு ஏற்பட்டது. இராஜீயக் கிளர்ச்சி முறைகளைப் பற்றி வெவ்வேறான எண்ணங்களைக் கொண்டிருந்தது காரணமாக அப்பிளவு ஏற்பட்டது. மிதவாதிகள் "கிரமமான வழிகளில் கிளர்ச்சியை" நடத்த வேண்டும் என்றார்கள். அவர்கள் அவ்வாறு சொன்ன தின் அர்த்தமாவது பிரிட்டிஷ் இந்தியாவின் சட்ட வரம்பு களுக்கு உட்பட்டுக் கிளர்ச்சி செய்ய வேண்டும் என்பதே. திலகர் இச்சட்ட வரம்புக்குட்பட்ட கிளர்ச்சியைப் பின்வருங் காரணங்களால் நம்பவில்லை: முதலாவதாக இந்தியாவுக்குச் சொந்தமான சட்டம் ஒன்றுமில்லை; இந்திய கவர்ன்மெண்டு, கிரேட் பிரிட்டன் தேசத்துப் பார்லிமெண்டால் ஏற்படுத்தப் பட்ட சட்டங்களை அனுசரித்துச் சிருஷ்டிக்கப்பட்டது. இரண்டாவதாக இந்தியாவுக்குச் சட்டம் செய்யும் அதிகாரம் இல்லை. சட்டங்களைச் செய்யவும் அழிக்கவும் முழு அதிகாரம் இராஜாங்க அதிகாரிகளுக்கே இருக்கிறது. இராஜாங்க அதிகாரிகள் விரும்பும்பக்ஷத்தில் சகலவகைக் கிளர்ச்சிகளையும் நிறுத்தி ஜனங்கள் சுதந்தரமாகக் கூடுவதும் சுதந்தரமாகப் பேசுவதுமாகிய மூலாதார உரிமைகளைப் பறித்துக்கொள்ளக்கூடும். இராஜீயக் கிளர்ச்சிகள் எல்லா வற்றையும் குற்றங்களாக்கிச் சிக்ஷை விதிக்கக்கூடும். அத்தகைய எதேச்சாதிகார இராஜாங்கத்தோடு சண்டை செய்வதில் சட்ட வரம்புக்கு உட்பட்டவை என்று சொல்லப்படும் முறைகளை எப்பொழுதும் பின்பற்ற முடியாது. ஏனெனில் இராஜாங்க அதிகாரிகளின் விருப்பங்களுக்குத் தக்கபடி சட்ட வரம்பு என்பது மாற்றப்படத்தக்கதாக இருக்கிறது. ஆதலால் நீதியும் ஒழுக்கமும் சமதர்மமுமே கிளர்ச்சியை நடத்துவதற்கு முக்கிய ஆதாரங்களாக இருக்க வேண்டும். அதற்குச் சட்டம் ஆதாரமாயிருக்க வேண்டியதில்லை. சட்டங் களை ஆக்குவதற்கும் அழிப்பதற்கும் பூரண அதிகாரத்தைக்

கொண்டுள்ள அந்நிய இராஜாங்கத்தினருக்கு விரோதமாகச் சட்ட ரீதியாகவும் சட்ட வரம்புக்குட்பட்டும் கிளர்ச்சிகளை நடத்துதல் இராஜீயத் தற்கொலையில் கொண்டுபோய்விடும். மிதவாதிகள் சட்ட ரீதியான கிளர்ச்சியோடு பிரிக்க முடியாத விதத்தில் சம்பந்தப்பட்டிருப்பதைக் கண்டு, திலகர் புதிய கட்சி என்ற ஒன்றை ஏற்படுத்தினார். இந்திய–இங்கிலீஷ்காரர் பத்திரிகைகளும் மிதவாதிகளின் பத்திரிகைகளும் புதிய கட்சியாரை அமிதவாதிகள் என்று கூறின. மிதவாதிகளுக்கும் அமிதவாதிகளுக்கும் இருந்த வித்தியாசங்களெல்லாம் வழி களைப் பற்றியனவேயன்றி, இலக்ஷியத்தைப் பற்றியன அல்ல. மிஸ்டர் எச். டபிள்யூ. நெவின்சன் என்னும் பத்திரிகை நிருபரோடு பேசிக்கொண்டிருந்த சமயத்தில் திலகர் தமது இராஜீய கொள்கையையும் முறைகளையும் பற்றிப் பின்வருமாறு கூறினார்:

"எங்கள் கொள்கையாலன்று, எங்கள் வழிகளால் மாத்திரம் எங்கள் கட்சியார் அமிதவாதிகள் என்னும் பெயரை ஈட்டி யுள்ளனர். உண்மையில் பிரிட்டிஷ் அரசாட்சியை உடனே வேருடன் ஒழித்துவிட வேண்டும் என்று சொல்லுகிற ஒரு கட்சியார் எங்களில் இருக்கின்றனர். அவ்விஷயத்திற்கும் எங்களுக்கும் சம்பந்தம் இல்லை. அந்த விஷயம் எதிர்காலத்தில் மிக தூரத்தில் நினைக்க வேண்டியதொன்று. ஐக்கியம் இல்லாமலும், ஆயுதம் இல்லாமலும், பிரிக்கப்பட்டும் நாம் இருக்கிற நிலைமையில் பிரிட்டிஷ் அரசாட்சியை அசைக்கக் கூடிய சந்தர்ப்பம் ஏற்படலாகாது. அந்த மாதிரி விஷயத்தை யெல்லாம் நாம் தூரமான எதிர்காலத்திற்கு விட்டுவிடலாம். எங்கள் நோக்கம் எங்கள் தேசத்து அரசாட்சியில் ஒரு பெரும்பாகத்தை நாங்கள் அடைய வேண்டுமென்பதே. எங்கள் கொள்கை இந்திய மாகாணங்களெல்லாம் ஒன்று சேர்க்கப்பட வேண்டுமென்பதும், குடியரசு நாட்டுச் சுய அரசாட்சி எங்களுக்கு இருக்க வேண்டுமென்பதும், அந்நிய தேச சம்பந்தமான விஷயங்களை எல்லாம் இங்கிலாந்து தேசத்தின் மத்திய கவர்ன்மெண்டினிடத்தில் விட்டுவிட வேண்டுமென்பதுமேயாம்."

மிதவாதிகளுக்குப் பிரிட்டிஷ் ஜனங்களிடத்திலும் இந்தியாவிலுள்ள அவர்களுடைய கவர்ன்மெண்டிடத்திலும் எப்பொழுதும் பூரண நம்பிக்கையுண்டு. தங்களிடத்திலும் தங்கள் ஜனங்களிடத்திலும் பொதுவாக நம்பிக்கை இல்லை. இங்கிலாந்தின் ஹிருதயம் நல்லதென்றும், அது தாபமும் உதாரமும் உள்ளதென்றும், இங்கிலாந்து இந்தியாவுக்குச் சுய அரசாட்சியைக் கொடுக்குமென்றும் அவர்கள் நம்பியிருக் கிறார்கள். திலகரால் ஏற்படுத்தப்பட்ட கக்ஷியாருக்கு இந்த

விஷயத்திலெல்லாம் நம்பிக்கை இல்லை. திலகர் ஒரு காலத்தில் பின்வருமாறு கூறினார்: "இராஜீய விஷயங்களில் தயாளத்துவம் உண்டென்று நாங்கள் நம்பவில்லை. தம் இலாபத்தை எதிர்பாராமல் ஓர் அந்நியநாட்டார் மற்றொரு நாட்டினரை அரசாட்சி செய்தார் என்பதற்குத் தேச சரித்திரங்களில் ஓர் உதாரணங்கூடக் காணப்படவில்லை. நாங்கள் லார்டு மார்லேயையும், அவர் ஓர் தத்துவஞானி என்ற உண்மையையும் நம்புகிறோம். பழைய கட்சியார் (மிதவாதிகள்) இராஜீய விஷயங்கள் தத்துவஞானக் கொள்கைகளால் ஆளப்படக் கூடுமென்று நினைக்கின்றனர்; நாங்கள் அவ்விரண்டு விஷயங்களும் வெவ்வேறானவையென்றும், அவை இரண்டையும் ஒன்றாகக் கருதக் கூடாதென்றும் நினைக்கிறோம். பழைய கட்சியார் இராஜீயக் கொடைகள் நியாயமான பிரார்த்தனையால் கிடைக்குமென்று நம்புகின்றனர்."

உண்மையில், லார்டு கர்சன் இந்தியாவுக்கு வந்ததற்கு முன்னுங்கூடக் காங்கிரஸ் கைக்கொண்ட வழிகளைத் திலகர் விரும்பவில்லை. அவர் மிதவாதிகளின் எதிர்ப்பைப் பொருட்படுத்தாமல் காங்கிரசுக்கு உயிரையும் தைரியத்தையும் கொடுப்பதற்காகத் தாம் செய்யக்கூடியவற்றையெல்லாம் செய்தார். தாய் மகாராஜ் கேஸ் சம்பந்தமான நீண்ட கால வேலைகள் அவருடைய நேரத்தில் ஒரு பெரும்பாகத்தைக் கவர்ந்து கொண்டது. அந்தக் காலத்தில் அவர் இராஜீய விஷயங்களில் தமது கவனத்தைச் செலுத்த முடியாதவராயிருந்தார். ஆனால், லார்டு கர்சனுடைய மிதமிஞ்சிய செயல்களும், அவர் செய்த பல தப்புகளும் ஜனங்களுடைய மனத்தில் ஒரு விழிப்பை உண்டுபண்ணி, மிதவாதிகள் கைக்கொண்டிருந்த முறைகளிலும் அதிக ஊக்கமும் தைரியமுமான முறைகளைக் கைக்கொள்ளுகிற ஒரு புதிய கட்சியை ஸ்தாபிப்பதற்குரிய வழியை உண்டாக்கின.

இந்தச் சமயத்தில் தாய் மகாராஜ் கேஸின் கடைசிக் காட்சி முடிவுபெற்றது. திலகர் மறுபடியும் காங்கிரஸில் பிரவேசித்தார். தேசத்தில் உண்டாயிருக்கிற புதிய ஊக்கத்தைத் தமக்கு அநுகூலமாக உபயோகப்படுத்திக்கொண்டு காங்கிரஸின் பழைய மூடநம்பிக்கைகளை உடைக்க விரும்பினார். காங்கிரஸ்க்காரர்கள் ஜனங்களிடையே தேசீய உணர்ச்சியை எழுப்புவதற்குத் தங்கள் காலத்தைச் செலவிட வேண்டுமென்றும், இராஜாங்க அதிகாரிகளுடைய தயவைச் சம்பாதிப்பதற்காகக் கையாளும் பிச்சைக்காரத்தனத்தைக் கைவிட வேண்டுமென்றும் அவர் கோரினார். ஆனால் அவருடைய எதிரிகள் வழக்கம் போல அக்காரியத்தை அவர் செய்யும்படியாக விடவில்லை. மிஸ்டர் கோகேல் தலைவராயிருந்து நடாத்திய

காசிக் காங்கிரசுக்கு அவர் சென்றார். தலைவருடைய உபந்நியாசம் மிகமிக ஊக்கத்தை அளிக்கக்கூடிய அக்காலத்து உபந்நியாசங்களில் ஒன்றாயிருந்தது. லார்டு கர்சனுடைய நிர்வாகத்தைக் காங்கிரஸ் தலைவர் கடூரமாகக் கண்டித்தது போல வேறு எவரும் கண்டித்ததில்லை. அன்றியும் மிஸ்டர் கோகேல் வங்காளத்தில் அந்நிய சரக்கு விலக்குக் கிளர்ச்சியை ஆரம்பித்தது நியாயமென்று கூறினார். இவற்றால் தைரிய மடைந்தும், அவ்வருஷத்தில் சர் பி.எம். மேத்தா காங்கிரசுக்கு வராததைத் தமக்கு உதவியாகக் கொண்டும், திலகர் சுதேசச் சரக்குக் கொள்ளலைப் பற்றியும், பிறதேசச் சரக்கு விலக்கைப் பற்றியும் வெவ்வேறு தீர்மானங்கள் செய்ய வேண்டுமென்றும், வங்காளத்தினிடத்து அநுதாபம் கொண்டிருப்பதற்கு ஓர் அறிகுறியாகப் பிற தேசச் சரக்கு விலக்குக் கிளர்ச்சியை இந்தியாவின் பல பாகங்களிலும் உண்டுபண்ணும்படியாக ஒரு தீர்மானம் செய்ய வேண்டுமென்றும் கோரினார். இந்தக் கோரிக்கையை மிதவாதிகள் அங்கீகரிப்பதற்குப் பலமாக மறுத்தார்கள். இத்தீர்மானத்தை அடுத்த காங்கிரஸில் கொண்டு வரலாமென்று நம்பி திலகர் அதனை விட்டுக்கொடுத்து காங்கிரஸில் பிளவு உண்டாகாமல் செய்தார்.

இக்காலத்தில் திலகர் இந்தியா முழுவதுக்கும் ஒரு தலைவராகவும், புதிய அல்லது அமிதவாதக் கட்சியாருடைய தலைவராகவும் ஜனங்களால் மிகப் பாராட்டப்பட்டவருமா னார். இது பற்றி பாபு பிபின சந்திர பாலர் அடுத்த கல்கத்தா காங்கிரஸில் திலகர் தலைமை வகிக்க வேண்டுமென்று பிரேரேபணை செய்து அதனை நிறைவேற்றுவதற்காக ஒரு பெரிய கிளர்ச்சி செய்தார். மேலும், காங்கிரஸின் கொள்கையை மாற்ற வேண்டும் என்பதைப் பற்றி ஒரு பெரிய விவாதம் உண்டாயிற்று. மிஸ்டர் ஜி. எஸ். கப்பர்தே காங்கிரஸ் கொள்கையை மாற்றவேண்டுவது அவசியமென்று முக்கிய மான காங்கிரஸ்காரர்களுக்கெல்லாம் ஒரு சுற்றறிக்கையை அனுப்பினார். இவையெல்லாம் மிதவாதிகளுக்கு அச்சத்தைக் கொடுத்தன. அவர்கள் காங்கிரஸ் அமிதவாதிகளால் பிடிக்கப் படக்கூடிய அபாயமான நிலைமையிலிருந்ததாக நினைத்தார் கள். ஆதலால், அவர்கள் அமிதவாத அலையை அடக்கு வதற்காக ஒரு பெரிய முயற்சி செய்தார்கள். சர் பி.எம். மேத்தாவும், மிஸ்டர் சுரந்திரநாத பானர்ஜீயும், அக்காலத் தில் இங்கிலாந்திலிருந்த இந்தியாவின் மிகப் பெரிய மனித ராகிய தாதாபாய் நவ்ரோஜிக்குக் காங்கிரஸ் அபாயமான நிலைமையிலிருக்கிறதாகவும், கல்கத்தாக் காங்கிரஸில் தலைமை வகிப்பதற்காக அவர் உடனே இந்தியாவுக்கு வரவேண்டுமென்றும் ஒரு தந்தி அனுப்பினார்கள். தாதாபாயை

எல்லாக் கட்சியார்களும் மிக நேசித்துவந்தபடியால், அவர் காங்கிரஸ் தலைமை வகிப்பதற்குத் திலகர் உள்பட எவரும் ஆக்ஷேபிக்கமாட்டார். தாதாபாய் கல்கத்தா காங்கிரஸில் தலைமை வகிக்க ஒப்புக்கொண்டார். காங்கிரஸின் தலைமைப் பதவி சம்பந்தப்பட்டவரையில் மிதவாதிகள் ஒரு வெற்றி அடைந்தார்கள். என்றாலும், காங்கிரஸின் கொள்கையை மாற்றவேண்டிய முக்கிய பிரச்னையைக் காங்கிரஸ் கூட்டத்திலேயே விவாதித்து முடிவுசெய்ய வேண்டியதாயிருந்தது. இந்தப் பிரச்னையைப் பற்றித் திலகர் பின்வருகிற அபிப்பிராயத்தை வெளியிட்டார்:

“நாங்கள் அதைரியப்படக்கூடாதென்று சில சமயங்களில் சொல்லப்படுகிறோம். நாங்கள் எளிதாக நம்பிக்கையை இழந்துவிடுகிறோம் என்றும், எங்களிடத்தில் உருவான தீர்மானம் இல்லையென்றும் மிதவாதிகள் நினைப்பார்களாயின் அவர்கள் முழுத் தப்பபிப்பிராயம் கொண்டிருக்கின்றார்கள். நாங்கள் கடைசி முடிவைப் பற்றி நம்பிக்கையை இழக்கவில்லை; ஆனால் காங்கிரஸின் தாமதச் செயல்களில் நம்பிக்கை இழந்துவிட்டோம். ஒரு வருஷத்தில் மூன்று நாட்கள் காங்கிரஸை நடத்துவதும், பிரிட்டிஷ் காங்கிரஸ் கமிட்டியின் ஊக்கம் குறைந்த வேலையும், ஏகதேசத்தின் இங்கிலாந்துக்கு ஒரு சில பிரதிநிதிகளை அனுப்புவதும் சிறிதும் போதா வேலையாகும். சட்ட வரம்புக்குட்பட்ட கிளர்ச்சியில் எங்களுக்கு நம்பிக்கையில்லை யென்பதன்று. இங்கிலீஷ் கவர்ன்மெண்டை ஒழித்துவிட நாங்கள் விரும்பவில்லை. இராஜீய உரிமைகளைச் சண்டையிட்டுத்தான் அடைய வேண்டும். அவற்றை இரந்து அடையலாமென்று மிதவாதிகள் நினைக்கிறார்கள். கவர்ன்மெண்டைப் பலமாக நெருக்குதலால் மாத்திரம்தான் அவற்றை அடையக்கூடுமென்று நாங்கள் நினைக்கிறோம். இந்த நெருக்கடியைச் செய்வதற்குக் காங்கிரஸ் முயற்சி செய்யுமா? அதுதான் விஷயம். அத்தகைய நெருக்கடியை உண்டுபண்ண வேண்டுமானால் காங்கிரஸ் தனது ஏகதேச வேலையை விட்டுவிட்டுத் தொடர்ச்சியாகவும் சுறுசுறுப்பாகவும் வேலை செய்யும் ஒரு ஸ்தாபனமாக வேண்டும்.”

கல்கத்தா காங்கிரஸ் மிக ஆவலுடன் எதிர்பார்க்கப்பட்டது. இந்திய–இங்கிலிஷ்காரர் பத்திரிகைகள் திலகரது கக்ஷியில் அவநம்பிக்கையை உண்டுபண்ணுவதற்குத் தம்மால் கூடியமட்டும் பிரயத்தனங்கள் செய்தன; ஆனால், அவையெல்லாம் வீணாயின. காங்கிரஸ் தலைவர் மிதவாதத்தை ஆதரிப்பார் என்று அப்பத்திரிகைகள் நம்பின; ஆனால், அவை முற்றிலும் ஆசாபங்கம் அடைந்தன. தாதாபாய்

நவ்ரோஜி இந்தியாவின் இராஜீய முயற்சிகளின் இலக்ஷியத்தைப் பற்றிப் பின்வருமாறு கூறினார்: "முழு விஷயத்தையும் ஒரு வார்த்தையில் அடக்கிவிடக்கூடும். அஃதாவது, ஐக்கிய இராஜீயத்தில் (இங்கிலாந்து, ஸ்காட்லாந்து, வேல்ஸ் இம்மூன்றும் அடங்கிய இராஜீயத்தில்) அல்லது குடியேற்ற நாடுகளில் நடந்துவரும் சுயஅரசாட்சி அல்லது சுயராஜ்யம் இந்தியாவுக்குத் தேவை." காங்கிரஸ் மகாநாடு சுதேசியம், பகிஷ்காரம், தேசியக் கல்வி இவை சம்பந்தமாக மூன்று தீர்மானங்கள் செய்தது. பஹிஷ்காரம் சம்பந்தமான தீர்மானத்தைப் பற்றி மிகமிகப் பலமான விவாதங்கள் நடந்தன. காசி காங்கிரஸில் பஹிஷ்காரம் சம்பந்தமாகச் செய்யப்பட்ட தீர்மானம் "பொருள் இலாப"த்தை மட்டும் பற்றியதாயிருந்தது. கல்கத்தா தீர்மானப்படி பஹிஷ்காரம் ஓர் இராஜீய ஆயுதமும் ஆயிற்று. அத்தீர்மானமாவது, "இத்தேசத்தின் நிர்வாகத்தில் இத்தேசத்து ஜனங்களுக்கு ஓர் உரிமையும் இல்லையென்பதை உத்தேசித்தும், ஜனங்கள் கவர்ன்மெண்டிடம் எடுத்துச்சொல்லும் விஷயங்களைக் கவர்ன்மெண்டு சரியானபடி கவனிப்பதில்லை என்பதை உத்தேசித்தும், வங்காளத்தைப் பிரிவினை செய்ததை ஆக்ஷேபித்து உண்டு பண்ணப்பட்ட பஹிஷ்காரக் கிளர்ச்சியானது சட்டவரம்புக்கு உட்பட்டதுதான்." காங்கிரஸ் கூட்டத்தில் பாபு பிபின சந்திர பாலர் இத்தீர்மானத்திற்கு ஓர் இராஜீய அர்த்தம் கொடுத்துப் பேசினார். பண்டிதர் மதன மோகன மாளவியாவும், திவான் பகதூர் எல்.ஏ. கோவிந்தராகவ அய்யரும் போன்ற மிதவாதத் தலைவர்கள் அந்த அர்த்தத்தை ஏற்றுக்கொள்ள மறுத்தார்கள். காங்கிரஸ் பந்தரில் அதிகக் கிளர்ச்சியையும் சந்தடியையும் உண்டுபண்ணும்படியான நீண்ட விவாதம் நடந்தது. ஸ்ரீ கோகேல் தீர்மானத்தின் வார்த்தைகளுக்கு மாத்திரம் காங்கிரஸ் கட்டுப்பட்டதேயன்றி, அவ்வார்த்தைகளுக்கு ஒவ்வொருவரும் சொல்லும் அர்த்தங்களுக்குக் காங்கிரஸ் கட்டுப்பட்டது அன்று எனச் சொல்லி அந்த விவாதத்தை ஒரு முடிவுக்குக் கொண்டுவந்தார்.

விஷயாலோசனைக் கமிட்டியில் சுதேசியத்தைப் பற்றிய தீர்மானத்தின்மேல் மிகச் சூடான விவாதம் நடந்தது. கமிட்டியின் முன் வைக்கப்பட்ட தீர்மான மசோதாப்படி ஜனங்கள் சிறிது நஷ்டப்பட்டாயிலும் சுதேசியச் சரக்குகளையே வாங்க வேண்டுமென்று தெளிவாகச் சொல்லப்படவில்லை. திலகர் அவ்வாறு தெளிவாகச் சொல்லித் தீர்மானத்தைத் திருத்த வேண்டுமென்று கூறினார். அவர் திருத்தம் அங்கீகரிக்கப்படவில்லை. தமது திருத்தத்திற்கு எத்தனை பேர் சாதகமாயிருக்கின்றனர்? எத்தனை பேர் பாதகமாயிருக்கின்றனர்? என்பது தெரியும்படியாக வோட்டு எடுக்கவேண்டுமென்று

திலகர் வேண்டினார். அவ்வேண்டுதலும் மறுக்கப்பட்டது. அம்மறுப்பை ஆக்ஷேபிப்பதற்கு ஓர் அறிகுறியாகத் திலகர் அறுபது பேர்களுடன் காங்கிரஸ் பந்தரைவிட்டு வெளியேறினார். தமது திருத்தத்தைக் காங்கிரஸ் மகாநாட்டில் பிரரேபிப்பதாக நினைத்துத் திலகர் அதைப் பற்றிக் காங்கிரஸ் தலைவருக்கு ஒரு நோட்டீஸ் அனுப்பினார். திலகர் கக்ஷியின் பலத்தை உணர்ந்து தலைவர் அத்திருத்தத்தைத் தீர்மானத்துட் சேர்த்துவிட்டார். திருத்தப்பட்ட தீர்மானம் பின்வருமாறு இருந்தது: "இந்தக் காங்கிரஸ் சுதேசியக் கிளர்ச்சியைப் பூரண மனதுடன் ஆதரிக்கின்றது; அக்கிளர்ச்சியின் வெற்றிக்காக உழைக்க வேண்டுமென்று இத்தேசத்து ஜனங்களைக் கேட்டுக்கொள்கின்றது; அவ்வாறு செய்வதில் சிறிது நஷ்டம் ஏற்படுமாயினும், அந்நிய சரக்குகளை விலக்கிச் சுதேசச் சரக்குகளை வாங்கிச் சுதேசச் சரக்குகளின் உற்பத்தியை அதிகப்படுத்துவதற்கும், சுதேசக் கைத்தொழில்களை வளர்ப்பதற்கும் ஜனங்கள் உண்மையான முயற்சிகளை ஊக்கத்துடன் இடைவிடாது செய்துவர வேண்டும்." இவ்வாறாகத் திலகர் கக்ஷியார் 1906–ம் வருஷத்துக் கல்கத்தா காங்கிரஸில் பூரண வெற்றியை அடைந்தனர்.

11-3-1934

10

சூரத்தில் நடைபெற்ற காங்கிரஸ் மகாநாடு

தலைவரைத் தெரிவுசெய்வதில் ஏற்பட்ட தேசீய–மிதவாதக் கட்சிகளின் தகராறு

ஸ்ரீ திலகரின் நன்முயற்சிக்கு எதிரான சூழ்ச்சி

சூரத்துக் கலவரம்

முன் அழைத்திருந்தபடி அடுத்த காங்கிரஸ் மகாசபை நாகப்பூரில் நடக்கவேண்டியதாயிருந்தது. வரவேற்புச் சபை பிப்ரவரி மாதத்திலேயே ஏற்படுத்தப்பட்டது. அச்சபையின் அங்கத்தினர்களிற் பெரும்பாலார் திலகரின் சீடர்கள். தங்களுடைய தலைவரைக் காங்கிரஸ் தலைவராகத் தெரிந்தெடுக்க மற்றவர்கள் இசையமாட்டார்கள் என்று தெரிந்தவுடன் திலகரின் சீடர்கள் அச்சபையினின்று விலகிக்கொண்டார்கள். மற்றைய அங்கத்தினர்கள் காங்கிரஸ் கூடும் இடத்தை மாற்றவேண்டுமென்று எல்லா இந்தியாக் காங்கிரஸ் கமிட்டியைக் கோரினார்கள். அவ்விதமே காங்கிரஸை சூரத்து நகரில் நடத்துவதாகத் தீர்மானம் செய்யப்பட்டது.

காங்கிரஸ்காரருக்குள் ஏற்பட்ட இப்பிளவைத் தமக்கு அநுகூலமாக உபயோகப்படுத்திக் கொண்டு கவர்ன்மெண்டார் கடுமையான அடக்குமுறைகளைக் கையாண்டனர். குடியேற்ற மசோதாவும் நிலவிற்பனைச் சட்டத் திருத்த மசோதாவும் ஜனங்களுடைய எதிர்ப்பினூடே பஞ்சாப் கவர்ன்மெண்டாரால் சட்டமாக்கப் பட்டன. இராவல்பிண்டி ஜில்லாவில் நில வரி

உயர்த்தப்பட்டது. பாரி–டொவாபின் வாய்க்கால் வரிகள் அதிகமாக்கப்பட்டன. 'பஞ்சாபி'ப் பத்திரிகையின் அதிபரும் ஆசிரியரும் குற்றம் சாட்டப்பட்டனர். ஸ்ரீ லாலா லஜபதி ராயும் சர்தார் ஆஜிட் சிங்கும் நாடு கடத்தப்பட்டார்கள். வங்காளத்தில் 'யுகாந்தா' பத்திரிகையின் ஆசிரியர் சிறைக்கு அனுப்பப்பட்டார். பாபு அரவிந்த கோஷ் இராஜ நிந்தனைக் குற்றத்திற்காகப் பிடிக்கப்பட்டார்.

1907–ம்ஆ நவம்பர்மீ 1உ கோக்கலே முதலிய மிதவாதி களின் எதிர்ப்பையும் பொருட்படுத்தாமல் இராஜ நிந்தனைக் கூட்டச் சட்டம் செய்யப்பட்டது. பைத்தியம் பிடித்த இராஜாங்கத்தாரின் இந்த விவேகமற்ற, சரியாக ஆலோசிக்கப் படாத செயல்கள் ஜனங்களுக்கு அளவுகடந்த கோபத்தையும் ஆத்திரத்தையும் உண்டுபண்ணின. 1907–ம்ஆ நவம்பர்மீ 11உ ஸ்ரீ லாலா லஜபதி ராய் விடுதலை செய்யப்பட்டார். அந்தச் சமயத்தில் அவர் ஓர் வெற்றி வீரராக விளங்கியபடி யால் அவரைக் காங்கிரஸ் தலைவராகத் தெரிந்தெடுக்க வேண்டுமென்ற உணர்ச்சி தேசத்தில் பலமாயிருந்தது. சூரத்து வரவேற்புச் சபையின் தேசீய அங்கத்தினர்களால் அவர் பெயர் பிரேரேபிக்கப்பட்டது. மிதவாதிகள் முன்னரே டாக்டர் ராஷ் பிகாரி கோஸைக் காங்கிரஸ் தலைவர் ஸ்தானத்தில் அமர்த்துவதாகத் தீர்மானித்திருந்தார்கள். அதனால் அவர்கள் செவியில் மற்றைய பிரேரேபணைகள் நுழையவில்லை. வரவேற்புச் சபையில் மிதவாத அங்கத்தினர் அதிகமாயிருந் தனர். ஸ்ரீ லாலா லஜபதி ராயைத் தலைவராகத் தெரிந்தெடுக்க வேண்டுமென்ற பிரேரேபணை தோற்றுப்போகக்கூடிய நிலைமையில் இருந்தது. அதனால் அப்பிரேரேபணை வற்புறுத்தப்படவில்லை. பின்னர், காங்கிரஸ் கூட்டத்திற்குச் சுமார் ஒரு வாரத்திற்கு முன் காங்கிரஸில் ஆலோசிக்கப்பட வேண்டிய விஷயங்களின் குறிப்புப் பிரசுரிக்கப்பட்டது. இந்தக் குறிப்பில் சுய–அரசாட்சி, அந்நிய சரக்கு விலக்கு, தேசீயக் கல்வி இம்மூன்றும் சேர்க்கப்படவில்லை. இந்த முக்கிய விஷயங்கள் அக்குறிப்பில் சேர்க்கப்படாதது மிதவாதிகளின் பிற்போக்கான கொள்கையைக் காட்டிற்று.

ஸ்ரீ திலகர் டிசம்பர்மீ 23உ சூரத்து நகருக்கு வந்து சேர்ந்தார். மறுநாள் தேசீயவாதிகள் ஸ்ரீ அரவிந்த கோஷின் தலைமையில் ஒரு கூட்டம் கூடி, கல்கத்தா காங்கிரஸில் ஏற்படுத்தப்பட்ட கொள்கைகளைக் கைவிடுவதை எதிர்க்க வேண்டுமென்று தீர்மானம் செய்யப்பட்டது. முக்கியமான பிரச்னைகளைப் பற்றிய வாதங்களிலெல்லாம் காங்கிரஸ் மகாநாட்டில் பேசுவோர்களையும் வோட்டுக் கொடுப்போர் களையும் இரண்டு கக்ஷிகளாகப் பிரித்துவைப்பதற்கு

வேண்டும் ஏற்பாடுகள் செய்ய வேண்டுமென்று காங்கிரஸ் காரியதரிசிகளுக்கு ஒரு கடிதம் அனுப்பப்பட்டது. சுய அரசாட்சி, அந்நிய சரக்கு விலக்கு, தேசீயக் கல்வி இம்மூன்று விஷயங்களும் விஷயாலோசனைக் குறிப்பில் சேர்க்கப்பட வில்லையென்பது ஆதாரமற்ற செய்தியென்று பத்திரிகைகளில் ஒரு குறிப்பை வரவேற்புச் சபையார் வெளியிட்டனர். 25ஆ காலையில் ஸ்ரீ கோக்லேயால் தயாரிக்கப்பட்ட காங்கிரஸ் விதிகளைப் பற்றிய மசோதாவின் பிரதியொன்று ஸ்ரீ திலகருக்குக் கிடைத்தது. அதில் காங்கிரஸின் நோக்கம் பின்வருமாறு வரையப்பட்டிருந்தது: "காங்கிரஸின் கடைசியான இலக்ஷியம் பிரிட்டிஷ் இராஜ்யத்தின் மற்றைய நாடுகளிலுள்ள சுய அரசாட்சியைப் போன்ற ஓர் ஆட்சியை அடைதல்."

இந்த மசோதா ஸ்ரீ திலகர் கைக்குக் கிடைத்தபின், அவர் செய்த ஒரு பிரசங்கத்தில் மசோதாவில் சொல்லப்பட் டிருக்கிற நோக்கங்கள் காங்கிரஸிலிருந்து தேசீயவாதிகளை விலக்குவதற்காகச் செய்யப்பட்ட ஓர் எத்தனம் என்று சொல்லி விளக்கினார். ஸ்ரீ லாலா லஜபதி ராய் 25–ந் தேதி காலையில் சூரத்து நகருக்கு வந்துசேர்ந்தார். கடுமையான வாதங்களையும் குழப்பங்களையும் தடுப்பதற்காக ஸ்ரீ லாலா லஜபதி ராய் தாம் கட்டாயப்படுத்தப்பட்டபோதிலும் காங்கிரஸ் மகாநாட் டில் தலைமை வகிக்க விரும்பவில்லையென்று பகிரங்கமாகச் சொன்னார். பிற்பாடு, அவர் ஸ்ரீ திலகரையும் ஸ்ரீ கப்பர் தேயையும் சந்தித்து விவாதப்பட்ட விஷயங்களையெல்லாம் ஆலோசனை செய்து ஒரு முடிவிற்குக் கொண்டுவருவதற்காக எல்லாக் கக்ஷி அங்கத்தினர்களும் அடங்கிய ஒரு சிறு கூட்டத்தைக் கூட்ட வேண்டுமென்று பிரேரேபித்தார். அவ்வாறு செய்வதற்கு ஸ்ரீ திலகர் ஒப்புக்கொண்டார். ஆனால் மறுநாட் காலைவரையில் அச்சிறு கூட்டத்தைப் பற்றிய தகவல் ஒன்றும் அவருக்குக் கிடைக்கவில்லை. இதற்கு மத்தியில் ஸ்ரீ திலகரும் ஸ்ரீ கப்பர்தேயும் ஸ்ரீ சுரந்தரநாத பானர்ஜீயைக் கண்டு, முந்திய காங்கிரஸின் தீர்மானங்களுக்குப் பங்கம் விளைவிப்பதில்லையென்றும், தலைவரைப் பிரேரேபிக்கும் பேச்சுக்களில் யாராவது ஒருவர் ஸ்ரீ லாலா லஜபதி ராயைத் தலைவராகத் தெரிந்தெடுக்க வேண்டுமென்று பொதுஜனங்கள் கொண்டுள்ள விருப்பத்தைப் பற்றி கௌரவமாக ஒரு வார்த்தை சொல்வதாகவும் தேசீயவாதிகளுக்கு உறுதி சொன் னால், அவர்கள் சகல எதிர்ப்புக்களையும் நிறுத்திக்கொள் வதாகத் தெரியப்படுத்தினார்கள். தலைவரைப் பிரரேபிப்பதில் தாமும் பேசவேண்டியவராயிருப்பதால் தாமே காங்கிரஸ் தலைமைக்கு ஸ்ரீ லாலா லஜபதி ராயைத் தெரிந்தெடுக்க வேண்டுமென்று பொது ஜனங்கள் கொண்டுள்ள விருப்பத்தைப்

பற்றித் தெரிவிப்பதாக ஒப்புக்கொண்டார். ஸ்ரீ திலகரும் அவர் கட்சியாரும் பயப்படுகிறபடி காங்கிரஸ் நோக்கத்தையாவது, தீர்மானங்களில் எதனையாவது மாற்றுவதாயிருந்தால் தாம் அதில் சம்பந்தப்படப்போவதில்லையென்றும் தெளிவாகச் சொன்னார். வரவேற்புச் சபையின் தலைவராகிய ஸ்ரீ மால்வியைப் பார்ப்பதற்காக ஸ்ரீ திலகர் முயன்றார். அவருக்குத் திலகரைப் பார்க்க விருப்பம் இல்லாததினாலோ அல்லது நேரம் இல்லாததினாலோ அவரைத் திலகர் பார்க்க முடியவில்லை. தீர்மானங்களின் மசோதாவின் பிரதி ஒன்று தமக்கு வேண்டுமென்று திலகர் கேட்டார். அது 26–ந் தேதி மாலை 3 மணிக்குத்தான் அவருக்கு அனுப்பப்பட்டது. ஆனால், அது இந்திய–இங்கிலிஷ்காரர் பத்திரிகைகளில் ஒன்றாகிய 'அட்வோக்கேட் ஆப் இந்தியா'வின் நிருபருக்கு முதல் நாளே கொடுக்கப்பட்டிருந்தது. காங்கிரஸின் பொறுப்பான உத்தியோகஸ்தர்களாகிய மிதவாதக் காரியதரிசிகளும் மற்றவர்களும் இந்த விஷயத்தில் செய்த அசட்டையானது உண்மையில் மிகக் கோபமூட்டுவதாயிருந்தது. அவ்வாறு செய்வதற்குப் போதிய காரணம் ஒன்றுமில்லை. ஆதலால் ஸ்ரீ திலகர் தமது விருப்பத்திற்கு விரோதமாக, ஆனால் தேசத்தின் நன்மைக்காக, ஆரம்ப முதல் எதிர்ப்பு வேலைகளைச் செய்யவேண்டிய நிலைமை ஏற்பட்டது.

6-5-1934

11

சூரத் காங்கிரஸ் மகாநாட்டில் நிகழ்ந்த சூறாவளி

பிரசங்கப் பந்தலில் பாதரக்ஷைப் பிரயோகம்

தேசீயவாதிகள் பேச்சுத் தடையின் பயன்

சுயநல மிதவாதிகள் சூழ்ச்சிக்குச் சூடு

ஸ்ரீ திலகர் நடந்ததை நினையாது செய்த சமரஸ முயற்சி

வரவேற்புத் தலைவர் தமது உபந்நியாசத்தை வாசித்து முடிந்த பின்னர், டாக்டர் ராஷ் பிகாரி கோஸைக் காங்கிரஸ் மகாநாட்டின் தலைவராகப் பிரேரேபிக்கும் தீர்மானம் வந்தது. ஸ்ரீ சுரந்தரநாத பானர்ஜி அத்தீர்மானத்தைப் பற்றிப் பேச எழுந்தபோது காங்கிரஸ் பந்தரில் பெருங்கூச்சல் கிளம்பி, அவருடைய பெரிய சப்தத்தையும் கேட்க விடாமல் செய்துவிட்டது. காங்கிரஸ் பந்தல் முழுவதிலும் பெருங்குழப்பமாயிருந்தது. காங்கிரஸ் மகாநாட்டின் நடவடிக்கைகள் மறுநாளைக்கு ஒத்திவைக்கப்பட்டன. டிசம்பர்மீ 26—ந் தேதி காலை 8 மணிக்கு வரவேற்புச் சபையின் உப தலைவராகிய ஸ்ரீ சுன்னிலால் சாரையா ஸ்ரீ திலகரைச் சந்தித்து, அன்று இரவு ஸ்ரீ திலகர் வகையார்களும், ஸ்ரீ கோக்கலே வகையார்களும் ஒரு கூட்டம் கூடி அவர்களுக்குள் உண்டாயிருக்கும் வேற்றுமைகளைத் தீர்த்துக்கொள்ள வேண்டுமென்று பிரேரேபித்தார். அன்றிரவு எந்த நேரத்தில் அக்கூட்டம் கூட்டினாலும் தாம் அக்கூட்டத்திற்கு வருகிறதாகத் திலகர் ஒப்புக்கொண்டார். ஆனால் அக்கூட்டம் கூட்டப்படவில்லை. ஸ்ரீ சுன்னிலால் மறுநாள் (27உ) காலை 11 மணி

வரையில் திலகரைப் பார்க்கவுமில்லை. பார்லிமெண்டு மெம்பராகிய டாக்டர் ரூதர்பாடு இரு கட்சியாரையும் சமாதானப்படுத்துவதற்காக ஏற்பாடு செய்துகொண்டிருக்கிற தாகவும், அவரை புரொபஸர் கஜ்ஜாருடைய பங்களாவில் சந்திக்கும்படியாகவும் ஸ்ரீ திலகரையும் ஸ்ரீ கப்பர்தேயையும் ஸ்ரீ சுன்னிலால் கேட்டுக்கொண்டார். அவ்வாறு திலகர் அந்த பங்களாவுக்குப் போனார். ஆனால், டாக்டர் ரூதர்பாடு அங்கு வரவில்லை. பின்னர், தலைவரைத் தெரிந்தெடுத்தலைச் சிறிது நேரத்திற்கு ஒத்திவைக்க வேண்டுமென்றும், ஒவ்வொரு மாகாணத்திலிருந்தும் ஒவ்வொரு மிதவாதியும் ஒவ்வொரு தேசீயவாதியுமாக ஒரு சிறு சபை ஏற்படுத்தி இரு கட்சியாருள் ளும் ஏற்பட்டிருக்கிற வேற்றுமைகளைத் தீர்த்துக்கொள்ள வேண்டுமென்றும் ஸ்ரீ திலகர் பிரேரேபித்தார். திலகரின் இப் பிரேரேபணையை ஸர் பி.எம்.மேத்தாவுக்குத் தெரியப்படுத்து வதற்காக புரொபஸர் கஜ்ஜாரும் ஸ்ரீ சுன்னிலாலும் ஏற்றுக் கொண்டனர். அதனால் ஒன்றும் நடக்கவில்லை. பின்னர், வரவேற்புச் சபைத் தலைவராகிய ஸ்ரீ மால்விக்குத் திலகர் பின்வரும் கடிதத்தை அனுப்பினார்:

> ஐயா! தலைவரைத் தெரிந்தெடுக்கும் பிரேரேபணை ஆமோதிக்கப்பட்டவுடன் நான் பிரதிநிதிகளுக்கு ஒரு வார்த்தை சொல்ல விரும்புகிறேன். காங்கிரஸ் மகா நாட்டைச் சரியாக நடத்துவதற்குரிய ஒரு பிரேரேபணை யுடன் மகாநாட்டை ஆரம்பிக்கும் நேரத்தை ஒத்தி வைக்க வேண்டுமென்று சொல்ல நான் கருதுகிறேன். இந்த விஷயத்தைத் தயவு செய்து பிரதிநிதிகளுக்குத் தெரிவியுங்கள்.
>
> உங்கள் உண்மையுள்ள
> பா.க. திலகர்
> தக்ஷிண (பூனா) பிரதிநிதி

வரவேற்புச் சபைத் தலைவர் இக்கடிதத்திற்குப் பதில் அனுப்பவில்லை. காங்கிரஸ் மகாநாடு மத்தியானம் ஒரு மணிக்கு ஆரம்பமாயிற்று. ஸ்ரீ பானர்ஜியின் பேச்சைத் தொடரும்படியாக அவர் கேட்டுக்கொள்ளப்பட்டார். அவருடைய பேச்சு அமரிக்கையுடன் கேட்கப்பட்டது. பிற்பாடு, திலகர் ஸ்ரீ மால்விக்கு ஒரு ஞாபகக் குறிப்பை அனுப்பினார். அவர் மிகக் கோபத்தோடு மௌனமாயிருந் தார். ஆதலால் திலகர், ஸ்ரீ பானர்ஜி தமது பேச்சை முடித்த வுடன் பிரசங்க மேடைக்குச் சென்றார். ஒரு வாலண்டியர் அவரைத் தடுத்து நிறுத்தினான். எப்படியோ அவர் பிரசங்க மேடையில் ஏறிவிட்டார். இதற்கு மத்தியில், டாக்டர் கோஸ், திலகர் பிரசங்க மேடையில் ஏறித் தலைவர் முன் வந்து நிற்பதற்கு முன்னதாகத் தலைவரைத் தெரிந்தெடுக்கும்

பிரேரேபணை நிறைவேறிவிட்டதென்று சொல்லிக்கொண்டு, தமது தலைவர் நாற்காலியில் அமர்ந்துவிட்டார். கூச்சல்கள் கிளம்பின. திலகர் பிரதிநிதிகளைப் பார்த்துப் பேசுவதற்குரிய தமது உரிமையை வற்புறுத்தி, தலைவரைப் பார்த்து அவர் சரியாகத் தேர்ந்தெடுக்கப்படவில்லையென்று கூறினார். அப்போது தலைவர் ஸ்ரீ திலகர் பேசுவதைத் தடுக்க ஆரம்பித்தார். வரவேற்புச் சபையின் காரியதரிசிகளில் ஒருவர் திலகருடைய உடம்பைத் தொட்டார்; ஆனால் அவர் தூரத்தில் தள்ளப்பட்டார். உடனே ஸ்ரீ கோக்கலே எழுந்து, ஸ்ரீ திலகரின் உடம்பை யாரும் தொடக்கூடாதென்று ஆக்ஷேபித்தார். பெரிய குழப்பம் உண்டாய்விட்டது. பாதரக்ஷைகளும் கம்புகளும் சாதாரணமாக உபயோகிக்கப்பட்டன. ஒருவர் பக்கத்தில் ஒருவராயிருந்த ஸ்ரீ மேத்தா மீதும் சுரந்தரநாத பானர்ஜி மீதும் ஒரு பாதரக்ஷை விழுந்தது. டாக்டர் கோஸ் தமது பிரசங்கத்தை வாசிக்கத் தொடங்கினார். ஆனால், கூச்சல் காரணமாக அவர் அதனை வாசிக்க முடியவில்லை. அதனால் அவர் காங்கிரஸ் நடவடிக்கைகளைத் தேதி குறிப்பிடாமல் ஒத்தி வைத்தார். டாக்டர் கோஸின் பிரசங்கம் வாசிக்கப்படவில்லையானாலும், அது பத்திரிகைகளில் வெளியாய்விட்டது. அதில் தேசீயவாதிகளுக்கு விரோதமான சில வாசகங்கள் காணப்பட்டன. இது நெருப்புக்குக் காற்றுக் கூடினாற் போலக் கட்சி உணர்ச்சியை அதிகமாக்கிற்று. ஸ்ரீமான்கள் மோட்டிலால் கோஸ், ஏ.சி. மித்ரா, பி.சி. சாட்டர்ஜி, லாலா ஹரிகிருஷ்ணலால் இவர்கள் சமாதானப்படுத்துவதற்காகப் பெருமுயற்சி செய்தார்கள். அவர்கள் அன்று இரவிலும் மறுநாட் காலையிலும் ஸ்ரீ திலகரைச் சந்தித்தார்கள். அவர்கள் ஒவ்வொருவருக்கும் திலகர் பின்வரும் ஒப்பந்தத்தை எழுதிக் கொடுத்தார்: "முதலாவதாக சுய அரசாட்சி, சுதேசியம், பஹிஷ்காரம், தேசியக் கல்வி இந்நான்கையும் பற்றிய சென்ற வருஷத்துத் தீர்மானங்களை இந்த வருஷத்தில் உறுதி செய்ய வேண்டும். இரண்டாவதாக தேசீயவாதிகளுக்குக் கோபத்தை மூட்டக்கூடிய வாக்கியங்களை டாக்டர் கோஸின் பிரசங்கத்திலிருந்து நீக்கிவிட வேண்டும். இவ்விரண்டையும் செய்வதாயிருந்தால் நானும் என் கட்சியாரும் காங்கிரஸின் நன்மைகளைக் கருதி 23வது இந்தியன் நேஷனல் காங்கிரஸின் தலைவராக டாக்டர் கோஸைத் தெரிந்தெடுக்கும் பிரேரேபணையை எதிர்த்தலை நிறுத்திவிடவும், மறத்தல், பொறுத்தல் என்னும் இரண்டையும் கைக்கொண்டு காங்கிரஸ் நடவடிக்கைகளை நடாத்தி முடிக்கவும் சித்தமாயிருக்கிறோம்."

இந்த ஒப்பந்தங்கூட அகம்பாவம் கொண்ட மிதவாதிகளுக்குத் திருப்தியை உண்டுபண்ணவில்லை. அதனால் இரண்டு கட்சியார்களும் அதிகக் கசப்போடும் பகைமை

யோடும் பிரிந்தார்கள். திலகர் கட்சி யுணர்ச்சியைக் கிளப்பு கின்றவராயும் அழிக்கும் வேலை செய்யும் இராஜீயவாதியாயும் இருந்தாரென்று அடிக்கடி சொல்லப்படுகிறது. சூரத்து நகரில் பிளவு ஏற்பட்டவுடன் 'கேஸரி'ப் பத்திரிகையில் வெளியான அவருடைய நிருபம் ஒன்றிலுள்ள பின்வரும் வாக்கியங்கள், அச்சொல் உண்மையன்று என்பதைக் காட்டும்: "மிதவாதி களும் தேசீயவாதிகளும் தங்களைச் சேர்ந்த மனிதர்கள் தேசத்தின் நன்மையை வளர்ப்பதற்காக உண்மையான விருப்பங்கொண்டு உழைக்கிறவர்கள் என்பதையும், தேசத்தின் நாசத்திற்காக வேலை செய்கிறவர்கள் ஒருவரும் இல்லையென் பதையும் ஞாபகத்தில் வைத்துகொள்ள வேண்டும். இரு கட்சிக்காரர்களும் இந்த நினைப்போடு வேலை செய்யத் தொடங்குவார்களாயின், அபிப்பிராய பேதங்கள் உண்டா வதைத் தடுக்க முடியாதென்பதை ஒப்புக்கொள்ள விருப்ப முடையவர்களாயிருப்பின், இராஜீய விவகாரங்களில் அபிப் பிராய பேதங்கள் உண்டாவது நன்மைக்கு அடையாளம் என்பதைத் தெரிந்துகொள்வார்களாயின், இரு தரத்தார்களுள் ளும் தப்பபிப்பிராயங்களும் மனஸ்தாபங்களும் உண்டாவதற்கு இவ்வளவு இடம் இராது. இரு கட்சிக்காரர்களும் ஒற்றுமையில் தான் பலமிருக்கிறதென்பதையும், கடுமையான அபிப்பிராய பேதங்கள் இருப்பினும் ஒற்றுமையாயிருக்க வேண்டுமென் பதையும் உணர வேண்டும். ஒரு கட்சியார் மற்றொரு கட்சிக் காரரை ஒழித்துவிட முயற்சிக்கக் கூடாது. மிதவாதிகளும் தேசீயவாதிகளும் சேர்ந்து செய்யும் முயற்சிகளால் நடைபெறும் தேசீயக் கூட்டங்களில் உயர்ந்த ஸ்தானத்தைப் பெறவேண்டு மென்று ஒவ்வொரு கட்சியாரும் பெருமுயற்சிகள் செய்ய வேண்டும். ஆனால் தமது உயர்ந்த ஸ்தானத்தால் ஒரு கட்சிக் காரர் தமது எதிர்க்கட்சிக்காரராகிய மற்றொரு கட்சியாரை அழித்துவிடவாவது நசுக்கிவிடவாவது முயற்சிக்கலாகாது. புதிய கக்ஷியார் தோன்றி யிருக்கிறபடியால்தான் இராஜாங்கத் தார் தங்களைச் சுற்றிவருகிறார்களென்பதை மிதவாதிகள் ஞாபகத்தில் வைத்துக்கொள்ள வேண்டும். மிதவாதிகளின் ஜாக்கிரதையும் சந்தேகமும் அடிக்கடி தங்களுக்கு மனவருத் தத்தை உண்டுபண்ணினாலும், அவர்களுடைய செல்வாக்கை யும் மதிப்பையும் தேசீயவாதிகள் இலேசாக நினைக்கலாகாது."

மேற்கண்ட வாக்கியங்களை வாசிக்கும் யாராவது அவற்றை எழுதியவர் அழிக்கும் வேலையைச் செய்கிற மேதாவி என்று யோக்கியத்துடன் சொல்லக்கூடுமா?

3-6-1934

12

கர்ஸன் பிரபுவின் கருணை இல்லாத ஆக்ஷி முறை

மகாராஷ்டிர நாட்டில் மாண்புற நடைபெற்ற மறியல் வேலைகள்

ஸ்ரீ திலக மகரிஷி மீண்டும் கைதியானார்

1908–ம் வருடத்தில் நிகழ்ந்த சம்பவங்கள்

அதிகாரப் பிரிவினைக் கமிஷன் முன் சாக்ஷியம்

லார்டு கர்ஸனுடைய அதிக்கிரமச் செயல்கள் எல்லா அதிகாரங்களும் இந்தியா கவர்ன்மெண்டிடம் சேர்ந்திருக்கிற தன்மையைக் காட்டிற்று. அவ்வதிகாரச் சேர்க்கையைக் குறைத்து மத்திய கவர்ன்மெண்டின் அதிகாரங்களைப் பிரித்து, மாகாண கவர்ன்மெண்டுகளுக்குக் கொடுக்கும் நோக்கத்தோடு ஒரு விசாரணைக் கூட்டத்தார் (அதிகாரப் பிரிவினைக் கமிஷன்) 1908–ம் வருஷம் தொடக்கத்தில் நியமிக்கப்பட்டனர். அக்கூட்டத்தார் முன் சாக்ஷியம் சொன்னவர்களில் ஸ்ரீ திலகர் ஒருவர். அவருடைய சாக்ஷியம் இன்றும் ஒரு பெயர்பெற்ற தஸ்தாவேஜாக மதிக்கப்படுகின்றது. அவருடைய பாகுபாடு முற்றிலும் சரியாகவும், அவருடைய வாதம் முற்றிலும் தர்க்க ரீதியாகவும், அவர் கூறிய குணதோஷங்கள் மனத்தில் ஊன்றிப் பதிவனவாகவும் இருந்தன. சாட்சியத்தின் முடிவுரைகள் பாராட்டத்தக்கவையாகவும் இங்கு எடுத்தெழுதத் தக்கவையாகவும் இருக்கின்றன.

“ஆள்கையையும் அதிகாரத்தையும் ஓர் உத்தியோகஸ்தரிடமிருந்து மற்றோர் உத்தியோகஸ்தருக்கு

மாற்றுவது, என்னுடைய அபிப்பிராயத்தில், ஆதிகாலத்தில் உத்தியோகஸ்தர்களுக்கும் ஜனங்களுக்கும் ஏற்பட்டிருந்த நல்லுணர்ச்சியைத் திருப்பி உண்டுபண்ணப்போவதில்லை. இங்கிலிஷ் படிப்பானது ஜனங்களுக்குள் புதிய எண்ணங்களையும் புதிய கோரிக்கைகளையும் உண்டுபண்ணியிருக்கின்றது. இந்தத் தேசீயக் கோரிக்கைகள் நிறைவேற்றப்படாமல் இருக்கும் வரையில், உத்தியோகஸ்தர்களுக்கும் ஜனங்களுக்கும் இடையில் உண்டாயிருக்கிற பிளவை எந்தவிதமான அதிகாரப் பிரிவினையும் நீக்க முடியாது. அஃது அப்பிளவைக் குறைக்கக்கூட முடியாது. அது ஜனங்களாலாவது அவர்களுடைய தலைவர்களாலாவது வேண்டப்படவில்லை. அதிகாரப் பிரிவினையின் அசைகின்ற அலையானது, இராஜாங்க உத்தியோகஸ்தர்களுக்கு அதிகம் அல்லது குறைந்த ஊக்கத்தை அளிக்கலாம். ஆனால், அஃது ஆள்வோருக்கும் ஆளப்படுவோருக்கும் உண்டாயிருக்கிற நாளுக்கு நாள் வளர்ந்துகொண்டிருக்கின்ற பிளவை நீக்க முடியாது. சுய அரசாட்சியைக் கொண்டுள்ள தேசங்களின் அந்தஸ்துக்கு இந்தியாவை உயர்த்த வேண்டுமென்ற நோக்கத்தோடு ஜனங்கள் தங்கள் காரியங்களை நிர்வகிப்பதில் நாள் தோறும் வளரும் தாராளத்தோடும் அகன்ற அனுபத்தோடும் மென்மேலும் அதிக அதிகாரங்களைப் பெற்றாலன்றி அதிகாரப் பிரிவினை அப்பிளவை நீக்க முடியாது!”

1908ல் திலகர் செய்த செயல்கள்

1908–ம் வருஷம் முழுவதும் திலகர் பலவகையான தேசீய வேலைகளையும் செய்துகொண்டிருந்தார். ‘இராஷ்டா மாதா’ என்னும் ஒரு மகாராஷ்டா தினசரிப் பத்திரிகையைத் தொடங்குவதற்காக அவர் பொருள் சேகரித்தார். அந்தப் பத்திரிகை ஜூன் மாதத்தில் வெளிவந்தது. ஸ்மார்த்த வித்தியாலயத்தின் செல்வ நிலைமையைப் பலப்படுத்துவதற்காக அவர் மகாராஷ்டா தேசத்தில் சுற்றுப்பிரயாணம் செய்து ரூபாய் 50,000 சேகரித்தார். மார்ச்சு மாதத்தில் பூனா ஜில்லாக் காண்பரன்ஸ் சம்பந்தமான வேலைகளைச் செய்துகொண்டிருந்தார். அதற்குப் பின் மகாராஷ்டா தேசத்திலுள்ள கள்ளுக்கடைகளிலும் சாராயக் கடைகளிலும் மறியல் செய்வதற்கு வேண்டிய ஏற்பாடுகளைச் செய்தார். பின்னர், துலியா நகரில் நடந்த மாகாணக் காண்பரன்ஸுக்குச் சென்றார். ஏப்ரல் மாதத்தில் நடந்த சம்பவம் (வங்காள ராக்ஷஸக் கொலைகள்) தேசத்திலும், இந்திய–இங்கிலீஷ்காரருடையவும் இராஜாங்கத்தாருடையவும் பார்வையிலும் ஒரு பெரிய மாறுதலை உண்டுபண்ணிற்று.

இந்த மாறுதலால் ஒரு சிறிதும் சஞ்சலம் அடையாது, திலகர் தமது வேலையைச் செய்துவந்தார். மகாராஷ்டா

தேசம் முழுவதிலும் மறியல் வேலை செய்வதற்குத் தக்க கூட்டங்களை உண்டுபண்ணினார். இந்தக் கூட்டத்தார்கள் செய்த வேலைகள் உண்மையான சாரமான நீடித்த பலனைக் கொடுக்கும்படியானவையாகவும் சமாதானமாகவும் பூரண மாகவும் இருந்தன. சட்டத்தையும் சமாதானத்தையும் பாது காக்கும் அதிகாரிகள் அக்கூட்டத்தார்களின் வேலைகளில் பிரவேசித்தபோதிலும் அவ்வேலைகள் சமாதானமாக நடை பெற்றன. உதாரணமாக லோனாவளை டிஸ்டிரிக்ட் மேஜிஸ் டிரேட் 'கார்னா நகரத்திலும், லோனாவளை நகரத்திலுமுள்ள நாட்டு மதுபானக் கடைகளுக்குக் குடிக்கச் செல்லுபவர்களைத் தடுப்பதற்காக ஜனங்கள் அக்கடைகளின் பக்கங்களில் கூட்டம் கூடியிருத்தலாகாது' என்று ஓர் உத்தரவு பிறப்பித்தார். ஒரு பெரிய மகாநாடு கூடி அந்த டிஸ்டிரிக்கு மேஜிஸ்டிரேட் உத்தரவு கண்டிக்கப்பட்டது. திலகரும் மற்றவர்களும் அடங்கிய ஒரு ஜனப் பிரதிநிதிக் கூட்டத்தார் பம்பாய் கவர்னராயிருந்த ஸர் ஜார்ஜ் கிளார்க் (இப்பொழுது சிடனாம் பிரபு) துரையவர் களைக் கண்டு மதுபான விலக்குச் சங்கங்களின் நோக்கங்களை எடுத்துக் கூறினார். கவர்னர் மிகப் பிடிவாதமாயிருந்தார்; பிரதிநிதிக் கூட்டத்தார் தாம் கோரிய பலனை அடையவில்லை.

இந்த வேலைகளுடன் திலகர் காங்கிரஸ் சமாதானத்திலும் ஈடுபட்டிருந்தார். வங்காள மாகாணக் காண்பரன்ஸ் வழி காட்டியாய் விளங்கிற்று; தேசீயவாதிகளுக்கும் மிதவாதி களுக்கும் பூரண ஒற்றுமை நிலவியது. சுதேசியம், பஹிஷ்காரம், தேசீயக் கல்வி, சுயராஜ்யம் இந்த நான்கு விஷயங்களைப் பற்றிய தீர்மானங்கள் தேசீயவாதிகள் திருப்தியடையும் விதத்தில் செய்யப்பட்டன. பம்பாய் மாகாணக் காண்பரன்ஸ் வங்காளத்தைப் பின்பற்றி நடக்கும்படியாகத் திலகர் தம்மாலான முயற்சிகளெல்லாம் செய்தார். ஆனால் அந்தக் காண்பரன்ஸ் நடப்பதற்கு முன்னர் மிதவாதிகள் அலகாபாத்தில் ஒரு கூட்டம் கூடி ஒரு விதியை ஏற்படுத்தினார்கள். அது தேசீயவாதிகளுக்குச் சிறிதும் பிடிக்கவில்லை. அப்போது விதியை நிர்ணயம் பண்ணுகிற வெடிகுண்டு வாராதிருந்தால், திலகர் இரு கட்சிக்காரர்களையும் எப்படியாவது ஒற்றுமைப் படுத்தியிருப்பார். ஏப்பிரல் மாதம் 30–ம் தேதி மிஸ்டர் கென்னடி துரையின் மனைவியாரும் மகளும் சுட்டுக்கொல்லப் பட்டனர். இது கடுமையான முடிவுகளை உண்டுபண்ணி விட்டது. இந்திய இங்கிலீஷ்காரர் புத்தியை இழந்தவர்களாகி பதிலுக்குப் பதில் தீங்கு செய்யவேண்டுமென்று கூச்சலிட்டனர். மிதவாதிகள் பீதியால் நடுங்கிக்கொண்டிருந்தார்கள். கவர்ன் மெண்டார் பைத்தியம் பிடித்தவர்களாகி, அடக்குமுறைகளைக் கைக்கொண்டார்கள். திலகரின் நிலைமையும் அவர் கட்சி யாரின் நிலைமையும் பொறாமைப்படக் கூடாததாகிவிட்டது.

தமக்கு விரோதமாகக் கிளம்பிய எண்ணிறந்தவர்களாலும் அதைரியம் அடையாது, திலகர் அவ்விராக்ஷதச் செயலுக்குக் காரணம் அந்நிய இராஜாங்கத்தின் அனுதாபமற்ற அரசாட்சி முறையே என்று எடுத்துக்காட்டினார். கவர்ன்மெண்டார் அவ்விராக்ஷதச் செயலுக்குக் காரணம் கிளர்ச்சிக்காரர் களுடைய கிளர்ச்சியே என்று கூறினர். திலகரும் மகாராஷ்டா தேசத்திலுள்ள மற்றைய 24 தேசீயத் தலைவர்களும் வங்காளத் தில் நிகழ்ந்த பலாத்காரச் செயல்களுக்காகத் தாங்கள் விசனப் படுவதாக வெளியிட்ட அறிக்கை கவனிக்கப்படவில்லை. ஜூன் மாதம் 24–ம் தேதி இந்தியன் பெனல் கோர்டு 124–ஏ, 153–ஏ பிரிவுகளின்படி இராஜ நிந்தனைக்காகவும் ஜாதி நிந்தனைக்காகவும் திலகர் கைது செய்யப்பட்டு பம்பாய் ஹைக்கோர்ட்டு செஷன்ஸ் விசாரணைக்காகக் கமிற்று செய்யப்பட்டார்.

17-6-1934

13

மகாராஷ்டிர மகரிஷி மீது சர்க்கார் சதி வழக்கு

ஸ்ரீ திலகரின் திறமைவாய்ந்த குறுக்குவிசாரணை
ஆறு வருடங்கள் அஞ்ஞாதவாசத் தீர்ப்பு
பாரத மக்களின் துக்க கொண்டாட்டம்
சிறைவாசத்திற்குப் பின்னர் சுயஆக்ஷிக் கிளர்ச்சி

கேஸ் விசாரணை

திரு. முகமது அலி ஜின்னா திலகருக்காக ஆஜராகி, ஜூலைமீ 2ம்வ திலகரை ஜாமீன் பேரில் விடும்படியாக மனுச்செய்தார்; ஜாமீன் மறுக்கப்பட்டது. விசேஷ ஜூரிகளால் திலகர் விசாரணை செய்யப்பட வேண்டுமென்று தீர்மானிக்கப்பட்டது. எதிரிக்குத் திரு. பாப்டிஸ்டா ஆஜராகி, ஜூரிகளில் ஐரோப்பியர் பெரும் பான்மையராயிருப்பாராயின் அது திலகருக்கு மிகமிகத் தீங்கு விளைப்பதாயிருக்கும்; ஏனெனில், நிருபங்கள் எழுதப்பட்ட மகாராத்தி பாஷையை ஐரோப்பியர் அறிந்துகொள்ள முடியாது; அன்றியும், ஐரோப்பியருக்கு விரோதமான உணர்ச்சியை உண்டுபண்ணினாரென்பது திலகர் பேரில் ஏற்படுத்தியுள்ள குற்றங்களில் ஒன்று என்று வாதித்தார். திரு. பாப்டிஸ்டாவின் வாதங்கள் எவ்வளவு நியாயமானவையாயிருந்தபோதிலும் அவை ஜட்ஜியின் செவிகளுள் நுழையவில்லை; சாதாரண ஜூரர்களுக்குப் பதிலாக விசேஷ ஜூரர்கள் ஏற்படுத்தப்பட்டார்கள். ஜூலைமீ 13ம்வ விசாரணை ஆரம்பிக்கப்பட்டது. உண்மையில் ஜூன்மீ 9–ம்வ வெளியான ஒரே ஒரு

நிருபம்தான் மூன்று வெவ்வேறான குற்றங்களுக்கும் மூன்று தண்டனைகளுக்கும் தீர்ப்புகளுக்கும் ஆதாரமாகக் கொள்ளப் பட்டது. அந்நிருபத்திலுள்ள ஆக்ஷேபிக்கப்படத்தக்க வாக்கியங் கள் இன்னவை என்றுகூட எடுத்துச்சொல்லப்படவில்லை. வாதிபக்கம் சாக்ஷிகளில் சிலரைத் திலகர் செய்த குறுக்கு விசாரணையானது ஆராய்தல்மயமாயும் பூரணமாயும் இருந்தது; அதனைப் பார்த்து வக்கீல் உலகம் திலகர்பால் மிக்க மதிப்புக் கொண்டது. அவருடைய நிருபத்தின் இங்கிலீஷ் மொழிபெயர்ப்புச் சரியானதன்று என அவர் ரூபித்துவிட்டார். அவருடைய வீடு சோதனை செய்யப்பட்டது. 'தற்காலத்து வெடிகுண்டுகளைப் பற்றிய சிறு புத்தகம்,' 'வெடியுப்பு–வெடி குண்டுகள்' என்னும் இரண்டு புத்தகங்களின் பெயர்களைக் கொண்டுள்ள ஒரு போஸ்டுகார்டு அகப்பட்டது; இந்தப் போஸ்டுகார்டு அவருக்கு விரோதமாக உபயோகப்படுத்தப் பட்டது. அவர் ஒரு நீண்ட சமாதானம் சொன்னார்; அச்சமாதானத்தின் நீட்சியால் வாதிபக்கம் வாதத்திற்குப் பதில் சொல்லும் பாத்தியத்தைக்கூட அவர் இழந்துவிட்டார். அவர் 21 மணி நேரத்திற்கு மேல் பேசினார். அவருடைய பேச்சு நியாயஸ்தலவாதங்களிலெல்லாம் மிகமிகப் புகழ் பெற்றவற்றில் ஒன்றாக இன்றும் கருதப்படுகின்றது.

திலகருடைய வாதத்திற்கு அட்வக்கேட் ஜெனரல் சொல்லிய பதில் வெறும் நிந்தனையாயும் மரியாதையென்பதே இல்லாததாயும் இருந்தது. ஜூரர்கள் திலகர் குற்றவாளி யென்று அபிப்பிராயம் சொன்னார்கள். ஜட்ஜ் திலகரைப் பார்த்து "நீர் ஏதேனும் சொல்ல விரும்புகிறீரா?" என்று கேட்டார், திலகர் பின்வரும் வார்த்தைகளைச் சொன்னார்: "நான் சொல்ல விரும்புவதெல்லாம் ஜூரர்கள் நான் குற்றவாளி யென்று சொல்லியபோதிலும் நான் நிர்அபராதியென்றே சொல்லுகிறேன். உலகப்பொருள்களின் விதிகளை ஆள்கின்ற மேலான சக்திகள் இருக்கின்றன; நான் எந்தக் காரியத்திற்காக உழைக்கின்றேனோ அந்தக் காரியம் நான் வெளியில் இருப்பதைப்பார்க்கிலும் சிறையுள் இருப்பதால் அதிக நன்மையை அடையுமென்பது கடவுளுடைய விருப்பமா யிருக்கலாம்."

ஜட்ஜ் ஜூரர்களுடைய அபிப்பிராயத்தை ஏற்றுக் கொண்டு ஆறு வருஷம் நாடுகடத்தல் தீர்ப்புச் சொன்னார். திலகருக்கு விரோதமாகச் சொல்லிய தீர்ப்புச் சமாசாரம் உலர்ந்த புல்காட்டில் நெருப்புப் பரவியது போல நகரெல்லாம் நிமிஷத்தில் பரவிவிட்டது. கடைகள் அடைக்கப்பட்டன; கலாசாலைகளும் கல்லூரிகளும் நிர்மானுஷீகமாய்விட்டன; பம்பாய் மில் தொழிலாளிகள் ஆறுநாள் வேலைநிறுத்தம்

செய்து வெளியேறிவிட்டார்கள். திலகர் முதலில் சபர்மதி ஜெயிலுக்குக் கொண்டுபோகப்பட்டார். பின்னர், அங்கிருந்து மாந்தலை (பர்மா) நகருக்குக் கொண்டுபோகப்பட்டார். “20 அடி நீளமும் 12 அடி அகலமுமுள்ள ஓர் அரங்கில் அடைக்கப்பட்டிருந்தாலும், அவர் ருக்கு வேதத்தின் ஆதிகாலத்து ஆரியப் போர்வீரர்களுடன் வேட்டைக்கு வெளியே செல்லக்கூடும்; தலைக்குமேலே வானத்தின் உச்சியில் துருவ நக்ஷத்திரத்துடன் பிராதக் காலதேவதையின் மேலான மகிமையை அனுபவிக்கக்கூடும்; தங்களுடைய வேதியர்களைச் சூழ்ந்திருந்துகொண்டு யாக பலியிடுவோர் களுடைய சடங்குகளின் இரகசியங்களைப் பற்றி ஆராய்ச்சி செய்யக்கூடும்; குருக்ஷேத்திரத்தில் கௌரவர்களுடையவும் பாண்டவர்களுடையவும் எண்ணிறந்த படைகள் சந்தித்த போது நடக்கக்கூடிய ஆயுதச் சண்டையைப் பார்த்துப் பலாபலன்களைப் பேசக்கூடும்; அர்ஜுனனுக்கு ஸ்ரீ கிருஷ்ண பகவான் தெய்வ உச்சரிப்போடு சொல்லிய பகவத் கீதையைக் கேட்கக்கூடும்; உலக சரித்திராதிபனுடைய சரித்திரத்தின் ஆசிரியர்களோடு உலகத்தைச் சுற்றி யாத்திரை செய்யக்கூடும்.” 1914–ம் வருஷம் ஜூன் மாதம் 16ந் தேதி நடுராத்திரியில் திலகர் பூனா நகரத்திலுள்ள அவருடைய வீட்டின் முன்பு விடுதலை செய்யப்பட்டார்.

சுய அரசாட்சி கிளர்ச்சிக்கு முன்னர்

திலகரை குரூரமாக நடாத்தியது கவர்ன்மெண்டார் தேசீயக் கிளர்ச்சியை நசுக்குவதற்காகக் கையாண்ட பல முறைகளில் ஒன்று. தேசம் முழுவதிலும் மிதவாதக் கட்சியாரின் உதவியைக் கொண்டு தேசீயவாதிகளை முற்றிலும் தோற்கடிப் பது கவர்ன்மெண்டாருக்கு மிக எளிதாயிருந்தது. அவ்வாறே காரியம் நடந்தது. திலகர் செய்த காரியங்களெல்லாம் அவர் இல்லாத காலத்தில் அழிக்கப்பட்டன; தேசீயக் கலா சாலைகள் காலிசெய்யப்பட்டன; தேசீய சங்கங்கள் ஒழிக்கப் பட்டன; ஜனத் தலைவர்கள் அவர்களுடைய வேலை ஸ்தாபனங்களிலிருந்து கவர்ன்மெண்டாரால் துரத்தப் பட்டனர்; அல்லது அவர்களே தங்கள் வேலை ஸ்தானங்களை விட்டு வெளியேறிவிட்டார்கள். இந்தியன் நேஷனல் காங்கிரஸ் பம்பாயின் சுயாதிபதியாகிய ஸர் பி.எம். மேத்தாவின் தலைமையிலும், அவர் போகும் முகாம்களுக்கு அவர் பின்னால் செல்லுகிற திரு. ஜி.கே. கோக்கேல் தலைமையிலும் ஒரு பொம்மைக்கூட்டமாய் விட்டது. மிண்டோ–மார்லே சீர்திருத்தங்கள் மிதவாதிகளை மயக்கிவிட்டன.

அதே சமயத்தில் கவர்ன்மெண்டார் அநேக அடக்குமுறை களைக் கையாண்டனர். திலகர் மாந்தலையிலிருந்து

திரும்பிவந்தபொழுது, அவருடைய கட்சியார் துர்ப்பலப்பட்டிருக்கவும், பொது வாழ்க்கை ஒரு பக்கத்தில் கவர்ன்மெண்டாருடைய மிரட்டுதலாலும், மற்றொரு பக்கத்தில் கவர்ன் மெண்டுத் தேவதைகளிடம் வரங்கள் கேட்டு அவர்கள் கொடுக்கும் பிச்சைகளால் திருப்தியடைந்துகொண்டிருக்கிற ஒரு சில இந்தியருடைய இச்சகப் பேச்சாலும் நடை தவறி நிற்கவும் கண்டார். அவர் இந்தியன் நேஷனல் காங்கிரஸ் ஒரு பலஹீனமான கோழைக் கூட்டமாயும், பிச்சை கேட்கும் சொற்களோடு கவர்ன்மெண்டு அதிகாரிகளின் அடிகளில் தொங்கிக்கொண்டிருக்கவும் கண்டார். என்றாலும், விமோசன குறி ஒன்று இருந்தது; அதிசயிக்கத்தக்க திறமையுடைய மேதாவியும், பல தேசங்களிலும் புகழ் பரப்பியவரும், இந்தியாவின் உண்மை நண்பருமான ஸ்ரீமதி பெஸண்டு அம்மையார் இராஜீய வேலைகளில் பிரவேசித்துக்கொண்டிருந்தார். அவர் இந்திய ராஜீய விஷயங்களில் பிரவேசித்ததானது தேசீய இயக்கத்திற்கு ஓர் அபாய காலத்தில் பலத்தைக் கொடுத்தது. ஆரம்ப காலத்தில், அவர் காங்கிரஸைப் பலப்படுத்துவதற்காக பலதரப்பட்ட கட்சியார்களையும் ஒன்றுபடுத்துவதில் தமது கவனத்தையெல்லாம் செலுத்திவந்தார். திலகருடைய வேலை முறையும் சற்றேறக்குறைய அதுவாயிருந்தது. காங்கிரஸ்–இராஜியும், தேசீயக் கட்சியைப் புதுப்பிப்பதும், சுய அரசாட்சிக்காக ஒரு பலத்த கிளர்ச்சியை உண்டுபண்ணுவதும் அவர் வேலைமுறை. சிறிதும் காலதாமதம் செய்யாமல் அவர் தமது வேலையைச் செய்யத் தொடங்கினார்.

இச்சமயத்தில்தான் இங்கிலாந்துக்கும் ஜெர்மனிக்கும் பெரிய யுத்தம் கிளம்பிற்று. திலகர் மாந்தலையிலிருந்து திரும்பிவந்த பின்னரும் கவர்ன்மெண்டாரால் மிகமிக அநியாயமாக நடத்தப்பட்டபோதிலும், கவர்ன்மெண்டுக்குக் கீழ்ப்பட்ட குற்றம் காணும் ஒற்றர்களாலும் மற்றையவர்களாலும் மிகக் கொடுமையாக நடத்தப்பட்டபோதிலும் அவர் கவர்ன்மெண்டுக்கு விரோதமான உணர்ச்சியைக் கொள்ளாமல், இங்கிலாந்தின் ஆபத்துக்காலத்தில் அதற்கு உதவிசெய்ய முன்வந்தார். அவருடைய எதிரிகளிற் சிலர் அவருடைய இராஜவிசுவாச அறிக்கைக்கு விரோதமாயிருந்தனர். "இந்த ஆபத்துக்காலத்தில் பெரிய அல்லது சிறிய, வலிய அல்லது எளிய இந்தியர் ஒவ்வொருவருடைய கடமையும் அவரவர் சக்தியனுசாரம் சக்கரவர்த்தியின் கவர்ன்மெண்டுக்கு உதவிபுரிதலேயாகும்" என்று அவர் ஓர் அறிக்கையை வெளியிட்டார். அவருடைய இவ்வறிக்கையானது அவரைப் பற்றி ஏற்பட்டிருந்த தப்பபிப்பிராயத்தின் பெரும்பாகத்தை நீக்கிற்று. அதனால் பம்பாய் 'அட்வகேட் ஆப் இந்தியா' பத்திரிகையுங் கூடத் திலகரை "'நம்முடைய இராஜவிசுவாசமுள்ள சிநேகிதர்

களில் ஒருவர்' எனக் கூறி, அவரிடமிருந்து பிரிந்தவர்கள் தங்கள் தவறை ஒப்புக்கொண்டு அதிவிரைவில் கண்ணியமாக நடந்துகொள்ள வேண்டும்" எனக் கேட்டுக்கொண்டது.

திலகருடைய போக்கின் மாற்றத்தை தமக்கு அநுகூலமான சந்தர்ப்பமாக உபயோகித்துக்கொண்டு, ஸ்ரீமதி பெஸண்டு அம்மையார் மிகத் தூஷிக்கப்பட்ட மிதவாதிகளுக்கும் மிகக் கஷ்டப்படுத்தப்பட்ட தேசீயவாதிகளுக்கும் ஓர் இராஜி ஏற்படுத்துவதற்காக மிகக் கடுமையாக வேலைசெய்தார். அவர் ஸர் பி.எம். மேத்தாவைக் கண்டு பேசினார். அம்மை யாருடைய இராஜி நிபந்தனைகளை ஏற்றுக்கொள்ள மறுத்து திலகரும் அவருடைய 'கொள்ளிக்கட்டைகளும்' காங்கிரஸ்க்குள் மறுபடியும் பிரவேசிப்பதை ஸர் மேத்தா ஆக்ஷேபித்தார். மேத்தாவின் ஒன்றுக்கும் இணங்காத பிடிவாதமான நடக் கையைப் பார்த்துக் கோபங்கொண்டு ஸ்ரீமதி அம்மையார் அவருடைய 'நியூ இந்தியா' பத்திரிகையில் 'முன்னேறிச் செல்ல மனம் இல்லாதவர்களையும், முன்னேறிச் செல்வதற் குரிய முயற்சிகளையெல்லாம் பிற்போக்கானவையென்று கருதுகிறவர்களாயும் இருக்கிற பழைய காங்கிரஸ் தலைவர்கள்' என்னும் பெயர்பெற்ற நிருபத்தை எழுதினார்.

இராஜி வழியில் வேறு கஷ்டங்களும் இருந்தன. திலகரும் மற்றைய தேசீயக் கக்ஷித் தலைவர்களும் இல்லாத காலத்தில் தேசீயவாதி ஒருவன் காங்கிரஸ் பிரதிநிதியாவதற்கு வழி யில்லாதவிதமாகக் காங்கிரஸ் விதிகளைக் கடுமையாகவும் ஒடுங்கியவையாகவும் மிதவாதிகள் செய்துவிட்டார்கள். ஸ்ரீமதி பெஸண்டு அம்மையார் இந்தத் தடையை நீக்க விரும்பினார். இந்த நோக்கத்தோடு பெஸண்டு அம்மையார் 1914–ம்ஸு க்குக் காங்கிரஸில் தேசீயவாதிகள் பிரதிநிதிகளாய்க் காங்கிரஸ்க்குச் செல்லும்படியான விதத்தில் காங்கிரஸ் விதிகளில் இருபதாவது பிரிவைச் சீர்திருத்த வேண்டுமென்று ஒரு பிரேரேபணை கொண்டுவரப்போவதாகச் சொன்னார். இராஜி முடியாமற்போனதற்குரிய சந்தர்ப்பங்களைப் பின்வரு மாறு 'அமிர்த பஜார் பத்திரிகை' எழுதிற்று:

"1914–ம்ஸுத்து மதராஸ் காங்கிரஸின் பொதுக்காரியதரிசி யாகிய திரு. சுப்பராவுடன் ஸ்ரீமதி பெஸண்டு அம்மையார் 1914–ம்ஸு டிசம்பர் மீ முதல் வாரத்தில் பூனாவுக்குச் சென்று திலகர், கோக்கேல் முதலிய பூனாத் தலைவர்களைக் கண்டு பேசினார். காங்கிரஸ் விதிகளில் 20வது பிரிவிற் செய்யவேண்டு மென்ற திருத்தத்தை எல்லாரும் ஒப்புக்கொண்டனர். அதற்குப் பின்னர் திரு. சுப்பராவ் ஸர் பிரோஸிஷா மேத்தாவிடம் ஆலோசிப்பதற்காகப் பம்பாய்க்குச் சென்றார்; அவர் தமது எண்ணம் நிறைவேறாமல் திரும்பினார். பிற்பாடு அவர்

திரு. திலகரைக் கண்டு அவரிடம் நீண்டநேரம் பேசிக் கொண்டிருந்தார்; அப்பேச்சினால் திரு. சுப்பராவ் அச்சம் அடைந்தார்; அவ்வச்சத்தை அவர் திரு. கோக்கேலுக்குத் தெரிவித்தார்; அவரும் அச்சம் அடைந்தார். திரு. திலகர் மறுபடியும் காங்கிரஸ் பந்தருள் பிரவேசித்தால் பழைய சண்டையை மீண்டும் தொடங்குவதற்கு ஓர் அடையாளமே யாகும் என்று திரு. கோக்கேல் நம்பினார். ஆதலால், அவர் பெஸண்டு அம்மையார் பிரேரேபித்த திருத்தத்தை ஆதரிப்பதாகக் கொடுத்திருந்த வாக்கை வாபஸ் வாங்கிக் கொண்டு அவ்வாறு ஸ்ரீமதி பெஸண்டு அம்மையாருக்கு வாய்மொழிச் சமாசாரம் சொல்லி அனுப்பினார். தேர்ந் தெடுக்கப்பட்டிருக்கிற காங்கிரஸ் தலைவரிடமிருந்து தமக்கு வந்த ஒரு கடிதத்திற்குப் பதிலாகத் திரு. கோக்கேல் தமது அபிப்பிராயத்தை மாற்றிக்கொண்டதற்குரிய காரணங்களைக் கண்டு ஓர் அந்தரங்கக் கடிதம் எழுதினார். அக்கடிதம் அல்லது அதன் திருத்தப்பட்ட பிரதி உடனே ஒரு பொதுச் சொத்தாய்விட்டது. திலகர் காங்கிரஸில் பிரவேசித்தால் ஐரிஷ்காரர்களைப் போல் கவர்ன்மெண்டைப் பகிஷ்கரிப்ப தற்கும் முட்டுக்கட்டை போடும் முறைகளை அனுசரிப்பதற்கும் எண்ணம் கொண்டிருக்கிறதாகத் திலகர் பகிரங்கமாகச் சொல்லியதாக அக்கடிதத்தில் எழுதப்பட்டிருந்தது. இந்தக் காரியம் விஷயாலோசனை சபையின் கவனத்திற்கு முதன்மை யாகக் கொண்டுவரப்பட்டது. அதனால் அச்சபையின் அங்கத்தினர்களிற் பலர் சிறந்த மகாராஷ்டிர தேசாபி மானிக்குப் புறத்தில் விரோதமான அபிப்பிராயம் கொண்ட வர்களாய்விட்டார்கள். இதற்கு மத்தியில் ஸ்ரீமதி பெஸண்டு அம்மையார் திரு. திலகருக்குத் தந்தி அனுப்பி அவர் மேற் கண்டவாறு சொல்லியது மெய்யா? பொய்யா? என்று வினவினார். அவர் அவ்வாறு சொல்லியதாகச் சொல்வது முழுப்பொய்யென்று தெரிவித்ததுமல்லாமல், அவருடைய சகாக்களிலும் சீஷர்களிலும் அநேகர் சட்டசபைகளிலும், முனிஸிப்பாலிற்றிகளிலும், டிஸ்டிரிக்டு போர்டுகளிலும் அங்கத்தினர்களாய் உண்மையில் ஊழியம் செய்துகொண் டிருக்கிறார்களென்றும் தெரிவித்தார். திரு. திலகருடைய தந்தி மிகமிகத் தாமதமாய் வந்தது; அதனால் காரியங்களைச் சரிப்படுத்த முடியவில்லை. அவரிடம் மன்னிப்புக் கோரி, அவர் மீது கொண்டுவரப்பட்ட குற்றங்கள் வாபஸ் வாங்கிக் கொள்ளப்பட்டன; இராஜிப் பேச்சுக்கு வாயுதாப் போடப் பட்டு, அதற்காக ஒரு கமிட்டி நியமிக்கப்பட்டது; அதனால் திலகரின் விரோதிகள் வெற்றியடைந்தார்கள். இராஜி விஷயத்தை ஆலோசிப்பதற்காக மதராஸில் நியமிக்கப்பட்ட கமிட்டியார் ஓர் அறிக்கை தயாரித்து அனுப்பினர்.

அவ்வறிக்கை 1916–ம் ஹு நடந்த பம்பாய்க் காங்கிரஸில் ஆலோசிக்கப்பட்டது; சட்ட வரம்புக்குட்பட்ட வழிகளால் பிரிட்டிஷ் சாம்ராஜ்யத்திற்குட்பட்ட குடியேற்ற நாடுகளின் சுய அரசாட்சியைப் போன்ற சுய அரசாட்சியை இந்தியா அடைய வேண்டுமென்பதை ஒரு நோக்கமாகக் கொண்டதும் 1915–ம் ஹு டிசம்பர்மீ 31ம்வயில் இரண்டு வருஷங்களுக்குக் குறையாததாயுமுள்ள ஒரு சபையின் ஆதரவில் கூட்டப்பட்ட பகிரங்கக் கூட்டங்களுக்குக் காங்கிரஸ் பிரதிநிதிகளைத் தெரிந்தெடுக்கும் அதிகாரம் உண்டென்று காங்கிரஸ் விதிகளில் 20வது பிரிவு திருத்தப்பட்டது. இந்த இராஜி அரைமனத்தோடு கொடுக்கப்பட்ட ஒரு கொடையாயினும் திலகர் அதனை முணுமுணுக்காமல் ஏற்றுக்கொண்டார். ஏனெனில், அந்தக் காலத்தில் இந்திய இராஜீயவாதிகளுள் ஒற்றுமையும் கட்டுப்பாடும் வேண்டுமென்று திலகர் கருதினார். 1915–ம் வருஷத்துக் காங்கிரஸ் வாரத்தில் பம்பாயில் செய்த ஒரு பொதுக்கூட்டப் பிரசங்கத்தில், ஸ்ரீமதி பெஸண்டு அம்மையார் காங்கிரஸ் வருஷ முழுவதும் நிலையாகப் பிரசாரம் செய்ய வேண்டுமென்றும், தமது ஆலோசனையைக் காங்கிரஸ் ஏற்றுக்கொள்ளாவிடினும் அவ்வேலையைச் செய்வதற்காகத் தாம் ஒரு சங்கத்தை ஸ்தாபிப்பதாகவும் அனேகமாக அச்சுறுத்தும் தொனியில் பேசினார். திலகரையும் ஸ்ரீமதி பெஸண்டு அம்மையாரையும் ‘அபாயகரமான அமிதவாதிகள்’ என்று கருதிய சில மந்த திருஷ்டியாளர் இந்த விஷயத்தை அங்கீகரிக்கவில்லை. வெளிப்படையாக வாவது அல்லது மறைவாகவாவது செய்யப்பட்ட அத்திருஷ்டியாளருடைய எதிர்ப்பைத் திலகரும் பெஸண்டு அம்மையாரும் பொருட்படுத்தாமல், இந்தியாவுக்குச் சுய அரசாட்சி வேண்டுமென்று ஒரு பெரிய கிளர்ச்சியைத் தொடங்கினர்; சர்வ இந்தியா சுய அரசாட்சி சங்கத்தை ஸ்தாபித்து, தேசத்தின் எல்லாப் பாகங்களிலும் அதன் கிளைகளை ஏற்படுத்தினர். அதன் வேலைகளைத் திலகர் மகாராஷ்டா தேசத்திலும், பெஸண்டு அம்மையார் சென்னை மாகாணத்திலும் செய்து வந்தனர்.”

10-6-1934

14

பிரிட்டனின் ஆபத்திற்கு உதவிய பிரிய நண்பர்

மகாயுத்த காலத்தில் இங்கிலாந்துக்குப் பலம் தேடப் பாடுபட்ட இந்திய வீரர்

ஸ்ரீ திலக மகரிஷியின் மகத்தான மனோபாவம்

யுத்தத்தை வெற்றிகரமாக நடத்த இங்கிலாந்துக்கு உதவி புரிதற்காகத் திலகர் மகத்தான வேலை செய்தார். பிரிட்டிஷ் சிம்மாசனத்திற்கும் பிரிட்டிஷ் சம்பந்தத்திற்கும் அவர் எப்பொழுதும் விசுவாசமுள்ளவராயிருந்ததினால், தமது தேசத்தின் இராஜீய விதிகள் தற்காலம் பெரிய பிரிட்டனுடைய இராஜீய விதிகளோடு பிரிக்க முடியாத விதத்தில் இணைக்கப்பட்டிருக்கிறதாக அவர் கண்டதினால், ஜெர்மனியின் வெற்றியானது குடியாட்சி மீதும் சுதந்தரத்தின் மீதும் தன்னரசாட்சியும் படைப்பலமும் வெற்றி பெற்றதாகுமென்று அவர் கருதியதாலும் அவர் இங்கிலாந்தின் வெற்றிக்காக உதவி புரிந்தார். அவ்வாறு உதவி புரிந்தாலும் இந்தியாவிலுள்ள இராஜாங்கத்தின் பிழைகளைப் பொறுக்க அவரால் முடியவில்லை. அந்த இராஜாங்கம் இராஜ சக்கரவர்த்தியவர்களின் கவர்ன்மெண்டுடைய காரிய நிர்வாகியேயாகும். காரியஸ்தருடைய செயல்களைக் கண்டிப்பதும், கெட்ட காரியஸ்தர் ஒருவரை நீக்கிவிட்டு நல்ல காரியஸ்தர் ஒருவரை நியமிக்கும்படி கேட்பதும் நியாயமேயாகும். திலகர் பிரிட்டிஷ் சம்பந்தத்திற்கு ஒரு சிநேகர்; ஆனால் எப்பொழுதும் தப்பே செய்துகொண்டிருக்கிற சுயநல இராஜாங்கத்திற்கு அவர் ஒரு கடுமையான

விரோதி. இந்த விஷயத்தை இந்திய இராஜாங்கம் அறிந்து கொள்ளவில்லை. இங்கிலாந்தின் ஆபத்துக் காலத்திலும் கஷ்ட காலத்திலும் அதற்கு உதவி செய்வதற்காக அவர் செய்த முயற்சிகளெல்லாம் பயன்படாமல் இந்திய இராஜாங்கம் செய்தது. தம்மால் எத்தனை இளைஞரைப் படை வீரராகச் சேர்க்க முடியுமோ, அத்தனை பேரையும் படை வீரராகச் சேர்ப்பதற்குத் திலகர் பிரயாசைப்பட்டார். "வயதும் நரைத்த உரோமமும் தகுதியற்றவை என்று கருதப்படாவிட்டால், நான் போர்முனைக்குச் சென்று யுத்தஞ் செய்யத் தயாரா யிருக்கிறேன்" என்று அவர் ஒரு தடவை கூறினார்.

அக்காலத்தில் அவர் செய்த எண்ணிறந்த உபந்நியாசங் களில் அவர் இந்தியாவில் ஏராளமான மனிதசக்தி இருக்கிற தென்பதையும், அச்சக்தியை ஜெர்மனிக்கு விரோதமாக இங்கிலாந்து உபயோகிக்கலாமென்றும், அவ்வாறு செய்வதால் இங்கிலாந்தில் கட்டாயமாக இராணுவத்தில் சேரவேண்டு மென்ற விதியை அமுலுக்குக் கொண்டுவர அவசியம் நேரிடாதென்றும் எடுத்துக் கூறினார். ஆனால் அவருடைய உண்மையான இந்தப் பிரார்த்தனைகளெல்லாம் இராஜாங்கத் தாரின் செவிகளுக்குள் நுழையவே இல்லை. இராஜாங்கத்தார் மிதமிஞ்சி மந்தமாயும் தாமதமாயும் இருந்தனர். இராஜாங்கத் தார் முப்பது கோடி ஜனங்களில் *6000* பேர்கள்தான் வேண்டு மென்று விளம்பரம் செய்தனர்! திலகர் அறுபது லெக்ஷம் பேர்களையும், அவர்களுக்கு அதிகமாகவும் தருவதாக வாக்குச் சொன்னார்.

பொறுப்பும் செல்வாக்கும் வாய்ந்த ஓர் இந்தியத் தலைவ ருடைய இவ்வாக்குறுதிகளை யெல்லாம் இராஜாங்கத்தார் பொருட்படுத்தவேயில்லை. அஃதன்றியும், திலகருடைய சொற்களையும் செயல்களையும் சந்தேகத்தோடும் அவ நம்பிக்கையோடும் நோக்கினர். பிரதம மந்திரி இந்திய ஜனங்களுக்கு இயற்கையாயுள்ள இராஜாபிமான உணர்ச்சியை வெளிப்படுத்தும்படியான விதத்தில் அவர்களைத் திருப்தி பண்ணும்பொருட்டுச் சில காரியங்களைச் செய்யும்படியாக இந்தியா கவர்ன்மெண்டைக் கேட்டுக்கொண்டார். அவ்வாறே இந்திய கவர்ன்மெண்டார் இந்தியாப் பாதுகாப்புச் சட்டத்தைச் செய்தனர். புத்திசாலியான பஞ்சாப் கவர்ணரும் டில்லி நகரின் போலிஸ் கமிஷனரும் தங்கள் மாகாணத்துள் திலகர் பிரேவசிக்கக் கூடாதென்று உத்தரவுகள் பிறப்பித்தனர். சென்னை மாகாண கவர்னரும், பேர்போன ஸர் மிக்கேல் ஓட்வியரும் சுய அரசாட்சி கேட்பதைப் பற்றிக் கடுமையான சொற்களால் கண்டித்தனர். கவர்ண்மெண்டின் புத்தியீன மான இந்த செயல்களைத் திலகர் அமைதியோடு ஏற்றுக்

கொண்டு, தமது வேலைகளைச் சிரத்தையோடு செய்துவந்தார். ஒரு பக்கத்தில் யுத்தம் சம்பந்தமான வேலையும், மற்றொரு பக்கத்தில் சுய அரசாட்சிக்காகக் கிளர்ச்சியும் திலகர் செய்து கொண்டுவந்தார். அவர் சுதந்தரமானது தாவாப்படாத விஷயம் அன்றெனவும், தாவா இல்லாத காலத்தை எதிர்பார்த்து இந்தியா காத்திருக்க முடியாதென்றும் திலகர் கூறினார். ஐரோப்பிய போர்க்களங்களில் சுதந்தரத்திற்காகப் போர் செய்துகொண்டு தனக்கு அது மறுக்கப்பட்டபோது இந்தியா சும்மா இருக்க முடியவில்லை. இந்திய–இங்கிலிஷ்காரர் பத்திரிகைகளில் சில சுய அரசாட்சிக் கோரிக்கையை 'இராஜீய வியாபாரம்' எனக் கூறும்படியான அவ்வளவு இழிந்த நிலைக்குப் போய்விட்டன. அஃது எப்படி இருந்தபோதிலும் கானடா தேசமும் ஆஸ்டிரேலியா தேசமும் அவ்வாறு செய்த பின்னர் மிஸ்டர் போனர்லா "இரும்பு சூடாயிருக்கும்போதே அதனை அடிப்பாயாக" என்று சொன்னதற்குச் சரியாகத்தான் அவ் வியாபாரம் செய்யப்பட்டது.

சுய அரசாட்சிக்காகத் திலகர் செய்த கிளர்ச்சியைப் பற்றி இந்திய–இங்கிலிஷ்காரரான பண்டித சிகாமணிகள் சொல்லியதைத் திலகர் ஒரு துரும்பளவுகூட மதிக்கவில்லை. தம்மால் ஏற்படுத்தப்பட்டதும், திரு. ஜோஸப் பாப்டிஸ்டாவால் தலைமை வகிக்கப்பட்டதுமான பூனா மாகாணக் காண் பரன்ஸுக்கு அவர் சென்று, அதற்கு 1000 பிரதிநிதிகளுக்குமேல் அனுப்பியிருந்த தேசீயவாதிகளின் கக்ஷியைப் பலப்படுத்தினார். 1916–ல் நடந்த பெல்காம் மாகாணக் காண்பரன்ஸும் பூனா மாகாணக் காண்பரன்ஸ் போலவே வெற்றிகரமாக முடிந்து தேசீயவாதிகளின் கக்ஷியைப் பலப்படுத்திற்று. திலகர் நிலைமை யும் அவர் கக்ஷியின் நிலைமையும் சரியான பலமுடையதா யிருந்தது. அவர் விரும்பியபக்ஷத்தில் மிதவாதிகளைச் சண்டைக்கு இழுத்திருக்கக்கூடும். அவர் மிகத் தூரம் பார்க்கக் கூடிய இராஜதந்திரியாயும், உண்மையான தேசாபிமானி யாயும் இருந்தபடியால் அவர் அவ்விதம் செய்யவில்லை. அவர் ஒற்றுமைதான் அக்காலத்தில் தேசத்திற்கு மிகமிக அவசியமாக வேண்டியதென்று கண்டார். இராஜப் பிரதிநிதி சட்டசபையின் பத்தொன்பது அங்கத்தினர்கள் தயார் செய்த சீர்திருத்தங்களைப் பற்றிய குறிப்பில் கண்டவற்றைப் பார்க் கிலும் அதிகச் சீர்திருத்தங்களை இராஜீய நிர்வாகத்தில் தாம் விரும்பியபோதிலும் திலகர் ஒற்றுமையின் நிமித்தமாக அக்குறிப்பில் கண்ட சீர்திருத்தங்களை ஒப்புக்கொண்டார்.

1916–ம் வருஷம் முழுவதும் திலகரும் ஸ்ரீமதி பெஸண்டு அம்மையாரும் அநேகமாக ஒரேவழியில், ஒரே நோக்கத்தோடு வேலை செய்தனர் என்பதைச் சொல்லத் திருப்தியாயிருக்கிறது.

மிதவாதிகளில் ஸ்ரீ வி.எஸ். ஸ்ரீனிவாசஸ சாஸ்திரியாரைத் தவிர மற்றவர்களெல்லாம் ஸ்ரீமதி அம்மையாரோடும் திலக ரோடும் ஒன்றுபட்ட அபிப்பிராயமுடையவர்களாயில்லை. இருந்தாலும், எதிரான ஒரு ஸ்தாபனத்தை உண்டுபண்ண அவர்களுக்குத் தைரியம் இல்லை. கவர்ன்மெண்டார் சுய அரசாட்சி இயக்கத்தை நசுக்குவதில் விருப்பங்கொண்டிருந் தனர்; திலகருக்கும் ஸ்ரீமதி பெஸண்டு அம்மையாருக்கும் ஏராளமான தொந்தரவுகளைக் கொடுத்தனர். *1916*-ம் வருஷம் ஜூலைமீ *23*-ம் திலகருடைய அறுபத்தொன்றாவது பிறந்தநாள் கொண்டாடப்பட்டது. *8000* பேர்கள் அடங்கிய ஒரு பெரிய பொதுஜனக் கூட்டம் நடைபெற்றது. அநேக வாழ்த்துப்பத்திரங்கள் வாசிக்கப்பட்டன. திலகருக்கு ஒரு லெக்ஷம் ரூபாய் அடங்கிய பணப்பையும் வேறு பல விலை யுயர்ந்த பொருள்களும் கொடுக்கப்பட்டன.

24-6-1934

15

சுயாட்சிக் கிளர்ச்சியின் தாதையர்க்கு எதிரான சூழ்ச்சி

ஸ்ரீ திலகரின் மீது தொடர்ந்த வழக்குத் தோல்வி

முஸ்லீம் மகாஜனங்களின் ஏகோபித்த ஆதரவைப் பெற்ற சுயாட்சித் திட்டம்

அடக்குமுறைக்கு இலக்கான அனிபெஸண்டு அம்மை

அரசாங்கத்திற்கு ஏற்பட்ட அகில இந்திய எதிர்ப்பு

நல்நடைக்கை ஜாமீன்

கவர்மெண்டாரும் அவருக்கு ஒரு வெகுமதி அளித்தனர். அதாவது அவர் ஒரு வருஷத்திற்கு நல்நடக்கையோடிருப்பதற்காக அவரிடமிருந்து ரூபாய் 20,000த்திற்கு ஒரு முச்சலிக்காவும், இரண்டு ஜமீன்தார்களிடமிருந்து ஆளுக்கு ரூபாய் 10,000 வீதம் ஜாமீனும் ஏன் வாங்கக் கூடா தென்பதற்குக் காரணம் காட்டும்படியாக அவருக்கு ஒரு நோட்டீஸ் செலுத்தப்பட்டது. கவர்ன் மெண்டார் இதனோடு நின்றுவிடவில்லை. பெல்காம் நகரிலும் அகமெட்நகரிலும் சுய அரசாட்சியைப் பற்றித் திலகர் செய்த இரண்டு பிரசங்கங்கள் ஆக்ஷேபிக்கப்பட்டன. கேஸ் பூனா டிஸ்டிரிக்டு மாஜிஸ்டிரேட் முன் 1919–ம் வருடம் மே மாதம் 7–ந் திகதி விசாரணைக்கு வந்தது. கவர்ன்மெண்டார் சுயஅரசாட்சிக்கு ஆக்ஷேபம் செய்யவில்லையென்றும், சுயஅரசாட்சியைப் பற்றித் திலகர் செய்த பிரசங்கங்களுக்கே ஆக்ஷேபம் செய்கின்றனரென்றும் கவர்ன்மெண்டு வக்கீல் தெளிவாகச் சொன்னார். முன்பின் தொடர்ச்சி

இல்லாமல் சில வாக்கியங்களை மட்டும் அவர் வாசித்து காட்டித் தமது கேஸைத் திலகர் பேரில் 'ருஜுப்பித்து' விட்டார். "ஜனங்கள் அடிமைகளாயிருக்கிறார்களென்றும், அவர்களுடைய குறைகள் நிவிர்த்திக்கப்படவில்லையென்றும், இந்தியர்களுடைய நன்மைகளுக்கு அந்நியமானவற்றைத்தான் கவர்ன்மெண்டார் கவனிக்கின்றனர் என்றும், இந்தியர்கள் தங்களை ஆள்வதற்குத் தகுதியற்றவர்கள் என்ற காரணத்தால் ஜனங்களை அடிமைகளாய் வைத்திருப்பதற்கு விரும்புகின்றனர்" என்றும் சொல்லித் திலகர் கவர்ன்மெண்டுக்கு விரோதமான உணர்ச்சியை உண்டுபண்ணினார் என மாஜிஸ்டிரேட் சொன்னார். மேலும், ஒரு வருஷக் காலத்திற்கு நல்நடத்தையாயிருப்பதற்காகத் திலகர் ரூபாய் 20,000த்திற்கு ஒரு முச்சலிக்காகவும், இரண்டு ஜாமீன்தார்கள் ஆளுக்கு ரூபாய் 10,000த்திற்கு ஜாமீனும் கொடுக்க வேண்டுமென்றும் உத்தரவு செய்தார்.

திலகர் ஹைக்கோர்ட்டுக்கு அப்பீல் செய்தார். மாஜிஸ்டிரேட்டின் தீர்ப்பு ஸ்ரீ பாச்சிலர் என்ற நீதிபதியாலும் ஸ்ரீ சர் லலுபாய் ஷா என்ற நீதிபதியாலும் ரத்துச் செய்யப்பட்டது. ஜட்ஜ் பாச்சிலர் "பிரசங்கத்தின் பயனை நிச்சயிப்பதற்கு மிகமிக நல்ல வழி மூன்று பிரசங்கங்களையும் ஆரம்பம் முதல் அந்தம் வரையிலும் அமைதியோடும் கவனத்தோடும் வாசித்தல் வேண்டும். அவ்வாறு வாசிக்கும்போது திலகர் பிரசங்கங்களைக் கேட்ட ஜனங்களின் இராஜீய ஞான மின்மையையும் அவர் வாதங்களையும் ஞாபகத்தில் வைத்துக் கொள்ள வேண்டும். அவ்வாறு நான் இந்தப் பிரசங்கங்களை ஒரு தடவை அன்று பல தடவை வாசித்தேன். என் மனத்தில் பட்டதெல்லாம் வாதிதரப்பினர் சரியாக ஆக்ஷேபித்த சில வாக்கியங்கள் தவிர, பிரசங்கங்கள் முழுவதும் அதிருப்தியை யாவது விரோத உணர்ச்சியையாவது அலட்சிய உணர்ச்சியை யாவது உண்டுபண்ண மாட்டாது என்பதே" என்று எழுதி யிருக்கிறார். பூனா டிஸ்டிரிக்கு மாஜிஸ்டிரேட்டின் தீர்ப்பை மாற்றி ஹைக்கோர்ட்டார் செய்த தீர்ப்பானது தேச முழுவதும் ஓர் ஆனந்த உணர்ச்சியை உண்டுபண்ணிற்று. திலகரைத் தண்டனைக் குட்படுத்துவதற்காக வேறோர் எத்தனம் செய்யப் பட்டது. தமது சொந்த வேலையாகப் போயிருந்த காடாகு நகரில் அவர் ஒரு பிரசங்கமும் செய்யக் கூடாதென்று ஓர் உத்தரவு அவருக்குச் செலுத்தப்பட்டது. அவரைக் கௌரவப் படுத்துவதற்காகக் கூடியிருந்த ஒரு பெருங்கூட்டத்தில் அவர் பேசுவதற்குச் சில நிமிஷங்களுக்கு முன்னர்தான் அவ்வுத்தரவு அவருக்குச் செலுத்தப்பட்டது. அதிகாரிகள் நினைத்தபடி அவர் அவ்வுத்தரவுக்குக் கீழ்ப்படியாமல் இருக்கவில்லை. அவர் தாம்பூலம் பெற்றுக்கொண்டு அப்பெருங்கூட்டத்தைக் கலைத்துவிட்டார்.

லக்நெள காங்கிரஸ்

1916–ம் வருடம் டிசம்பர் மாதம் நடந்த காங்கிரஸில் திலகர் மறுபடியும் பிரவேசித்தார். அவர் பிரமாதமாக வரவேற்கப்பட்டார். "இவ்வரவேற்பு தாழ்வுடைய எனக்கு அளிக்கப்பட்டதாக நினைக்கக்கூடிய அவ்வளவு மடமையை உடையவன் அல்லன் நான். அது நான் இப்போது ஆதரிக்கப் போகிற தீர்மானத்தில் எழுதப்பட்டுள்ள விஷயங்களுக்கு அளிக்கப்பட்டதாக நான் நினைக்கிறேன். நாம் எல்லோரும் தோளோடு தோள் ஒன்றுசேர்ந்து சப்தமிட்டு சுயஅரசாட்சி வேலையைச் செய்யும்படியாக நான் சென்ற பத்து வருஷக் காலம் ஜீவித்திருந்ததைப் பற்றிச் சந்தோஷம் அடைகிறேன். அந்த ஐக்கிய மாகாணத்தில் நாம் எல்லோரும் ஐக்கியமாயிருக்கிறோம். நமது தாய் தேசத்தின் பொது நன்மைக்காக மிதவாதிகளும் தேசீயவாதிகளும் சினேகிதர்களாயும் தோழர்களாயும் ஒன்றுசேர்ந்து வேலை செய்யும்படியாகக் காங்கிரஸ் பிரஸிடெண்டு ஸ்ரீ அம்பிகா சரணும், ஸ்ரீமதி பெஸண்டு அம்மையாரும் செய்த முயற்சிகளுக்காக நான் வந்தனம் அளிக்கிறேன்" என்று திலகர் பதில் கூறினார்.

திலகர் செய்த காரியம் தேசம் முழுவதிலும் மதிக்கப்பட்டது. அஃது அவருடைய நீண்ட கால விரோதிகளுக்கும் நிந்தனையாளருக்கும் அபஜயத்தைக் கொடுத்தது. திலகருடைய பின்வருகிற இராஜீய நிபுண வார்த்தைகள் அவர் முகமதியர்களிடத்துக் கொண்டிருந்த மனப்பான்மையைப் பற்றிய தப்பபிப்பிராயங்களை யெல்லாம் நீக்கிவிட்டன. "ஹிந்துக்களாகிய நாங்கள் முகமதியர்களுக்கு அளவுக்கு மிஞ்சி விட்டுக் கொடுத்துவிட்டதாகச் சொல்லப்படுகிறது. நாங்கள் அளவுக்கு மிஞ்சி விட்டுக்கொடுத்திருக்க முடியாதென்று நான் சொல்லும்போது, இந்தியா முழுவதிலுமுள்ள ஹிந்து வகுப்பினர்களுடைய உணர்ச்சியை நான் வெளியிடுகிறேன் என்று நம்புகிறேன். சுயஅரசாட்சி உரிமைகள் முகமதிய வகுப்பினர்களுக்கு மாத்திரம் கொடுக்கப்பட்டபோதிலும் அதை நான் பொருட்படுத்தமாட்டேன். அவ்வுரிமைகள் இராஜபுத்திரர்களுக்கு மாத்திரம் கொடுக்கப்பட்டாலும் அதனை நான் பொருட்படுத்தமாட்டேன். அவை ஹிந்துக்களில் தாழ்ந்த வகுப்பினர்களென்று சொல்லப்படுகிறவர்களுக்கு மாத்திரம் கொடுக்கப்பட்டாலும் நான் பொருட்படுத்தமாட்டேன். அப்போது சண்டை இப்போதிருக்கிறபடி முக்கியமாயிராது."

யுத்தத்திற்குப்பின் செய்யப்பட வேண்டிய இராஜீய சீர்திருத்தங்களுக்கு ஒரு திட்டம் தயார்செய்யும்படியாக எல்லா இந்தியாக் காங்கிரஸ் கமிட்டிக்கு லக்நெள காங்கிரஸ்

அதிகாரம் கொடுத்தது. அது 'பத்தொன்பது அங்கத்தினர்கள் தயாரித்த திட்டத்தின்' அபிவிருத்தியே. அஃது எல்லா இந்தியா முஸ்லிம் சங்கத்தாலும் அங்கீகரிக்கப்பட்டது. இவ்வாறாக காங்கிரஸ்–முஸ்லிம் சங்கத் திட்டப்படியே சீர்திருத்தம் வேண்டுமென்று இந்தியா ஜனங்களெல்லாம் மிதவாதிகளும் அமிதவாதிகளும், ஹிந்துக்களும் முஸல்மான்களும் கேட்டார்கள். அஃது 'இந்தியர்களுடைய குறைக்க முடியாத குறைந்த வேண்டுதல்' என்று கருதப்பட்டது.

இந்தியர் வேண்டுதல்

1917–ம் வருஷத்து முதல் மூன்று மாதங்களில் எல்லாத் தலைவர்களும் இந்தத் திட்டத்தைப் பாராட்டி, அதன் முக்கிய அம்சங்களைப் பொதுஜனங்களுக்கு எண்ணிறந்த பிரசங்கங்கள் மூலமாகவும் துண்டுப்பிரசுரங்கள் மூலமாகவும் விளக்கினார்கள். ஸ்ரீமதி பெஸண்டு அம்மையார் இந்தக் கிளர்ச்சியை சென்னை மாகாணத்தில் நடத்தினார். அவர் திலகரை அடிக்கடி ஆலோசித்துக்கொள்வர். இவ்விருவரும் ஒன்றுசேர்ந்து ஆலோசித்து இந்தக் கிளர்ச்சியைக் கிரமமாகவும் ஒழுங்காகவும் நடத்தினர். இக்கிளர்ச்சியைப் பார்த்து இராஜாங்கத்தார் திகைத்துப்போயினர். திலகரோடு பெஸண்டு அம்மையார் ஒன்றுசேர்ந்து வேலை செய்கிறதைத் தடுப்பதற்காக பம்பாய் கவர்ணர் (வில்லிங்டன் பிரபு) ஸ்ரீமதி பெஸண்டு அம்மையார் பம்பாய் மாகாணத்தில் பிரவேசிக்கக் கூடாதென்று ஓர் உத்தரவு பிறப்பித்தார். இந்த மிதமீறிய செயலுக்காக 'நியூ இந்தியா'ப் பத்திரிகையானது தனது வழக்கமான உக்கிரமத்தோடு பம்பாய் கவர்ணரைத் தாக்கிப் பொதுஜனங்களின் ஆதரவை அதிகரிக்கச் செய்தது. அதே காலத்தில் ஸ்ரீமதி பெஸண்டு அம்மையாரும், அவரோடுகூடி வேலை செய்துவந்த ஸ்ரீ பி.பி. வாடியாவும், ஸ்ரீ ஜி.எஸ். அருண்டேலும் மதராஸ் கவர்ன்மெண்டுக்குத் 'தாங்கக் கூடாதவர்'களாய் விட்டார்கள். ஆனால் அவர்கள் ஓர் எல்லைக்குள் சிறை வைக்கப்பட்டார்கள். மதராஸ் கவர்ன்மெண்டின் இந்த மிதமிஞ்சிய செயலானது தேசம் முழுவதிலும் ஒரு பெரிய கிளர்ச்சியை உண்டுபண்ணிவிட்டது. ஸ்ரீமதி பெஸண்டு அம்மையார் இவ்வாறு கொடுமையாக நடத்தப்பட்டதைக் குறித்து இந்திய ஜாதியார் அனைவரும் ஒரு மனிதன் போல் ஒன்றுசேர்ந்து கிளம்பி கண்டனம் செய்தார்கள். ஸ்ரீமதி பெஸண்டு அம்மையாரையும், அவருடைய சகாக்களையும் சிறைப்படுத்தினதினால் கவர்ன்மெண்டார் சுயஅரசாட்சிக்காகச் செய்யப்படும் கிளர்ச்சியை வேரோடு ஒழித்துவிடக் கருதினர். பொறுப்புவாய்ந்த இந்தியப் பத்திரிகாசிரியர்களெல்லாம் ஒரு பலமான சண்டையைக் கிளப்புவதற்காக ஒன்று

சேர்ந்தார்கள். ஸ்ரீ ஜின்னாவும், முஸ்லிம் சங்கத்தின் பிரதான அங்கத்தினர்கள் பலரும் தங்கள் ஆக்ஷேபத்தைத் தெரிவிப்பதற்காக பெஸண்டு அம்மையார் முதலியோரை ஓர் எல்லைக்குட் சிறைப்படுத்தியதைத் தெரிந்தவுடன் சுயஅரசாட்சிச் சங்கத்தின் அங்கத்தினர்களாய்ச் சேர்ந்தார்கள். பண்டிதர் மதன மோகனர் செய்த ஒரு பிரசங்கத்தில் இந்தியாவின் சுதந்தர வேண்டுகையைத் திக்குமுக்கடையச் செய்வதற்காக அவ்வேண்டுகைகளில் அனுதாபமுள்ள மூன்று சிநேகிதர்களைக் கவர்ன்மெண்டார் சிறைப்படுத்தினர் என்று சொன்னார். மதராஸ் 'ஹிந்து'ப் பத்திரிகையும், அதன் திறமை வாய்ந்த ஆசிரியர் ஸ்ரீ எஸ். கஸ்தூரிரெங்கய்யங்காரும் சிறைப்படுத்தப்பட்டவர்களிடம் கொண்டிருந்த வேற்றுமைகளையெல்லாம் விட்டுவிட்டு, உறுதியோடும் ஊக்கத்தோடும் கிளர்ச்சி செய்துகொண்டிருந்தார்கள். மதராஸின் பெரிய விருத்தாப்பிய மனிதராகிய டாக்டர் சுப்பிரமணிய அய்யர், வயது முதிர்ச்சியால் கண் தெரியாமலும் பலஹீனமாயும் நடக்கமுடியாமலும் இருந்த போதிலும், தமது 'கடற்கரை வீட்டி'லிருந்து ஒரு சிங்கம் போல் கர்ஜித்தார்.

திலகர் அக்கிளர்ச்சியை மகாராஷ்டா தேசத்தில் நடத்தினார். "அம்மையாருக்காக நாம் எவ்வளவு கூர்மையாக உணருகிறோமென்பதை ருஜுப்பிக்க நாம் விரும்பினால், அவரை வருகிற காங்கிரஸுக்குத் தலைவியராகத் தெரிந்தெடுக்கக் கடவோம்" என்று அவர் கூறினார். காலத்திற்கு ஏற்றதான இந்த இராஜதந்திர வார்த்தையைக் கோழைகளான மிதவாதிகளிற் சிலர் ஆக்ஷேபித்தபோதிலும், தேசமானது, பொதுவாக அதற்கு அனுகூலமாயிருந்தது. மாகாணக் காங்கிரஸ் கமிட்டிகளில் பெரும்பாலன ஸ்ரீமதி பெஸண்டு அம்மையாரை அந்த வருஷத்துக் காங்கிரஸ் பிரஸிடண்டாகத் தெரிந்தெடுத்தன. திலகர் சொல்லியதை ஜனங்கள் ஏற்றுக்கொண்டதானது அவருடைய கக்ஷியார் மிதவாதிகள் மீது கொண்ட வெற்றியைக் காட்டிற்று. மிதவாதிகளுடைய கோட்பாடு 'பகிரங்கமாகக் கவர்ன்மெண்டை அலக்ஷியம் செய்யாதீர்கள்; கவர்ன்மெண்டு நம்முடைய இயக்கத்தை ஒரு க்ஷணத்தில் நசுக்கிவிடும்' என்பது. ஸ்ரீமதி பெஸண்டு அம்மையாரைக் காங்கிரஸ் பிரஸிடண்டாகத் தெரிந்தெடுத்ததானது இந்தியா தனது இரக்கும் கோட்பாட்டை விட்டுவிட்டதென்பதையும், தனது சுயமரியாதையை உணர்ந்திருக்கிற தென்பதையும், தனது சுதந்தரத்திற்காகத் தொடங்கியிருக்கிற சண்டையை முடிவுவரையில் செய்யத் தீர்மானித்திருக்கிறதென்பதையும் காட்டிற்று. உண்மையில் காங்கிரஸ் பிரஸிடண்டாக ஸ்ரீமதி பெஸண்டம்மையாரைத் தெரிந்தெடுத்தது, கவர்ன்மெண்டார் ஜனங்களுக்குச்

செய்யக்கூடிய கேடுகளையெல்லாம் செய்யட்டுமென்றும், மனித சமூகத்தாரில் ஐந்திலொரு பாகத்தினர் அந்நியரது அரசாட்சியிலிருந்து தமது சுதந்தரத்தை அடைவதற்காகச் செய்துள்ள தீர்மானத்திற்கு விரோதமாகத் தமது அடக்கு முறை ஆயுதத்தை அளந்தறியட்டுமென்றும், கவர்ன்மெண் டாரைச் சண்டைக்குக் கூப்பிட்டது போலிருந்தது. இந்திய ஜாதியார் இன்னும் முற்சென்றனர்; கடைசியாகச் சாத்வீக எதிர்ப்பைக் கைக்கொள்வதாகவும் தெளிவாகக் கூறினர். சென்னை மாகாணக் காண்பரன்ஸின் விசேஷக் கூட்டத்தில் சாத்வீக எதிர்ப்பைக் கொள்ள வேண்டுமென்று ஒரு தீர்மானம் கொண்டுவரப்பட்டது. அத்தீர்மானத்தை ஸ்ரீ ஸ்ரீனிவாஸ சாஸ்திரியாராலும், திவான் மாதவ ராயராலும், வேறு சிலராலும் நடத்தப்பட்ட மிதவாதிகள் மிகப் பலமாக எதிர்த்தனர். பிரிட்டிஷ் ஜனங்களுடைய கவனத்தைக் கவரும்படியான விதத்தில் இந்தியாவின் இராஜீய நிலைமை அவ்வளவு பெரியதாயிருந்தது.

1-7-1934

16

ஸ்ரீ திலகரை வசப்படுத்த முயற்சித்த சீமை மந்திரி

மாண்டேகு–க்ஷெம்ஸ்போர்ட்–திலகர் அரசியல் சீர்திருத்தச் சம்பாஷணை

அனிபெஸண்டம்மையார் அவைத் தலைமை வகித்த கல்கத்தா காங்கிரஸ் மகாநாட்டின் நிகழ்ச்சி

பொறுப்பாட்சிக் கொள்கை அறிவிப்பு

இக்காலத்தில் மிஸ்டர் மாண்டேகு இந்தியா மந்திரியாக நியமிக்கப்பட்டார். அவர் ஒரு சிக்கலான நிலைமையைக் கண்டார். இங்கிலாந்து ஜெர்மனிக்கு விரோதமான சண்டையில் ஈடுபட்டிருந்தது. அதனால் அது இந்திய விஷயத்தைப் பற்றி நினைக்கவே முடியாத நிலைமை ஏற்பட்டது. இந்தியாவிலுள்ள இராஜாங்க அதிகாரிகள் இந்தியாவின் காரியங்களைச் சரியாக நிர்வாகம் செய்யாமல், இந்திய ஜனங்களுக்குக் கோபமூட்டி எரிச்சல் உண்டாக்கிவிட்டார்கள். அதனால் இங்கிலாந்து அவசரமாக இந்தியா விஷயத்தில் பிரவேசிக்க வேண்டியதாயிருந்தது. நாகரீகம் பெற்ற மனித ஜாதியாரெல்லாம் இங்கிலாந்தின் செயலைக் கவனித்துக்கொண்டிருந்தனர். இங்கிலாந்து இந்தியாவுக்கு ஓர் அளவு சுயஅரசாட்சியாவது அளிப்பதாக வாக்குக் கொடுக்காவிட்டால், இங்கிலாந்து வஞ்சகம் செய்வதாகக் குற்றஞ் சாட்டப்படும் நிலைமையில் இருந்தது. அதனால், இந்தியாவைப் பொறுத்துள்ள நோக்கத்தை மாற்றும்படியாக இங்கிலாந்து வற்புறுத்தப்பட்டது. மிஸ்டர் மாண்டேகு இவ்விஷயங்களைத் தெரிந்து 1917–ம் வருடத்து சரித்திரபூர்வமான அறிக்கையை

வெளியிட்டார். இந்தியாவில் பிரிட்டிஷாரின் கொள்கையின் நோக்கம் 'பொறுப்பாட்சி' வழங்குதல் என்றும், பொறுப் பாட்சியை வழங்கும் அளவும் காலமும் இந்தியா கவர்ன் மெண்டாரால் தீர்மானிக்கப்பட வேண்டுமென்றும் அவர் அறிவித்தார். இவ்வறிவிப்பானது இந்தியாவின் நிலைமையில் ஒரு முழு மாற்றத்தை உண்டுபண்ணிற்று. சிறையுள் வைக்கப் பட்ட ஸ்ரீமதி பெஸண்டு அம்மையாரும் மற்றவரும் விடுதலை செய்யப்பட்டனர். மிஸ்டர் மாண்டேகு இந்தியாவுக்கு வந்து, இராஜப் பிரதிநிதியுடன் இந்தியா முழுவதும் சுற்றுப்பிரயாணம் செய்தார். அவர் அநேக தூதுக் கோஷ்டிகளையும், வரவேற்புப் பத்திரங்களையும், அரசியல் சீர்திருத்தக் குறிப்புகளையும் பெற்றார். இவற்றிற் பெரும்பாலானவை காங்கிரஸ்—முஸ்லிம் லீக் சீர்திருத்தங்களை அனுசரித்திருந்தன. இராஜப் பிரதிநிதி யோடும் இந்தியா மந்திரியோடும் திலகர் வெகுநேரம் சம்பாஷணை செய்தார். அச்சம்பாஷணையின் திறமையை யும் தெளிவையும் வசப்படுத்துந்தன்மையையும் மிஸ்டர் மாண்டேகு மெச்சினார். அப்போது வழங்கப்படுவனவாயிருந்த சீர்திருத்தங்களை ஒப்புக்கொள்வதாக ஒரு வாக்குறுதி வாங்கித் திலகரைக் கைவசப்படுத்துவதற்காக எத்தனங்கள் செய்யப் பட்டன. ஆனால் திலகர் மாண்டேகுகளாலும் செம்ஸ்போர்டு களாலும் எளிதில் ஏமாற்றப்பட முடியாத அவ்வளவு அதிக உறுதியான மனத்தையும் தெளிவான பார்வையையும் கொண் டிருந்தார். மாண்டேகு விஜயம் முடிவுற்றது. சட்டப்படி வழங்கப்பட்ட அரசியல் சீர்திருத்தங்களின் அறிக்கை அதிகத் தாமதமாகப் பிரசுரிக்கப்பட்டது.

கல்கத்தா காங்கிரஸ்

இதற்கு மத்தியில், இந்தியா மந்திரி இந்திய விஷயத்தைப் பற்றித் தலத்தில் விசாரணை செய்துகொண்டிருந்தபோது வருஷாந்திரக் காங்கிரஸ் ஸ்ரீமதி பெஸண்டு அம்மையாரைத் தலைமையாகக்கொண்டு நடக்கவேண்டியதாயிருந்தது. திலகர் 500 தேசீயப் பிரதிநிதிகளுடன் கல்கத்தாவுக்கு வந்துசேர்ந்தார். ஸ்ரீமதி பெஸண்டு அம்மையாரைத் தலைவர் ஸ்தானத்திற்கு உயர்த்துவதற்கு ஏன் சம்மதித்தாரென்று திலகரை அவருடைய கல்கத்தா நண்பர்களில் அநேகர் கேட்டனர். அதற்கு அவர் இந்திய விஷயத்தை முன்னேற்றுவதற்கு பெஸண்டு அம்மை யாரை உபயோகப்படுத்திக்கொள்ள வேண்டுமென்று மறுமொழி பகர்ந்தார். அவர் சொல்லியதின் அர்த்தமாவது: ஸ்ரீமதி பெஸண்டு அம்மையார் அந்தக் காலத்தில் இந்திய சுயஅரசாட்சி விஷயத்தைப் பிரசாரம் செய்துகொண்டிருந்தார்; அதனால் அவர் கவர்ன்மெண்டாரால் துன்புறுத்தப்பட்டார்; அவரைக் காங்கிரஸ் பிரசிடெண்டாகத் தெரிந்தெடுத்தல் இராஜாங்க

அதிகாரிகளைச் சண்டைக்கு அறைகூவி அழைத்ததாகும்; அதனால் அது இந்திய விஷயத்திற்கு உதவி புரிந்ததாகும் என்பதாம். திலகர் கூறிய இந்த உண்மையை ஸ்ரீமதி பெஸண்டு அம்மையார் இரண்டு வருஷங்களுக்குப்பின் தப்பர்த்தம் செய்துகொண்டு, திலகருக்கு விரோதமாக உபயோகித்தார்.

கல்கத்தா காங்கிரஸில் திலகர் இரண்டு விஷயங்களைப் பற்றிப் பேசினார். ஒன்று அலி சகோதரர்களைப் பற்றிய தீர்மானம்; மற்றொன்று சுயஅரசாட்சியைப் பற்றிய தீர்மானம். அலி சகோதரர்களின் பெருமைவாய்ந்த விருத்தாப்பிய தாயார் அங்கு ஸ்ரீமதி பெஸண்டு அம்மையாரின் பக்கத்தில் உட்கார்ந்துகொண்டு தேசத்திற்காக மிகமிகக் கஷ்டப்பட்ட வரும், அதனால் தன்னைத் தியாகம் செய்யும் தேசாபி மானத்தைப் பற்றிப் பேசுவதற்கு உரிமையுடையவருமான திலகர் தமது மக்களைப் பற்றிப் பெருமையாகப் பேசியதைக் கேட்டுக்கொண்டிருந்தார் சுயஅரசாட்சித் தீர்மானத்தைப் பற்றி அவர் பேசிய பேச்சுத்தான் காங்கிரசில் அவர் பேசிய பேச்சுக்களிலெல்லாம் பெரியது. அந்தப் பேச்சில் அவர் இந்தியாவின் நிலைமையை மிகுந்த சாமர்த்தியத்துடன் பாகுபாடு செய்து, மேல் செய்யவேண்டிய செயலுக்குத் தெளிவாக வழிகாட்டினார். ஆகஸ்டு மாத அறிக்கைக்காக மிஸ்டர் மாண்டேகுக்கு நன்றி செலுத்தியதாகச் சொல்லப் பட்டிருந்த அத்தீர்மானத்தின் அந்தப் பாகத்தை ஸ்ரீ பெபினச் சந்திர பாலர் எதிர்த்தார். அவர் அதனை ஆக்ஷேபித்ததற்குக் காரணம் ஒரு தேசத்தார் வந்தனம் அளிப்பது மிக அருமையா யிருக்க வேண்டுமென்பதும், அவ்வறிக்கைக்காக யாருக்கானா லும் வந்தனம் அளிப்பதற்குரிய தருணம் அப்போது வரவில்லை யென்பதுமே. மிதவாதிகளும் அமித தேசீயவாதிகளும் திருப்தி யடையும்படியான விதத்தில் திலகர் அத்தீர்மானத்தை வியாக் கியானம் செய்தார். மத்திய கவர்ன்மெண்டில் பொறுப்பாட்சி வேண்டுமென்பதற்கு அவர் சொல்லிய காரணங்கள் யாவரும் அங்கீகரிக்கத் தக்கவையாயிருந்தன. கவர்ன்மெண்டை ஓர் உறுப்பைப் பற்றிய வியாதிகளால் வருந்திக்கொண்டிருந்த ஒரு வியாதியஸ்தனுக்கு அவர் ஒப்பிட்டார். ஓர் உறுப்பைப் பற்றிய வியாதி அவ்வுறுப்புக்குச் செய்யும் சிகிச்சையால்தான் தீரும் என்று அவர் விவாதித்தார். மூளையின் ஆரோக்கியத் தையும் பலத்தையும் விர்த்தி செய்கிற ஒருவகை மருந்தை அவ்வியாதியஸ்தனுக்குக் கொடுக்க வேண்டும்; அப்போது அவனுடைய உடம்பின் பல உறுப்புக்களும் தமது சாதாரண வேலைகளைத் திரும்பிச் செய்யத் தொடங்கும். ஆகஸ்டு மாத அறிக்கையை அனுசரித்திருக்கும்படியாகவும், ஆனால் சாரமற்றவையாகவும் பெயரளவிலும் மாத்திரம் சீர்திருத்தங்

களை வழங்குவதற்காக முயன்றுகொண்டிருந்த ஸர் லையோனல் கர்ட்டிஸ் என்பவரிடத்தும் ஸர் வாலன்டைன் சிரோல் என்பவரிடத்தும் மிக ஜாக்கிரதையாயிருக்க வேண்டு மென்று தமது தேசத்தாருக்கு எச்சரிக்கை செய்தார்.

15-7-1934

17

ஸ்ரீ திலகருக்கு பம்பாய் சர்க்காரின் வாய்ப்பூட்டு

மிதவாதிகளின் மதியற்ற முயற்சிகள்

விசேஷக் காங்கிரஸில் மிதவாதிகளை மடக்கிய திலகரின் விநயமொழி

அரசியல் சீர்திருத்தம்

கல்கத்தா காங்கிரஸ் நடந்து முடிந்தவுடன், பிரிட்டிஷ் ஜனங்களுக்கு இந்தியாவின் தேவைகளைப் பற்றியும் கோரிக்கைகளைப் பற்றியும் விளக்கிச் சொல்வதற்காக ஒரு தூதுக்கோஷ்டியை இங்கிலாந்துக்கு அனுப்ப வேண்டுமென்ற நோக்கத்துடன் திலகர் பணம் சேகரித்தார். தூதுக் கோஷ்டியில் திலகரும், ஸ்ரீ பெபினச் சந்திர பாலரும், கனம் ஸ்ரீ ஜி. எஸ். கப்பர்தேயும் வேறு சிலரும் இருந்தனர். அந்தக் கோஷ்டியார் கொழும்புவரையில் சென்றனர். அவர்களுக்குக் கொடுக்கப்பட்டிருந்த அனுமதிச்சீட்டுகள் திடீரென்று ரத்துச் செய்யப்பட்டன. அவ்வாறு செய்ததற்குக் காரணம் இங்கிலாந்து யுத்தத்தில் ஈடுபட்டிருந்ததால், இந்திய விஷயங்கள் அதன் கவனத்துள் நுழைக்கப்படக்கூடாதென்பதே.

திலகர் பூனாவுக்குத் திரும்பிப் பின்னும் சிலகாலம் காத்திருந்தார். சட்ட வரம்புக்குட்பட்ட சீர்திருத்தங்களைப் பற்றிய அறிக்கை பிரசுரிக்கப்பட்டது. அது வேற்றுமையை உண்டு பண்ணும் உண்மையான ஒரு கனியாயிற்று. சில தலைவர்கள் அதனை அடியோடு மறுத்து விட வேண்டும் என்றார்கள். ஸ்ரீமதி பெஸண்டு அம்மையார் அச்சீர்திருத்தங்களை வழங்குவது

இங்கிலாந்துக்குக் கௌரவம் அன்று; அதனை ஏற்றுக்கொள் வது இந்தியாவுக்குக் கௌரவம் அன்று எனக் கூறினர். ஸ்ரீ சுப்பிரமணிய ஐயருங்கூடத் தமது தேசத்தார்களுக்கு வழங்கப்பட்ட அம்மயக்க மருந்தைத் தொடவே கூடாதென்று அவர்களுக்குப் புத்தி சொன்னார். மிதவாதத் தலைவர்கள் அவ்வறிக்கையைத் தயாரித்தவர்களை அளவுகடந்து புகழ்ந்து, அவ்வறிக்கையில் கண்ட சீர்திருத்தங்கள் ஆயிர வருஷப் பலன்களைத் தருமென்று கூறினார்கள். அவர்கள் காங்கிரஸின் அமிதவாதத் தலைவர்கள் அவ்வறிக்கையை அடியோடு மறுத்துவிடுவார்களென்ற ஒரு நம்பிக்கையைக் கொண்டு அச்சீர்திருத்த அறிக்கையைத் தாங்கள் ஏற்று அரசியலை நடத்தலாமென்று தவறாக நினைத்தார்கள். அன்றியும், அவர்கள் அச்சீர்திருத்தங்களை அமிதவாதத் தலைவர்கள் மறுத்துவிடுவார்களென்ற நம்பிக்கையின்பேரில், அச்சீர்திருத்தங் களைக் ‘காப்பாற்றுவதற்கு’ முயற்சிகள் செய்யவேண்டுமென்று தங்களுள் சதியாலோசனை செய்தார்கள். ஆதலால் அமிதவாதி களின் எதிர்ப்பிலிருந்து சீர்திருத்தங்களைக் காப்பாற்ற வேண்டுமென்ற உயரிய நோக்கத்துடன் மிதவாத சங்கங்கள் கிளம்பின; தங்கள் கைகளை முன்னர் நீட்டிச் சீர்திருத்தங் களை ஏற்றுக்கொள்வதற்காக மிதவாதிகளின் கொள்கைகளை யுடைவர்களையெல்லாம் சேர்த்து ஒரு மகாநாடு கூட்டு வதற்காக முயற்சிகள் செய்யப்பட்டன.

எதிர்க்கும் இயற்கையுள்ள அமிதவாதிகளுக்கும், தங்களா லேயே ஏமாற்றப்பட்டிருக்கிற மிதவாதிகளுக்கும் விரோத மாகத் திலகர் கடுமையான வேலை செய்யவேண்டியதா யிருந்தது. அவர் பம்பாய் கவர்ன்மெண்டின் உத்தரவொன்றால் வாய்ப்பூட்டு இடப்படாமல் இருந்தால் இந்த இரு தரத்து இராஜீயவாதிகளுக்குள்ளும் ஏற்பட்டிருந்த தப்பபிப்பிரா யத்தை அவர் மாற்றியிருக்கக்கூடும். ஒரு விசேஷக் காங்கிரஸைப் பம்பாயில் கூட்டவேண்டுமென்று ஒரு பிரேரேபணை செய்யப் பட்டது. மிதவாதிகள் அந்தக் காங்கிரஸிலிருந்து விலகிக்கொள் வதாகவும், அதே இடத்தில் வேறொரு காண்பரன்ஸ் நடத்து வதாகவும் தீர்மானித்தார்கள். இவ்விலக்கம் முக்கியமாக மிதவாதப் பத்திரிகைகளாகிய பூனா ‘சேர்வண்டு ஆப் இந்தியா’வின் முயற்சியாலும், அலகபாத் ‘லீடர்’ரின் முயற்சி யாலும் உண்டுபண்ணப்பட்டது. அவை அச்சமயத்தில் செய்த தேசாபிமானமற்ற செயலுக்காக இப்போது வெட்கப்பட வேண்டும். சிறுபாலாருடைய இவ்விலக்கம் ஏற்பட்டபோதிலும் விசேஷக் காங்கிரஸ் மிக நல்ல வெற்றியோடு முடிந்தது. மிதவாதிகளின் மனங்களில் அனாவசியமான அச்சம் உண்டாகாமல் தடுக்கவேண்டுமென்ற எண்ணத்துடன் திலகர்

விசேஷக் காங்கிரஸின் தலைமைப் பதவியை ஏற்றுக்கொள்ள மறுத்துவிட்டார்.

விசேஷக் காங்கிரஸ் மாண்டேகு–செம்ஸ்போர்டு அறிக்கையைப் பற்றிப் பேசியபோது திலகர் பின்வரும் அபிப்பிராயங்களை வெளியிட்டார்: "விஷயாலோசனைக் கமிட்டியில் நம்முடைய வெவ்வேறு அபிப்பிராயங்களை வடிகட்டுவதற்காக நாம் முயற்சித்தோம். 'வெள்ளரிக்காய் களையும் பூசனிக்காய்களையும்' ஒன்றுசேர்த்து வடிகட்டுவது மிகக் கஷ்டமாயிருந்தது. அஃது எளிதான வேலை அன்று. நமது எதிரிகளும் அது கஷ்டமான வேலையென்றுதான் கருதியிருக்கிறார்கள். அவர்கள் செய்ய முடியாத ஒரு வேலை யில் நாம் ஈடுபட்டிருக்கிறதாகவும், செப்டம்பர் மாதத் தொடக் கத்தில் காங்கிரஸ் என்பதே இல்லாமல் போய்விடுமென்றும் நம்பினார்கள். அவர்களுடைய துர்அதிர்ஷ்டவசமாக, அவர் களுடைய முன் நம்பிக்கைகள் உண்மையாகவில்லை. பொறுமைத் தத்துவமும், கொடுத்து வாங்கும் தத்துவமும் காங்கிரஸில் இருக்கும்வரையில் அத்தகைய அபாயகரமான முடிவு ஒருபோதும் ஏற்படாது. காங்கிரஸ் சீர்திருத்த அறிக்கை முழுவதையும் நாம் மறுத்துவிடப்போவதாக நாம் சொல்லப் பட்டோம். அதன் அர்த்தத்தை நான் ஒருபோதும் தெரிந்து கொண்டதில்லை; தெரிந்துகொள்ளப்போவதுமில்லை. இப்போது நாம் சுயஅரசாட்சியைப் பற்றிப் பேச்சுவார்த்தை நடாத்திக்கொண்டிருக்கிறோம். நீங்கள் சீர்திருத்த அறிக்கையை மறுத்துவிட்டால் அதைப் பற்றிய உங்கள் வேலை முடிந்து விட்டது. பின்னர், நீங்கள் பிரிட்டிஷ் ஜனங்களுக்கு என்ன சொல்லப்போகிறீர்கள்? சீர்திருத்த அறிக்கையை மறுக்கிறோ மென்றா? அந்த மாதிரியான நிலைமையை நாம் கைக்கொள் ளுவது அயுக்தமானதென்பதைத் தெரிந்துகொள்ளுவதற்கு வேண்டியமட்டும் இராஜீய விஷயங்களை நாம் கற்றிருக்கிறோம். எல்லோருடையவும் அதிர்ஷ்டவசமாக, தர்க்க ரீதியோடு பொருந்திய ஒரு தஸ்தாவேஜை, ஒரு தீர்மானத்தை உங்கள் முன்னிலையில் வைத்திருக்கிறோம். அதில் ஒரு கக்ஷியாரின் ஞானமும், மற்றொரு கட்சியாரின் மிதமான சுபாவமும், மூன்றாவது கட்சியாரின் அவசரமும் சேர்ந்திருக்கின்றன. மாண்டேகு அறிக்கை மிக அழகிய, சாதுரியமுள்ள, இராஜ தந்திரம் வாய்ந்த ஒரு தஸ்தாவேஜ். நாம் சுயஅரசாட்சி ரூபாயில் எட்டணாத்தான் கேட்டோம். அவ்வறிக்கை பொறுப்பாட்சி ரூபாயில் ஓர் அணாக் கொடுக்கிறது. ஆனால், அஃது எட்டணாச் சுயஅரசாட்சியிலும் நல்லதென்று அவ்வறிக்கை சொல்லுகிறது. அவ்வறிக்கையின் கல்வித் திறமையெல்லாம் பொறுப்பாட்சியின் ஒரு பிடிசாதம் சுயஅரசாட்சிக்காக நாம்

கொண்டிருக்கிற பசியைத் தணிப்பதற்குப் போதுமானதென்று நாம் நம்பும்படியாகச் செய்கிறது. நாம் பின்வருகிறபடி கவர்ன்மெண்டாருக்குத் தெளிவாகச் சொல்லுகிறோம்: 'ஓர் அணாப் பொறுப்பாட்சி அளிப்பதாகச் சொன்னதற்காக நாங்கள் உங்களுக்கு வந்தனம் அளிக்கிறோம். சீர்திருத்த அறிக்கையில் காங்கிரஸ்–லீக்குக் குறிப்பில் கண்டவற்றையெல்லாம் எழுதும்படியாக நாங்கள் சொல்லவில்லை. ரெயில் தண்டவாளங்கள் வேறாயிருக்கலாம். ஆனால் பிரயாணிகளைத் தாங்கிச் செல்லும் வண்டிகள் ஒரு தண்டவாளத்திலிருந்து மற்றொரு தண்டவாளத்திற்கு மாற்றப்பட வேண்டுமென்று நாங்கள் சொல்லுகிறோம். அது செய்யவே நாங்கள் முயன்றோம். சம்பந்தப்பட்ட கட்சியார்களையெல்லாம் திருப்தி செய்ய நாங்கள் முயன்றோம். மிகக் கஷ்டமான ஒரு வேலை செய்து முடிக்கப்பட்டிருக்கிறது. எதிர்கால வழி பகிஷ்கார மாகத் தெரிகிறது. இதுவரையில் நாம் செய்திருப்பது சண்டையை முடிவுவரையில் நடத்துவதற்கு உதவியாயிருக்குமென்று நம்புகிறேன்.'

இந்தப் பேச்சு திலகரின் இராஜதந்திரத் திறமையையும் வாதிப்புத் திறமையையும் காட்டுகிறது. அவருடைய இந்தப் புத்திசாலித்தனமான நோக்கமானது காங்கிரஸிலும் அவர் கட்சியிலும் அவருக்கு எதிரிகளாயிருந்தவர்களை மௌனமாக்கி விட்டது. மிதவாதிகளுடைய அச்சங்களையும் பொய்யாக்கி விட்டது. காங்கிரஸிலிருந்து விலகியவர்களும் தங்கள் பிழையை உணர்ந்தார்கள். அவர்களிற் சிலர் திரும்பி டெல்லி காங்கிரஸில் சேர்ந்துகொண்டார்கள். கனம் ஸ்ரீ சுரந்தரநாத பானர்ஜீ போன்ற சிலர் தமது அந்தஸ்துக்குக் குறை ஏற்படுமென்று தப்பாக நினைத்து காங்கிரஸில் சேராமல் விலகியிருந்தனர்.

22-7-1934

18

பாரத மக்களைப் பழித்து நூலெழுதின பண்டிதமணி

மகாராஷ்டிர மடங்கல் திலக மகரிஷி தொடர்ந்த அவதூறு வழக்கு

பிரிட்டிஷ் நீதிஸ்தலத்தில் வாதிக்குப் பாதகமாகக் கூறப்பட்ட தீர்ப்பு

இங்கிலாந்தில் சிரோலுக்கு விரோதமான கேஸ்

ஸர் வாலன்டைன் சிரோல் பேரில் திலகர் செய்திருந்த வியாச்சியத்தை நடாத்துவதற்காகத் திலகர் இங்கிலாந்துக்குப் போவதற்கு அனுமதி கொடுக்கக் கவர்ன்மெண்டார் கடைசியாக விருப்பமுடையவராயிருந்தனர். ஆனால், இங்கிலாந்தில் ஒரு பொதுக்கூட்டத்திலும் அவர் பேசக்கூடாதென்ற நிபந்தனையின்பேரில் அனுமதிச் சீட்டு கொடுக்கப்பட்டது. இந்த நிபந்தனையை ஒப்புக்கொண்டு திலகர் இங்கிலாந்துக்குப் போனார். இந்தியருக்கு விரோதியான சிடன்ஹாம் பிரபுவின் சிநேகிதரும், பிராமணரல்லாதாரின் தலைவருமான டாக்டர் நாயரும் இங்கிலாந்தில் பொதுக்கூட்டத்தில் பேசக்கூடாதென்று உத்தர விடப்பட்டார். ஆனால் டாக்டர் நாயருக்குப் பிறப்பித்த அந்த உத்தரவு பின்னர் ரத்துச் செய்யப்பட்டது. அதின் பின்னர் திலகருக்குப் பிறப்பித்த அந்த உத்தரவும் ரத்துச் செய்யப்பட்டது.

திலகர் தமது முழுக் கவனத்தையும் முதலில் சிரோல் பேரில் அவர் செய்திருந்த வியாச்சியத்திலே செலுத்தினார். திலகருக்கு விரோதமான அபிப்பிராயங்களுக்கு இடையே அவ்வியாச்சி

யத்தை நடத்தவேண்டியதாயிருந்தது. ரௌலற்று அறிக்கையின் பிரசுரிப்பும், திலகர் பேரில் கவர்ன்மெண்டார் நடாத்திய பல நடவடிக்கைகளும் அவருக்கு விரோதமாகப் பிரிட்டிஷ் ஜனங்களுடைய செவிகளைக் கெடுத்திருந்தன. ஸர் வாலன்டைன், சக்ரவர்த்தியவர்களின் கவர்ன்மெண்டின் தயவைப் பெற்றிருந்தார். மேற்படி வியாச்சியத்தின் தீர்ப்பு திலகருக்கு விரோதமாகத்தான் இருக்குமென்பது அநேகமாக நிச்சயமாயிருந்தது. பிரிட்டிஷ் கோர்ட்டார் வியாச்சியத்தைப் பக்ஷபாதமில்லாமல் விசாரித்துத் தமக்கு நியாயம் செய்வாரென்று திலகர் எதிர்பார்த்திருந்தார்.

பிரிட்டிஷ் நியாயத்தில் அவருக்குப் பெரிய நம்பிக்கையிருந்தது. 'இந்தியாவின் அமைதியின்மை' என்னும் சிரோலுடைய புத்தகம் பிரிட்டிஷ் இராஜ்யம் முழுவதும் வாசிக்கப்பட்டிருந்தபடியால் மிகமிகப் பெரிய பிரிட்டிஷ் கோர்ட்டின் தீர்ப்பானது அப்புத்தகத்தை வாசித்தவர்களின் அபிப்பிராயத்தை மாற்றுமென்று நினைத்துத்தான் திலகர் ஸர் வாலன்டைன் சிரோல் பேரில் நடவடிக்கை நடத்துவதற்கு இங்கிலாந்துக்குச் சென்றார். நீண்ட பிரதம விசாரணைக்குப் பின், வியாச்சியம் 1919–ம் வருஷம் ஜனவரி மாதம் 29–ந் தேதி ஸ்ரீ ஜஸ்டிஸ் டார்லிங் முன் விசாரணைக்கு வந்தது. ஸர் ஜாண் சைமன், கே. ஸி. என்பவரும், ஸ்ரீ இ. எப். ஸ்பென்ஸ் என்பவரும் திலகரின் வக்கீல்களாக ஆஜரானார்கள். ஸர் எட்வர்டு கார்ஸனும் வேறு இருவரும் ஸர் வாலன் டைன் சிரோலுக்கும், 'இந்தியாவின் அமைதியின்மை'யைப் பிரசுரித்த மெஸர்ஸ் மாக்மில்லன் அண்டு கம்பெனிக்கும் வக்கீல்களாக ஆஜரானார்கள்.

ஸர் வாலன்டைன் சிரோல் அந்தப் புஸ்தகத்தில் சி.ஐ.டி. போலிசாரால் கவர்ன்மெண்டுக்கு அனுப்பப்பட்ட அந்தரங்க அறிக்கைகளிலிருந்து பல விஷயங்களை எடுத்து எழுதியிருந்தார். திலகர்பேரில் அவர் பல கடுமையான குற்றங்களை ஏற்படுத்தியிருந்தார். அவற்றிற் சில வருமாறு: முகமதியர்களுக்குக் கோபத்தை உண்டுபண்ண வேண்டுமென்ற நோக்கத்துடன் திலகர் பசுப் பாதுகாப்புச் சங்கங்கள் சிலவற்றை உண்டு பண்ணினார். பலத்தை உபயோகிக்க வேண்டும் என்ற நோக்கத்துடன் ஜனங்களுடைய வீரத்தன்மைகளை வளர்ப்பதற்காகச் சிலம்பச் சங்கங்களை ஸ்தாபித்தார். தாய் மகராஜ் வியாச்சியத்தில் ஹைக்கோர்ட்டார் தீர்ப்பு "திலகர் சாதாரண யோக்கியதைகூட இல்லாதவரென்றும், கண்ணியமான மனிதரல்லவென்றும் கூறுகின்றது." மிகமிகக் கடுமையான குற்றம் பின்வருவது: "வெள்ளைக்காரருக்கு விரோதமான உணர்ச்சியை ஜனங்களிடை உண்டு பண்ணுவதற்கு

அந்தரங்கக் கிளர்ச்சியாலும் பத்திரிகைப் பிரசுரங்களாலும் என்னவெல்லாம் செய்யக்கூடுமோ அவற்றையெல்லாம் திலகர் செய்தார். அவற்றினால் விலக்க முடியாத பலன்கள் விளைந்தன. 1897–ம் வருஷம் ஜூன் மாதம் 27–ந் தேதி மிஸ்டர் ராண்டு துரையும் லெப்டனண்டு அயிரஸ்டும் ஓர் யௌவன சித்பவன் பிராமணனால் சுட்டுக் கொல்லப் பட்டனர். அந்தக் குற்றத்திற்கும் திலகருக்கும் நேரான சம்பந்தமொன்றும் ருஜூப்படுத்தப்படவில்லை. 'ஏன் அக்கொலையைச் செய்தனை?' என்று எதிரி கான்ஹியர் என்பவன் மாஜிஸ்டிரேட்டால் கேட்கப்பட்டபொழுது அவன், 'அவ்வுத்தியோகஸ்தர்களின் பல அடக்குமுறைச் செயல்களைக் 'கேசரி'யிலும், 'இராஷ்டா மாத'ப் பத்திரிகை யிலும், 'கால்' பத்திரிகையிலும், மற்றைய பத்திரிகைகளிலும் படித்தேன். இந்த இரண்டு துரைமார்களையும் கொல்வதால் ஜனங்களுக்கு நியாயம் கிடைக்குமென்று நினைத்தேன். எனக்கு யாதொரு அநியாயமும் செய்யப்படவில்லை. எனக்கு பேரில் தெரிந்தவரையில் வேறு ஒருவருக்கும் அநியாயம் செய்யப்படவில்லை. மிஸ்டர் ஜாக்ஸன் (ஒரு சப் கலெக்டர்) என்பவரைக் கொலை செய்ததற்காக நான் இப்போது விசனப் படுகிறேன். நான் ஒரு நல்ல மனிதனை அஜாக்கிரதையால் கொலை செய்துவிட்டேன்.' இவ்வொப்புக்கொள்ளுதலின் பயங்கரமான துக்க சம்பவங்களிலும் அதிகமாக வேறு எந்தப் பேச்சாவது நம்பிக்கையை உண்டுபண்ண முடியுமா? கான்ஹியரால் சொல்லப்பட்ட மூன்றும் திலகருடைய பத்திரிகைகள். கான்ஹியருடைய சொந்த அனுபவமாவது அறிவாவது அவனுடைய உன்மத்த செயலைத் தூண்ட வில்லை. ஆனால், திலகரின் பத்திரிகைகள் நாளடைவில் அவனுடைய செவியுள் கொட்டிய விஷமானது அச்செயலைச் செய்யும்படியாகத் தூண்டிற்று. 'ஒரு நல்ல மனிதரை அஜாக் கிரதையாகக் கொன்றது' கான்ஹியருடைய கையேயானபடி யால் அக்கொலைக்கு ஜவாப்தாரி அவனே அல்லாமல் திலகர் அல்லர்."

ஏழு மணிநேரம் பிடித்த ஸர் ஜாண் சைமனுடைய பேச்சு முடிந்ததும், பிரதிவாதிகளின் வக்கீலாகிய ஸர் எட்வர்டு கார்ஸன் திலகரைக் குறுக்கு விசாரணை செய்தார். அவருடைய வினாக்களிற் சில வியாச்சியத்திற்கே சம்பந்தம் இல்லாதனவாயிருந்ததுமல்லாமல், விரும்பத்தகாதனவாயும் இருந்தன. திலகரின் விடைகள் வினாக்களுக்கு நேரான விடைகளாயிருந்ததுடன், கூர்மையானவையாயும் கௌரவம் வாய்ந்தனவாயும் இருந்தன. அன்றியும், அவ்விடைகள் வினா வின உடனே அளிக்கப்பட்டன. 'இந்தியாவின் அமைதியின்மை'

யின் ஆசிரியர் கட்டுமான கொள்கைகளை ருஜுப்படுத்துவதற் காகக் 'கேசரி'யிலிருந்து பல வாக்கியங்களை எடுத்து கார்ஸன் வாதித்தார். அவருடைய வாதம் புஸ்தகத்தில் கூறப்பட்ட விஷயங்களுக்குச் சற்றேறக்குறைய ஒரு வியாக்கியானமா யிருந்தது. திலகர் எப்பொழுதாவது இராஜ நிந்தனைகளைப் பிரசுரித்தாரா? அல்லது அவர் எழுதிய விஷயங்கள் கொலை கள் நடக்கும்படி செய்தனவா? தண்டனையான மனிதரோடு அவருக்குச் சிநேகம் இருந்ததா? என்ற வினாக்கள் வியாச்சியத் திற்கு எவ்வித சம்பந்தமுமில்லாதவை யென்பதை ஸர் ஜாண் சைமன் எடுத்துக்காட்டினார். அவர் விவாத விஷயம் ஸர் வாலன்டைன் சிரோலின் புஸ்தகத்தில் திலகரைப் பற்றிய அவதூறு அடங்கியிருக்கிறதா? என்பதுதான். மிஸ்டர் ராண்டின் கொலைக்குச் சுமார் ஒரு மாதத்திற்குப் பின் திலகர் பேரில் நடாத்திய இராஜ நிந்தனைக் கேஸில் அட்வக்கேட் ஜெனரல் திலகருடைய எழுத்துக்களுக்கும் கொலைக்கும் எவ்வித சம்பந்தமுமில்லையென்று தெளிவாகக் கூறியிருக்கிறார். மிஸ்டர் ஜாக்ஸன் கொலை சம்பந்தப்பட்டமட்டில் அவரைப் பற்றி திலகர் ஆக்ஷேபிக்கத்தக்க உரை எழுதியதாக ஆஜர்ப் படுத்தப்படவில்லை. கொலைக்குப்பின், கொலை செய்த பையன் குற்றத்தை ஒப்புக்கொண்டதில் சொல்லிய விஷயம் மிகமிக அற்பமானது. அது சரியான சாட்சியமாக எடுத்துக் கொள்ளத்தக்கதன்றென்று கூறினார்.

மிஸ்டர் ஜஸ்டிஸ் டார்லிங்கின் தீர்ப்பு பக்ஷபாதமற்றதென்று சொல்லும்படியானதாயில்லை. அது ஸர் எட்வர்டு கார்ஸன் சொல்லிய அபிப்பிராயங்களையே கொண்டிருந்தது. ஜுரி களும் அவற்றையே கூறினார்கள். இவ்வாறாக ஸர் வாலன்டைன் செய்த அயோக்கியமான, கொடிய அவதூறுகள் பிரிட்டிஷ் இராஜ்யத்திலுள்ள மிகமிகப் பெரிய நீதிமன்றத்தால் குற்ற மில்லையென்று சொல்லப்பட்டன.

5-8-1934

19

பிரிட்டனில் இந்தியாவின் சுயாட்சிப் பிரசாரம்

பொதுக் கூட்டங்களில் மகாராஷ்டிர மடங்கலின் உணர்ச்சி மிகுந்த உரைகள்

திலக மகரிஷி லண்டனில் தாய் நாட்டிற்குப் புரிந்த சேவைகள்

பிரிட்டிஷ் ஜனங்கள் இந்திய விஷயங்களைத் தெரிந்துகொள்வதற்குத் திலகர் செய்த வேலைகளில் பாதிகூட வேறு இந்தியத் தலைவர் ஒருவரும் செய்ததில்லை. அவர் அநேகத் துண்டுப்பிரசுரங்களும் சிறு புஸ்தகங்களும் அச்சிட்டு, பிரிட்டிஷ் ஜனங்களுக்கு வழங்கினார். இது தவிர அவர் பல சமயங்களில் பிரசங்கங்களும் செய்தார். ஒரு பிரசங்கியாகத் திலகர் வெற்றி பெறவில்லையென்ற அபிப்பிராயமுடையவர்கள் அநேகர் இருந்தாலும், இங்கிலாந்தில் பொதுஜனங்களுடைய மனங்களில் அவர் பேசிய விஷயங்கள் ஆழ்ந்து பதிந்தனவென்பதை ஒருவரும் மறுக்க முடியாது. அவருடைய பேச்சுக்கள், பிரசங்கிகளின் கபடற்ற பொதுஜனங்களை மயக்குகின்ற வாக்கலங்கார சிங்காரங்களைக் கொண்டிராவிட்டாலும், நீதியும் தர்க்கவாதமும் பொருந்தியனவாயிருந்தபடியால் ஜனங்கள் மனங்களுள் ஆழ்ந்து சென்றன. உண்மையில் அவருடைய ஜீவியமும் சரீரத் தோற்றமும் ஜனங்களையெல்லாம் வசப்படுத்துவனவாயிருக்கும்போது வேறு வாக்கலங்காரங்களை அவர் உபயோகிக்க வேண்டிய அவசியம் என்ன? அவர் நுட்பமான ஒரு தர்க்கவாதி, முற்றுறக் கற்ற ஒரு பண்டிதர், மனிதரையும் உலக காரியங்களையும் அறியும் ஒரு நிபுணர். பிரிட்டிஷ் ஜனங்களுடைய ஹிருதயங்களை எப்படி

வசப்படுத்துவதென்பதையும், அவர்களுடைய விருப்பங்களுக்கும் சுபாவங்களுக்கும் பொருத்தமாகத் தம்முடைய பேச்சின் நடையையும் தர்க்கத்தையும் எப்படி வைத்துக்கொள்ள வேண்டுமென்பதையும் அவர் நன்றாக அறிந்தவர். அவர் சென்ற இடங்களிலெல்லாம் அவர் பல வினாக்களுக்கு விடைகள் அளிக்கும்படியாகக் கேட்கப்பட்டார். அவருடைய விடைகள் வினாவியவுடனே அளிக்கப்பட்டன; உடனே ஏற்றுக்கொள்ளத் தக்கவையாயிருந்தன.

ஒருக்கால், அவர் இந்தியா சிறிதுசிறிதாகச் சுயஅரசாட்சி ஏன் அடையக்கூடாதென்று வினாவப்பட்டார். அவர் "மின்சார ஏற்றத்தின் மூலமாக ஏறும் இக்காலத்தில் சிறிதுசிறிதாக ஏறுவது எப்படி?" என்று விடையளித்தார். அவருக்குப் போடப்பட்ட மிகமிகக் கஷ்டமான வினாக்களில் ஒன்று "இந்தியாவிலிருந்து வந்திருக்கிற தூதுக் கோஷ்டிகளில் எது இந்தியாவின் பிரதிநிதித்துவத்தை உடையது?" இந்த வினாவிற்கு அவர் பின்வருகிறபடி விடையளித்தார். "சில காலத்திற்கு முன்னே மிஸ்டர் ஆஸ்குவித் இங்கிலாந்தின் பிரதம மந்திரியாயிருந்தார். இப்போது மிஸ்டர் லாய்டு ஜார்ஜ் பிரதம மந்திரியாயிருக்கிறார். மிஸ்டர் லாய்டு ஜார்ஜுக்கு மிஸ்டர் ஆஸ்குவித் ஒரு சிறிதும் தாழ்ந்தவரல்லர்; ஆனால், இங்கிலீஷ் ஜாதியார் அவரைப் பின்பற்றுவதை நிறுத்திவிட்டனர். அதே மாதிரியாக, மிதவாதிகளின் தூதுக் கோஷ்டிக்குத் தலைமை வகிக்கிற ஸ்ரீ சுரந்தரநாத பானர்ஜி ஜனங்களால் இப்பொழுது பின்பற்றப்படவில்லை. இந்தியா தேசத்து ஜனங்கள் மிதவாதிகளைப் பின்பற்றுவதை நிறுத்திவிட்டார்கள்; அவர்கள் காங்கிரஸ் வழியிலும் சுயஅரசாட்சி சங்க வழியிலும் செல்கின்றார்கள்." இந்த மாதிரியான விடை பிரிட்டிஷ் ஜனங்களால் ஏற்றுக்கொள்ளத் தக்கதாயிருந்தது.

இங்கிலாந்து தேசத்தில் தமது தேச சம்பந்தமாகத் திலகர் செய்த வேலைகள் முக்கியமாகப் பிரிட்டிஷ் ஜனங்களுள் பிரசாரமும், பிரிட்டிஷ் காங்கிரஸ் கமிட்டியைப் புதுப்பித்தலும், இங்கிலாந்து தேசத்தில் இந்தியன் நேஷனல் காங்கிரஸின் பத்திரிகையாகிய 'இந்தியா'வின் காரியங்களைக் கவனித்தலும், பார்லிமெண்டு சபையில் கூட்டுக் கமிட்டி முன் சாட்சியம் சொல்வதுமே. அவர் தொழிற் கக்ஷியாரிடம் அதிகச் செல்வாக்கை உபயோகிக்கக்கூடியவராயிருந்தார். இந்தியா கவர்ன்மெண்டுச் சட்ட மசோதாவுக்குத் தொழிற் கக்ஷித் தலைவர்கள் திருத்தப் பிரேரேபணைகள் கொண்டுவராமலிருக்கும்படியாக ஸ்ரீமதி பெஸண்டு அம்மையார் முயற்சிகள் செய்தபோதிலும் திலகர் முக்கியமான திருத்தப் பிரேரேபணைகளைக் கொண்டு வருவதற்கு அவர்கள் சம்மதிக்கும்படி செய்துவிட்டார்.

மிகுதியான கஷ்டத்துடனேயே திலகர் பிரிட்டிஷ் காங்கிரஸ் கமிட்டியைப் புதுப்பித்தார். மிதவாதிகள் காங்கிரஸி லிருந்து பிரிந்துவிட்டாலுங்கூட பிரிட்டிஷ் காங்கிரஸ் கமிட்டி மிதவாதிகளைக் கொண்டும் 'இந்தியா' பத்திரிகை மிதவாதக் கொள்கைகளைக் கொண்டும் இருந்தன. 'இந்தியா'ப் பத்திரிகை யின் ஆசிரியராயிருந்த ஸ்ரீ போலக் என்பவர் டெல்லி காங்கிரஸின் தீர்மானங்களை ஆதரிக்கவில்லை. விசேஷக் காங்கிரஸின் தீர்மானங்களைக்கூட அவர் பத்திரிகையில் பிரசுரிக்கவில்லை. காரியங்களின் இந்தவிதமான நிலைமையைக் கண்டு திலகர் வெறுப்படைந்து காரியங்களைச் சீர்ப்படுத்த விரும்பினார். ஆனால் காங்கிரஸிலிருந்து அவருக்குக் கட்டளை கொடுக்கப்படாததால் அவர் அதனைச் செய்துமுடித்தற்கு அதிகக் கஷ்டப்பட வேண்டியதாயிருந்தது. கமிட்டியின் அங்கத்தினர்களிற் சிலர் தாம் மேலான அறிவாளிகளென்றும் பெரிய மனிதரென்றும் அகம்பாவம் கொண்டிருந்தனர். நல்ல காலமாக, டெல்லி காங்கிரஸானது அந்த விஷயத்தை எடுத்தாலோசித்து, காங்கிரஸ் கமிட்டியைப் புதுப்பிக்கும் வேலையைக் காங்கிரஸ் தூதுக் கோஷ்டிக்குக் கொடுத்துக் கமிட்டிகளின் காரியங்களெல்லாம் சீராகும்வரையில் கமிட் டிக்குப் பணம் முதலியவை அனுப்புவதை நிறுத்திவிட்டது. சிலகாலம் காங்கிரஸ் கட்டளைக்குக்கூடக் கமிட்டியும் ஸ்ரீ போலக்கும் கீழ்ப்படிந்து நடக்கவில்லை. என்றாலும் 'இந்தியா'வின் டயரக்டர்களில் டாக்டர் கிளார்க், டாக்டர் ரூதர்போர்டு, ஸ்ரீ பாரிக் என்னும் மூவரும் காங்கிரஸின் கொள்கையை மனச்சாட்சிக்கேற்ப ஆதரிக்க முடியுமா? முடியாதா? என்று ஸ்ரீ போலக்கைக் கேட்டனர். ஸ்ரீ போலக்கின் மறுமொழி இராஜினாமாதான். மிஸ் நார்மான்டன், போலக்குக்குப் பின் ஆசிரியர் ஆனார். டாக்டர் கிளார்க்கின் முயற்சியாலும், அவரைப் பின்பற்றுகிறவர்கள் முயற்சிகளாலும் பிரிட்டிஷ் காங்கிரஸ் கமிட்டிக்கு ஒரு புதிய விதி (1919–ம் ௵ ஆகஸ்டு௴) ஏற்படுத்தப்பட்டது. அதன்படி காங்கிரஸ் கொள்கையை ஒப்புக்கொள்கிறவர்கள் மாத்திரம்தான் பிரிட்டிஷ் கமிட்டியின் அங்கத்தினர்கள் ஆகக்கூடும். இந்த மாறுதலின் பயனாகக் கமிட்டியின் பழைய அங்கத்தினர்களிற் பலர் இராஜினாமாச் செய்துவிட்டனர்.

அப்போது இங்கிலாந்தில் இருந்த சகல இந்தியத் தூது கோஷ்டிகளுள்ளும் ஓர் ஒற்றுமையை உண்டுபண்ணுவதற்குத் தம்மாலான மட்டும் திலகர் முயற்சித்தார். ஸ்ரீமதி பெஸண்டு அம்மையாரைச் சரிப்படுத்துவதற்காக அவர் எடுத்த பிரயாசை களெல்லாம் வீணாயின. அம்மையாருடைய சொந்தக் காரணங்களால் அவர் தமது முந்திய சகாக்களின் குழுவை

விட்டு மிதவாதிகளுடைய குழுவிற் போய்ச் சேர்ந்துகொண் டார். மிதவாதிகள், வழக்கம் போல், வெல்லப்படக்கூடாதவர் களாயிருந்தார்கள். ஸ்ரீ மாண்டேகுவை ஆதரித்து நின்று அவர் கொடுக்கும் எதனையும் பெற்றுக்கொள்வதாக அவர்கள் உறுதிமொழி கூறியிருந்தார்கள். ஏனெனில் அவர்கள் இந்தியா மந்திரியை ஆதரித்து நின்று அவர் கொடுக்கும் சுயராஜ்ய பாகத்தைப் பெற்றுக்கொள்ளாவிட்டால் லார்டு சிடன்ஹாமைச் சேர்ந்தவர்கள், பிராமணருக்கு விரோதமான தூதுக்கோஷ்டி யாரால் ஆதரிக்கப்பட்டு, ஸ்ரீ மாண்டேகு செய்யக்கூடிய சிறு நன்மையைக்கூடக் கெடுத்துவிடுவார்கள் என்று உண்மையான அபிப்பிராய முடையவர்களாயிருந்தார்கள். அதனால்தான் ஹானரபிள் சுரந்தரநாத பானர்ஜி அதிகமாகக் கேட்பதனால் இந்தியாவின் நன்மைக்கு ஆபத்து விளையக்கூடுமானால், தாமும் தமது கக்ஷியாரும் கொடுக்கப்படும் எதனையும் பெற்றுக்கொண்டு அதனோடு திருப்தியடைந்திருப்பதாகப் பார்லிமெண்டுக் கூட்டுக்கமிட்டிமுன் வாதித்தார். திலகருடைய நிலைமை மிக வேறுபட்டதாயிருந்தது. ஸ்ரீ மாண்டேகு இந்தியா கேட்பதனைத்தையும் கொடுக்க விருப்பமுடையவராயிருந் தால், மசோதாப்படி கொடுப்பதாகச் சொல்லப்படுவனவற் றிற்கு அதிகமானவற்றை ஏன் கேட்கக்கூடாதென்பதே அவர் வாதம். 'நீங்கள் கொடுப்பது போதும்' என்று சொல்வது சரியான யோஜனையன்று. திலகர் இந்த விஷயங்களைத் திரும்பித்திரும்பி எடுத்துச்சொல்லிக்கொண்டிருந்தார்; ஆனால் மிதவாதிகளைத் திருப்ப முடியவில்லை. பஞ்சாபின் காரியங் களின் சம்பந்தமாக ஒரு பொதுமேடையில் பல கக்ஷியார்களும் நின்று பேசும்படி கொண்டுவருவதற்காக அவர் ரொம்பப் பிரயாசைப்பட்டார். இந்த விஷயத்திலுங்கூட மிதவாதிகள் காங்கிரசுடன் ஒத்துழைக்க விருப்பமில்லாதவர்களாயிருந்தார் கள்.

1919–ம்வருஷம் ஆகஸ்டுமீ 6உ திலகர் கூட்டுக்கமிட்டிமுன் சாக்ஷியம் சொன்னார். கமிட்டியார் தயாரித்துக்கொடுத்த வினாக்களுக்கு அவர் அளித்துள்ள விடைகளுக்கு அதிகமாக அவர் சொல்ல விரும்பியவற்றையெல்லாம் சொல்லும்படியாக அவர் கேட்டுக்கொள்ளப்பட்டார். அவர் பேச்சு சுருங்கிய தாகவும் எல்லாவற்றையும் அடக்கியதாகவும் உறுதியுடைய தாகவும் வெல்லுவதாகவும் தெளிவானதாகவும் அங்கீகரிக்கத் தக்கதாகவும் இருந்தது. கூட்டுக்கமிட்டி அங்கத்தினர்கள் அதிகப் புத்திசாலிகளாயிருந்தார்கள். அதனால் அவர்கள் திலகரைக் குறுக்கு விசாரணை செய்யவில்லை; இன்றியமை யாத நேரத்திற்கு அதிகமாக ஒரு நிமிஷம்கூட அவர் தம் முன்பு இருக்கும்படியாக வேண்டவில்லை. ஸ்ரீ எஸ். கஸ்தூரி

ரெங்கையங்கார் ஒரு தடவை கூறியபடி, அவருடைய ஆழ்ந்த தர்க்கத்தை எதிர்ப்பதற்குக் கமிட்டியார் பயந்திருந்தனர்.

பின்வருவது திலகர் இங்கிலாந்தில் செய்த வேலைகளைப் பற்றி அவருடைய கௌரவமான நண்பர் ஒருவருடைய மதிப்பாகும். "தூதுக்கோஷ்டிகள் இங்கிலாந்து வந்துசேர்வதற்கு முன் காங்கிரஸின் அரசியல் சீர்திருத்தக் குறிப்பை லண்டன் நகர ஜனங்கள் சரியாகத் தெரிந்து மதிக்கும்படி செய்வதற்காகத் திலகர் பெரியபெரிய கூட்டங்களுக்கு விரோதமாகச் சண்டையிட வேண்டியதாயிருந்தது. ஒவ்வொரு பொதுக் கூட்டத்திலும் அவர் உண்மையான விஷயங்களை அப்படியே எடுத்துக்கூறியும், தெளிவாக வாதஞ் செய்தும், கேட்டோர் மனதில் விஷயங்கள் பதியும்படி செய்தார். தாவாப்பட்ட விஷயங்களைச் சுருக்கமாக எடுத்துக் கூறுவதில் திலகர் எவ்வளவு திறமைசாலியென்பதை நீங்களெல்லோரும் அறிவீர்கள்; தாவாப்பட்ட விஷயங்களை விளக்குவதில் அவர் திறமைகளைக் காட்டுவதற்கும், அவருடைய எதிரிகள் தோற்று வீழ்ந்ததற்குப்பின் தமது சொந்தப் பிரசன்னமேடையில் நின்று தமது வெற்றியை அறிவிப்பதற்கும் இங்கிலாந்தில் கிடைத்த சந்தர்ப்பம் போன்ற சந்தர்ப்பம் அவருக்கு அதன்முன் ஒருபோதும் கிடைத்ததில்லை. இங்கிலாந்தில் வலிய வாக்குச் சண்டைக்குச் செல்லும் சின்பீனர் முதல் நல்ல புரட்சிக்காரர் வரையிலுள்ள பற்பல வகையான எதிரிகள் அவருக்கு அமைந்தார்கள். அவர்கள் நினைத்தால் கெட்ட விஷயங்கள் நல்ல விஷயங்களாகத் தோன்றும்படியாகச் செய்யக்கூடிய திறமைவாய்ந்த பிரசங்கிகளையும், சட்டவரம்பிற்கு உட்பட்டுக் கிளர்ச்சி செய்யும் இந்தியப் பிரசங்கிகளையும் தமது மேலான இகழ்ச்சியால் முதுகுகாட்டி ஓடும்படி செய்யக்கூடியவர்கள். ஸ்ரீ திலகரின் உபந்நியாஸங்களைக் கேட்ட ஒவ்வொரு பொதுக் கூட்டத்தினருடையவும் தீர்ப்பு என்னவென்றால் அவருடைய நுட்பமும் திறமையும் வாய்ந்த வாதங்களால் புரட்சிக்காரர் எதிர் நிற்க முடியாமல் ஓடும்படிக்கும், பிரசார வேலையே தொழிலாகவுடைய பிரசங்கிகள் துண்டுதுண்டாய்த் தம்வசப்படும்படிக்கும் அவர் செய்துவிட்டாரென்பதே."

14-10-1934

2—7—33
வீரகேசரி, ஞாயிற்றுக்கிழமை.
ஸ்ரீ திலக மகரிஷியின் வரலாறு
பாரத ஜோதி - ஸ்ரீ திலக மகரிஷியின் வரலாறு.
காங்கிரஸ் மகாநாடு.
ஸ்ரீ திலகரின் நன்முயற்சிக்கு எதிரான சூழ்ச்சி.
(ஸ்ரீமான் வ. உ. சிதம்பரம் பிள்ளை (Pleader) அவர்கள் எழுதியது.)
(All Rights Reserved)
ஸ்ரீதிலகரை வசப்படுத்த முயற்சித்த சீமைமந்திரி.
மாண்டேகு—செம்ஸ்போர்ட்—திலகர் அரசியல் சீர்திருத்தச் சம்பாஷணை.
அனிபெஸண்டம்மையார் அவைத்தலைமைவகித்த கல்கத்தா காங்கிரஸ் மகாநாட்டின் நிகழ்ச்சி.

பின்னிணைப்புகள்

1

சூரத் காங்கிரஸ்

வ.உ.சி.

நாங்கள் சூரத்துக் காங்கிரஸ்க்குப் போனது

1907–ம் வருஷம் டிசம்பர் மாதத்தில் சூரத்தில் நடப்பதாயிருந்த இந்தியன் நேஷனல் காங்கிரஸ் மகாசபையில் அக்கிராசனம் வகிப்பதற்குக் கல்கத்தாவிலிருந்த பெரிய சீமானும் பேர்பெற்ற வக்கீலுமான மிஸ்டர் ராஷ் பெகாரி கோஷைத் தெரிந்தெடுத்திருப்பதாகப் பத்திரிகைகளில் பிரசுரமாயிற்று. அதனைப் படித்ததும் நமது பாரதியார் சிறந்த தேசத்தொண்டு புரிந்ததன் காரணமாகத் தேசம் விட்டுக் கடத்தப்பட்டு அப்போது விடுதலையடைந்த ஸ்ரீ லாலா லஜபதி ராயை அந்த வருஷக் காங்கிரஸ் மகாசபைக்குத் தலைவராக்க வேண்டுமென்று நினைத்தார். உடனே நான் சென்னைக்கு வரவேண்டுமென்று எனக்குத் தந்தி கொடுத்தார். நான் சென்னைக்குச் சென்றேன். பாரதியார் முதலிய தேசாபிமானிகளெல்லாம் ஒன்றுகூடி ஆலோசித்தோம்; ஸ்ரீ லாலா லஜபதி ராயையே காங்கிரஸ் மகாசபைக்குத் தலைவராக்க வேண்டுமென்று ஏகமனதாகத் தீர்மானித்தோம். அதற்குரிய வேலைகளைச் செய்யும்படியான பொறுப்புப் பாரதிக்கும் எனக்கும் அளிக்கப்பட்டது. அவ்விஷயத்தைக் கொண்டு முடிப்பதற்குப் பாரதி மந்திரியும், நான் அரசனும் ஆயினோம். முதலில் ஸ்ரீ பால கங்காதர திலகரையும் ஸ்ரீ அரவிந்த கோஷையும்

எங்கள் கொள்கைக்கு இணங்கும்படி செய்ய வேண்டுமென்று நினைத்தோம். இருவருக்கும் கடிதங்கள் போல நெடுந்தந்திகள் பல அனுப்பினேன். காங்கிரஸ் மகாசபை மாநாட்டில் ஸ்ரீ லாலா லஜபதி ராய்க்கு மெஜாரிட்டி வோட்ஸ் கிடைக்கும் படியாகச் செய்வதற்காகச் சென்னை மாகாணத்திலிருந்தும் அனேக பிரதிநிதிகளைக் கூட்டிக்கொண்டு வரமுடியுமா வென்று எனக்குத் தந்திகள் கொடுத்துக் கேட்டு, அவ்வாறு செய்வதாக என் வாக்குறுதி பெற்றுக்கொண்டு, காங்கிரஸ் மகா சபைக் கூட்டத்திற்கு ஸ்ரீ லாலா லஜபதி ராயைத் தலைவராக்க வேண்டுவன செய்கிறோம் என்று அவ்விருவரும் எனக்கு முடிவான தந்தி கொடுத்தார்கள். அது விஷயமாகத் திலகரது 'கேசரி'ப் பத்திரிகையிலும் பம்பாய் மாகாணத்தின் பிற தேசீயப் பத்திரிகைகளிலும் ஸ்ரீ அரவிந்தரின் 'வந்தே மாதர'ப் பத்திரிகையிலும், வங்காள மாகாணத்தின் பிற தேசீயப் பத்திரிகையிலும், மற்றைய மாகாணங்களின் தேசீயப் பத்திரிகைகளிலும் பலமான கிளர்ச்சி செய்யப்பட்டது. ஒரு சில மிதவாதிகள் தவிர மற்றைய மிதவாதிகளும், அமித வாதிகளும், தேசாபிமானிகளும் ஸ்ரீ லாலா லஜபதி ராயையே காங்கிரஸ் தலைவராக்க வேண்டுமென்று பத்திரிகைகளில் எழுதித் தங்கள் அபிப்பிராயத்தை வெளியிட்டார்கள். காங்கிரஸ் மகாசபைக் கூட்டத்தின் ஆரம்பத் தேதி நெருங் கிற்று. அனேக பிரதிநிதிகளுடன் நான் அத்தேதிக்குச் சில தினங்களுக்கு முன்னரே சூரத்து நகரம் வந்து சேரவேண்டு மென்று ஸ்ரீ திலகரிடமிருந்து எனக்குத் தந்தி வந்தது.

தூத்துக்குடியிலிருந்து நான் சில நண்பர்களுடன் புறப் பட்டுச் சென்னை போய்ச் சேர்ந்தேன். மண்டையன் கூட்டத் தார் வீட்டில் சென்னை ஜன சங்கத்தின் அங்கத்தினர் களாகிய சென்னை இளந்தேசாபிமானிகளெல்லாம் ஒரு கூட்டம் கூடி ஆலோசித்தோம். பாரதியார் 100 பிரதிநிதி களுக்குக் குறையாமல் சென்னையிலிருந்து கூட்டிக்கொண்டு போகவேண்டுமென்று சொன்னார். அப்பிரதிநிதிகளில் பணம் இல்லாதவர்களுக்குப் பணம் கொடுத்துக் கூட்டிக்கொண்டு போகவேண்டுமென்றும், அவர்களைச் சூரத்திற்குக் கூட்டிப் போய் வருவதற்குரிய செலவு தொகையில் ஒரு பாதியை மண்டையன் கூட்டத் தலைவர் ஸ்ரீனிவாஸச்சாரியும், மற்றொரு பாதியை நானும் கொடுக்க வேண்டுமென்றும் எங்களுக்குள் முடிவு செய்து கொண்டோம். சுமார் 100 பிரதிநிதிகளை நாங்கள் கூட்டிக்கொண்டு வருவதாக ஸ்ரீ திலகருக்குத் தந்தி கொடுத்தோம். அப்போது ஊர்ஜிதத்தி லிருந்த காங்கிரஸ் மகா சபையின் விதிப்படி சங்கங்களின் மூலமாகத்தான் காங்கிரஸ்க்குப் பிரதிநிதிகளைத் தெரிந்தெடுக்க வேண்டும். அவ்வாறே பல சங்கங்கள் மூலமாகப் பல

பிரதிநிதிகளைத் தெரிந்தெடுத்துச் சென்னைக்கு அனுப்பும்படி யாகத் தமிழ் நாட்டிலுள்ள பல நண்பர்களுக்குத் தகவல் கொடுத்தோம். அவர்கள் அவ்வாறே பலவூர்களிலுள்ள பல சங்கங்கள் மூலமாகப் பல பிரதிநிதிகளைத் தெரிந்தெடுத்துச் சென்னைக்கு அனுப்பினார்கள். அவர்களில் அனேகர் சாதாரண டிரெய்ன் வழியாகச் சூரத்துக்குச் சென்றார்கள். எங்கள் சென்னைத் தலைவர் ஜி. சுப்பிரமணிய அய்யரவர் களும் சென்னையிலிருந்து சூரத்துக்குச் சென்றார்கள். 'சென்னை ஜன சங்க'த்தின் அங்கத்தினர்களாகிய இளந்தேசாபிமானி களெல்லாம் ஒரு பெரு ரெயில் வண்டியை ரிசர்வ் செய்து சென்னையிலிருந்து சூரத்துக்குச் சென்றோம். எங்களுடன் சென்றவர்களில் சென்னை அட்வகேட் ஸ்ரீமான் *S.* துரைசாமி அய்யர் *M.A., B.L.*,ம் ஸ்ரீமான் *V.* சக்கரை செட்டியார் *B.A., B.L.*,ம் இருவராவர்.

காங்கிரஸ் மகாநாடு

பாரதியார் முதலிய சென்னைத் தேசீயப் பிரதிநிதிகள் சூரத்து நகருக்கு வெளியே காங்கிரஸ் கொட்டகையைச் சுற்றி அமைக்கப்பட்டிருந்த கூடாரங்களில் தங்கியிருந்தோம். சூரத்து நகருள் சில பங்களாக்களில் திலகர் முதலிய பம்பாய்த் தேசீயப் பிரதிநிதிகளும் வேறு சில பங்களாக்களில் அரவிந்தர் முதலிய வங்காளத் தேசீயப் பிரதிநிதிகளும் தங்கியிருந்தார்கள். காங்கிரஸ் பிரசிடெண்டாக வந்திருந்த ஸ்ரீ ராஷ் பிகாரி கோஸ் எழுதி அச்சிட்டுக் கொண்டுவந்திருந்த தமது தலைவர்—பிரசங்கப் பிரசுரத்தில் 'அமிதவாதிகள்' என்று அப்போது சொல்லப்பட்ட தேசீயவாதிகளாகிய திலகர், அரவிந்தர், பாரதியார் குழாத்தினர்களைப் பற்றி இழிவாகச் சில வாக்கி யங்கள் எழுதப்பட்டிருந்தன. அவற்றை அப்பிரசுரத்திலிருந்து நீக்கிவிட வேண்டுமென்று ஸ்ரீ ராஷ் பிகாரிக்குத் திலகரும் அரவிந்தரும் சிலரிடம் சொல்லியனுப்பினர். அவ்வாக்கியங் களை நீக்குவதற்கு அவர் இணங்கவில்லை. அவ்வாக்கியங்களை அப்பிரசுரத்திலிருந்து நீக்காவிட்டால், காங்கிரஸ் மகாசபைக் கூட்டத்தில் ராஷ் பிகாரி தலைமை வகிக்க வேண்டுமென்ற பிரேரேபணையைத் தாம் எதிர்க்கப்போவதாகத் திலகர், ஸர். பிரோஷிஷா மேத்தா, ஸ்ரீ கோக்கலே, வி. கிருஷ்ணசுவாமி அய்யர் முதலிய மிதவாதத் தலைவர்களுக்குச் சொல்லியனுப் பினார். மிதவாதத் தலைவர்கள் பலரும் கூடியாலோசித்து அவ்வாக்கியங்களை அப்பிரசுரத்திலிருந்து நீக்க முடியாதென்று பதில் சொல்லிவிட்டனர். பின்னர்த் திலகர் காங்கிரஸ் மகாசபைக்காகப் பல மாகாணங்களிலிருந்தும் வந்திருந்த தேசீயக் கட்சிப் பிரதிநிதிகளையெல்லாம் சேர்த்து ஒரு கூட்டம் கூட்டி க்ஷி விஷயத்தை எடுத்துச்சொல்லி ஆலோசனை

செய்தனர். அரவிந்தர், பாரதியார் முதலியோர் ராஷ் பிகாரி அவ்வாக்கியங்களை அப்பிரசுரத்திலிருந்து நீக்காவிட்டால் அவர் தலைவராயிருக்க வேண்டுமென்ற பிரேரேபணையை எதிர்த்து ஸ்ரீ லாலா லஜபதி ராய் தலைவராயிருக்க வேண்டு மென்று ஒரு பிரேரேபணை செய்ய வேண்டுமென்று சொல்லினர். அவ்வாறே செய்வதென்றும், அதனைத் திலகரே முன்னின்று செய்ய வேண்டுமென்றும் முடிவு செய்யப்பட்டது.

திலகருக்கும் ஏனைய தலைவர்களுக்குமுள்ள வித்தியாச மொன்றை இங்குக் குறிப்பிட வேண்டியது அவசியமாயிருக் கிறது. திலகர் எந்தக் காரியத்தைச் செய்ய விரும்பினாலும், அந்தக் காரியத்தைப் பற்றி முதலில் தம்முடைய சிஷ்யர்களைக் கலந்து ஆலோசனை செய்வர். தமது அபிப்பிராயமும் அவர்கள் அபிப்பிராயமும் மாறுபடுமாயின், தமது அபிப்பிரா யத்திற்கு அனுசரணையான விஷயங்களையெல்லாம் எடுத்துச் சொல்லி வாதிப்பர். தமது அபிப்பிராயம் நிராகரிக்கப் படுமாயின், தமது சிஷ்யர்கள் அபிப்பிராயப்படியே காரியங் களைச் செய்வார்கள்.

மேற்சொல்லிய காங்கிரஸ் பிரசிடண்டு பிரேரேப ணையைப் பற்றிய முடிவு மிதவாதத் தலைவர்களுக்குத் தெரிவிக்கப்பட்டது. உடனே அவர்கள் கூட்டம் கூடி ஆலோசனை செய்தார்கள். ஸ்ரீ லாலா லஜபதி ராயைத் தருவித்து விஷயத்தை அவரிடம் மிதவாதத் தலைவர்கள் தெரியப்படுத்தினார்கள். தம்மால் காங்கிரஸில் பிளவுண்டா காமல் பார்த்துக்கொள்வதாக அவர் மிதவாதத் தலைவர் களுக்கு பதில் கூறிவிட்டுத் திலகரிடம் வந்து நடந்ததைத் தெரியப்படுத்திக் காங்கிரஸ் மகாசபைக் கூட்டத்தில் தலை வரைப் பற்றிய பிரேரேபணையை எதிர்க்காமல் விட்டுவிடும் படியாகக் கேட்டனர். தலைவர் பிரசங்கப் பிரசுரத்தில் தம் குழாத்தினர்களைப் பற்றியெழுதியுள்ள இழிமொழிகளைத் திலகர் எடுத்துக்காட்டினார். அவர் அவற்றைப் படித்ததும் மிக்க வருத்தமுற்றுத் தாம் போய் மிதவாதத் தலைவர்களிடம் பேசி அவ்வாக்கியங்களை அப்பிரசுரத்திலிருந்து நீக்கும்படி செய்வதாக வாக்குச் சொல்லிப் போயினர். ஆனால், அவருடைய பேச்செல்லாம் மிதவாதத் தலைவர்களுடைய செவிகளுக்குள் ஏறவில்லை. அவர் திரும்பிவந்து திலகரிடம் நடந்ததைச் சொல்லித் தம் பெயரைத் தலைவர் பதவிக்குப் பிரேரேபிக்க வேண்டாமென்று கேட்டுக்கொண்டனர்.

காங்கிரஸில் குழப்பம்

குறித்த தேதியில் குறித்த நேரத்தில் காங்கிரஸ் மகாசபை கூடிற்று. காங்கிரஸ் தலைவரைப் பற்றிய பிரேரேபணையை

எதிர்க்க வேண்டுமென்ற நோக்கமுடைய தேசீயவாதிகள் காங்கிரஸ் கொட்டகையுள் பல பாகங்களிலும் உட்கார்ந்திருந் தோம். வரவேற்புத் தலைவர் எழுந்திருந்து தமது வரவேற்புப் பிரசங்கப் பிரசுரத்தைப் படித்து முடித்தார். பிளாட்டுப்பார மேடையிலிருந்தவர்களில் ஒருவர் எழுந்திருந்து ஸ்ரீ ராஷ் பிகாரி கோஸ் காங்கிரஸ் மகாநாட்டிற்குத் தலைமை வகிக்க வேண்டுமென்று பிரேரேபித்தார். அங்கிருந்த மற்றொரு மிதவாதத் தலைவர் எழுந்திருந்து அப்பிரேரேபணையை ஆமோதித்தார். உடனே திலகர் பிளாட்பார மேடைக்குச் சென்று அப்பிரேரேபணையைத் தாம் எதிர்ப்பதாகச் சொன்னார். பிளாட்பாரத்தில் கூச்சல் கிளம்பிற்று. பலர் பலவாறு திலகரைத் திட்டிக்கொண்டும் *(Go to your seat)* "உம் இடத்திற்குப் போம்" என்று சொல்லிக்கொண்டும் பெருங்குழப்பம் செய்தனர். தலைவரைப் பற்றிய பிரேரேப ணையைத் தாம் எதிர்த்தற்குரிய காரணங்களை எடுத்துச் சொல்லுவதற்காகப் பலமுறை திலகர் எத்தனித்தார். மிதவாதி களின் பெருங்கூச்சலால் திலகர் வார்த்தைகள் காங்கிரஸ் பந்தலில் பிரதிநிதிகள் இருந்த இடங்களுக்குக் கேட்கவில்லை. திலகரோ தம்மைப் பேசவிட்டாலன்றிப் பிளாட்பார மேடையை விட்டுப் போகப்போவதில்லையென்று சொல்லித் தமது கைகளைக் கட்டிக்கொண்டு அசையாது நின்றார். இச்சமயத்தில் ராஷ் பிகாரி மேஜை மேல் ஏறி நின்றுகொண்டு தமது தலைவர் பிரசங்கப் பிரசுரத்தை வாசிக்கத் தொடங்கினார். பிரதிநிதிகள் இடங்களிலிருந்து "இன்னும் உம்மைப் பிரசிடண் டாகத் தெரிந்தெடுக்கவில்லை. உமது பிரசங்கத்தை வாசிக்க வேண்டா" என்ற சத்தங்கள் கிளம்பின. மிதவாதிகள் பிளாட் பார மேடையில் எழுந்திருந்து நின்றுகொண்டு திலகரை நோக்கி *(Go to your seat)*, "உம் இடத்துக்குப் போம் *(Don't open your mouth)*, உமது வாயை திறக்காதேயும்" என்று பெருங்கூச்சல் இட்டார்கள். அப்போது அவர்கள் முன்பு திலகர் நின்ற நிலை இன்றும் அன்று போல் என் மனக் கண்ணுக்குத் தெரிகின்றது. அன்று அவர் நின்ற நிலையை மதம் பிடித்துக் கர்ஜித்துக்கொண்டிருந்த பல நூறு யானை களின் முன் அமரிக்கையாய் அடங்கி ஒடுங்கி நின்ற ஒரு சிங்கத்தின் நிலைக்கு ஒப்பிடலாம்.

காங்கிரஸ் கலைக்கப்பட்டது

அச்சமயத்தில் பிளாட்பாரத்திலிருந்த மிதவாதிகள் பலர் தமது நாற்காலிகளைத் தம்தம் தலைக்கு மேலே தூக்கித் திலகர் மேலே எறிய எத்தனித்தனர். காங்கிரஸ் பந்தரில் முன்னணியிலிருந்த ஸ்ரீ கப்பர்தேயும் நமது பாரதியார் முதலிய சென்னை மாகாணப் பிரதிநிதிகள் சிலரும் அம்மிதவாதிகள்

நாற்காலிகளைத் தூக்கித் திலகர் மேல் எறிய எத்தனித்ததைக் கண்டதும் ஒரே பாய்ச்சலாய் பிளாட்பாரத்தின் மேல் பாய்ந்து திலகரைச் சுற்றி வட்டமாக நின்று கொண்டு திலகர் மேல் எறியப்பட்ட நாற்காலிகளைத் தம் கைகளால் தடுத்து பக்கத்தே தள்ளிக்கொண்டிருந்தார்கள். அப்போதும் ராஷ் பிகாரி மேஜை மேல் நின்று தமது பிரசங்கக் குறிப்பை வாசித்துக் கொண்டிருந்தார். காங்கிரஸ் பந்தரிலிருந்த தேசீயப் பிரதிநிதிகள், முக்கியமாகப் பாரதியார் முதலிய சென்னைப் பிரதிநிதிகள், *(Don't read)* "வாசிக்க வேண்டா", *(Sit down)* "கீழே உட்காரும்" என்று ராஷ் பிகாரியை நோக்கிச் சொல்லிக்கொண்டிருந்தார் கள். இந்தச் சமயத்தில் காங்கிரஸ் பந்தரின் பல மூலைகளில் முன்னரே ஒளித்து வைக்கப்பட்டிருந்த குண்டர்கள் (போக்கிறி கள்) தடிக்கம்புகள் சகிதம் புறப்பட்டுப் பிளாட்பாரத்துக்குச் சென்றார்கள். அங்குத் திலகரைச் சுற்றி வட்டமாக நின்று, மிதவாதிகளால் எறியப்பட்ட நாற்காலிகள் திலகர்மீது விழாதபடி தடுத்துக் கொண்டிருந்த தேசீயவாதிகளை – முக்கியமாகச் சென்னை தேசீயவாதிகளை – அக் குண்டர்கள் தடிக்கம்புகளால் அடித்துக் கீழே சாய்த்தார்கள். காங்கிரஸ் பந்தர்ப் பிரதிநிதிகள் இடங்களிலிருந்து ஜோடுகளும் செருப்பு களும் பிளாட்டுபாரத்தின் மேல் நின்று தடிக்கம்புகளால் அடித்துக்கொண்டிருந்த குண்டர்கள் மேல் எறியப்பட்டன. அந்த ஜோடுகளில் இரண்டு மிதவாதிகளின் மாபெருந்தலைவர் களான இருவர் கன்னங்களில் பட்டுக் கீழே விழுந்தன. உடனே மிதவாதத் தலைவர்கள் காங்கிரஸைக் கலைக்க வேண்டுமென்று சூரத் போலீசாருக்கு அறிவித்தனர். போலீசார்கள் வந்து காங்கிரஸ் பந்தர் தமது ஆள்கையில் இருப்பதாகவும், கால் மணி நேரத்திற்குள் எல்லாரும் காங்கிரஸ் பந்தரை விட்டு வெளியேறிவிடவேண்டுமென்றும் உத்தரவு செய்தார்கள். உடனே மிதவாதத் தலைவர்களும் பிரதிநிதிகளும் குண்டர்களும் காங்கிரஸ் பந்தரை விட்டு வெளியேறிப் போய்விட்டார்கள். பிற்பாடு எங்கள் தலைவர் களும் நாங்களும் காங்கிரஸ் பந்தரை விட்டு வெளியேறி அரவிந்தர் தங்கியிருந்த பங்களாவுக்குப் போய்ச்சேர்ந்தோம்.

தேசீயப் பிரதிநிதிகள் மகாநாடு

திலகர், கப்பர்தே முதலிய பம்பாய்த் தேசீயத் தலைவர் களும் பிரதிநிதிகளும் அரவிந்தர் முதலிய வங்காளத் தேசீயத் தலைவர்களும் பிரதிநிதிகளும் பஞ்சாப் தேசீயத் தலைவர் களும் பிரதிநிதிகளும், பாரதியார், துரைச்சாமி அய்யர், சக்கரைச் செட்டியார், ஸ்ரீனிவாஸச்சாரி முதலிய சென்னை தேசீயத் தலைவர்களும் பிரதிநிதிகளும் கூடி ஆலோசித்தோம். மறுநாள் மாலையில் சூரத் நகரிலுள்ள ஒரு பெரிய கட்டிடத்தில்

‘தேசீயவாதிகளின் மகாநாடு’ ஒன்று கூட்டி மேல் செய்ய வேண்டிய காரியங்களைப் பற்றி ஆலோசித்து முடிவு செய்வ தாகத் தீர்மானிக்கப்பட்டது.

இங்குத் திலகருடைய வைதீகப் கோட்பாட்டைப் பற்றி ஒரு சில வார்த்தைகள் சொல்ல வேண்டுவது அவசியமாயிருக் கிறது. தேசீயத் தலைவர்களும் பிரதிநிதிகளும் அரவிந்தர் பங்களா மாடியில் கூடி ஆலோசித்துக்கொண்டிருந்தபோது திலகருக்கு ஒருவன் சாப்பாடு கொண்டு வந்தான். அவன் திலகரைப் பார்த்து வலப்பக்கத்திலுள்ள தனித்ததோர் அறையைச் சுட்டிக்காட்டி ‘அங்கே கொண்டு போய் வைக் கட்டுமா’ என்று கேட்டான். அதற்குத் திலகர் ‘தேச பக்தருள் ளும் ஜாதி வேற்றுமையுண்டோ? இங்கே தானே வை’ என்றார். திலகர், கப்பர்தே, அரவிந்தர், பாரதியார், நான் முதலிய பல ஜாதிக்காரர்கள் ஒரே வரிசையாக உட்கார்ந்து சாப்பிட்டோம். இதனால் திலகரின் வைதீகக் கோட்பாடெல் லாம் தேசபக்தர்களுக்கு வெளியேதான் என்றுணர்க.

மேற்குறித்தபடி மறுநாள் மாலையில் தேசீயவாதிகளின் மகாநாடு நடந்தது. ஸ்ரீ அரவிந்தர் தலைமை வகித்தார். மேல் நடத்த வேண்டிய காரியங்களைப் பற்றிப் பல மாகாணத் தேசீயவாதிகளும் பேசினார்கள். மிதவாதிகளை விட்டுப் பிரிந்து தேசீயவாதிகள் வருஷந்தோறும் தனி மகாநாடு கூடி ஆலோசனை செய்து, சுய அரசாட்சி அடைவதற்குரிய வேலைத் திட்டங்களை வகுத்து வருஷம் முழுவதும் வேலை செய்து வரவேண்டுமென்று ஒரு தீர்மானம் செய்யப்பட்டது. அதற்காக, ஒவ்வொரு மாகாணத்திற்கும் ஒவ்வொருவர் காரியதரிசியாகத் தெரிந்தெடுக்கப்பட வேண்டுமென்றும் மற்றொரு தீர்மானம் செய்யப்பட்டது. அப்போது சில பிரதிநிதி கள் காரியதரிசிகளைத் தெரிந்தெடுப்பதில் ஒருவருடைய *(private character)* அந்தரங்க ஒழுக்கத்தைப் பற்றிக் கவனிக்க வேண்டுமா, வேண்டாவா என்று திலகரைக் கேட்டனர். ஒருவருடைய அந்தரங்க ஒழுக்கம் அவருடைய இராஜீய வேலைகளைப் பாதிக்குமானால் மாத்திரம் அதைப் பற்றி கவனிக்க வேண்டுமேயன்றி, மற்றைப்படி கவனிக்க வேண்டு வதில்லை என்றார் திலகர். ஒவ்வொரு மாகாணத்திற்கும் ஒவ்வொரு தேசீயவாதி காரியதரிசியாகத் தெரிந்தெடுக்கப்பட் டனர். பம்பாய் மாகாணத்திற்குத் திலகரும், வங்காள மாகாணத்திற்கு அரவிந்தரும், சென்னை மாகாணத்திற்கு நானும் காரியதரிசிகளாகத் தெரிந்தெடுக்கப் பெற்றோம். எங்கள் வேலைத் திட்டங்களும் குறிக்கப்பட்டன. பாரதியார் முதலிய தேசீயப் பிரதிநிதிகள் சென்னைக்குத் திரும்பி வந்துசேர்ந்தோம். திருவல்லிக்கேணிக் கடல்கரையிலும் மற்றும்

பல இடங்களிலும் பாரதியாரும் நானும் காங்கிரஸ் கலைக்கப் பட்டதையும், தேசீயவாதிகள் மகாநாடு ஸ்தாபிக்கப்பட்டதை யும் அதன் வேலைத் திட்டங்களைப் பற்றியும் பல உபந்நியாசங்கள் செய்தோம்.

பின்னர் நானும் எனது நண்பர்களும் தூத்துக்குடிக்கு வந்துசேர்ந்தோம். சூரத் காங்கிரஸ் உடைந்ததையும் தேசீய வாதிகள் மகாநாடு உண்டாயதையும் அதன் வேலைத் திட்டங்களையும் பற்றித் தூத்துக்குடியில் பல பிரசங்கங்கள் செய்தோம். தேசீய மகாநாட்டுக் காரியதரிசிகளையும் அவர் சகாக்களையும் கவர்ண்மெண்டார் கவனமாகக் கண்காணிக்கத் தொடங்கினர். வங்காளத்தில் அரவிந்தர் முதலியோர் மீதும், சென்னை மாகாணத்தில் என் வகையார்கள் மீதும் பம்பாய் மாகாணத்தில் திலகர் மீதும் இராஜத்துரோக கேஸ்கள் ஏற்பட்டன.

'வ.உ.சி. கண்ட பாரதி' என்ற பெயரில் அறியலாகும் பாரதி பற்றிய வ.உ.சி.யின் நினைவுரையிலிருந்து திலகர் பற்றிய பகுதிகள் இங்குத் தரப்பட்டுள்ளன. வ.உ.சி.யின் மூலக் கையெழுத்துப்படி ஆதாரமாகக் கொள்ளப்பட்டுள்ளது. கையெழுத்துப்படியில் வ.உ.சி.யின் கையெழுத்தில் உள்ள தலைப்பு 'ஸ்ரீ C. சுப்பிரமணிய பாரதியாரைப் பற்றிய சில குறிப்புகள் – வ.உ. சிதம்பரம் பிள்ளை எழுதியது'. இது 1933ஆம் ஆண்டளவில் எழுதப்பட்டதாகும்.

2

திலகருக்குக் கடிதம்

உ

V.O. CHIDAMBARAM PILLAI
Tuticorin

Madras
19–6–1914

To
Srijut B.G. Tilak
'Kesari' Office
Poona

Respected brother,

I feel extremely glad to know that you have after all reached home in good health and send you my warm congratulations.

I am not able to write to you how grieved I felt when I heard in jail the sad news of the death of your beloved wife and I now express my deep and sincere feelings of sorrow and condole with you her death. Although I have had not the fortune of seeing her personally I have sufficiently heard of her noble qualities and virtues. I feel that her death is a great loss to the country. I pray to God to give you sufficient strength to overcome the feelings of sorrow of her irreparable loss.

Now, brother, I think you ought to take a good rest to recoup your past health and strength. I may, if God permits, meet you at Poona in a month or two. Meanwhile, if it is convenient to you, please write to me the names of the books you have written, if possible, the subjects they deal with and when you mean printing and publishing them.

I prostrate before you and offer my 'namaskarams' to your holy feet.

Yours obediently,
V.O. Chidambaram

40 Paripurana Vinayagar Coil Street
Mylapore
Madras

(227)

V. O. CHIDAMBARAM PILLAI,
Tuticorin.

Madras
13-6-191

To
Srijut
B. G. Tilak
"Kesari" office
Poona

Respected brother,

I feel extremely glad to know that you have after all reached home in good health and send you my warm congratulations.

I am not able to write to you how grieved I felt when I heard in jail the sad news of the death of your beloved wife and I now express my deep and sincere feelings of sorrow and condole with you for her death. Although I have had not the

fortune of seeing her personally
I have sufficiently heard of
her noble qualities and virtues.
I feel that her death is a great
loss to the country. I pray to God
to give you sufficient strength
to overcome the feelings of sorrow
of her irreparable loss.

Now, brother, I think
you ought to take a good rest
to recoup your past health and
strength. I may, if God permits,
meet you at Poona in a month
or two. Meanwhile, if it is con-
venient to you, please write to
me the names of the books you
have written, if possible, the
subjects they deal with and
when you mean printing and
publishing them.

I prostrate before you
and offer my 'namaskaarams' to
your holy feet. Yours obediently,

c/o Paripurana
Vinayagar koil street, x
V. O. Chidambaram

x Triplicane, Madras. S.

3

திலகருக்கு இரங்கற்பாக்கள்

ஸ்ரீ லோகமான்யபாலகங்காதர திலகர் பெருமான்

சரமகவி

உலகவுயிர்க் கெல்லா மொருதனிநற் றாயாய்
நலனளித்த பாரதநந் நாடு – வலனிழந்து
வெள்ளையர்க்காட் பட்டதின்று மீட்பலென்ற மெய்த்திலக
வள்ளாலின் றெங்குற்றாய் மற்று?

உலக முழுவதினு மோங்குபுகழ் நாட்டி
இலகுமெமைத் தொண்டரென வேற்றுப் – பலவினையும்
எம்முடனே யெண்ணி யியற்றுந் திலகவண்ணால்
எம்மைப் பிரிந்ததென்னோ யின்று?

உலக மனைத்து மொருகுடைக்கீ ழாளும்
வலனார் திலகனெனு மன்னா – இலகுநம்
பாரதநா டாளாது பார்விடுத்து வானாள
மாரதநீ யுய்த்ததென்னோ வம்பு?

உலக மடந்தை யொருநன் முகத்துத்
திலகமென நின்ற திலகப் – புலவா
புலவரிவ ணில்லையென்றோ போந்தனையிஞ் ஞான்று
புலவர்வாழ் பொன்னாடு புக்கு?
உலக வரசரினு மொப்பற் றுயர்ந்த
திலகமகா ராசனெனுஞ் சீர்சால் – வலவா
பரதகண் டத்திற் பரதரரசாட்சி
வரமருளச் சென்றனையோ வான்?

உலகமெலாம் போற்று முயர்திலகக் கோவே
பலவருட மாபாடுபட்ட – பலனெல்லாம்
ஓர்கணத்திற் பாழாக்க வூக்குமவர்க் கோநாணி
ஓர்கணத்திற் சென்றனைவா னூர்?

உலகினர் காணு முடல்விடுத்துக் காணா
திலகுமுடல் கொண்டவரு ளேகிப் – பலனழியா
நல்லறிவு நல்குதற்கோ நல்லுடல நீத்தனைசொல்
எல்லார் திலகமுனி யே.

உலகி லுறவினரு ளொத்துழை யாமை
நலனளித்தல் கண்டதுண்டு நண்ணார் – குலமுள்
நலனளித்தல் பொய்யென்று நானிலநீத் தாயோ
திலகபெரு மானேநீ செப்பு.

உலகினிற் செல்வாக் குதவுமர சாங்கப்
பலபுணர்ப்பு நீக்கப் பகரும் – புலனிலா
மாந்தர்க்கிங்கஞ்சினையோ மாண்பார் திலகனெனும்
வேந்தர்க்கு வேந்தே விளம்பு.

உலகின் மடிநல்கு மொத்துழை யாமை
இலமென்று கூறி யிரக்கச் – செலச்செயும்
அந்தோ வதுநமக்காகாதென் றேகினையோ
எந்தாய் திலகபிரானே.

சென்னை
9.8.20

வ.உ. சிதம்பரம் பிள்ளை
திலகர் தொண்டன்

4

திலகர் நினைவுகள்

Reminiscences of Tilak

V.O. Chidambaram Pillay
(Pleader, Koilpatti, Madras Presidency)

Lokamanya Bal Gangadhar Tilak is my political Guru. From my 21st year, that is from 1893, I was closely following his writings and speeches on politics. They made me feel that India was my country, that the British were wrongfully retaining it and that it must be got back from them. Then I considered and discussed with my friends all the ways and means to get it back from them. But I found that none of those ways and means suited the condition of my countrymen. I wanted to meet my political Guru and discuss with him about those ways and means. The Session of the Indian National Congress that was to be held at Surat in 1907 was fastly approaching then. I made up my mind to meet my political Guru at Surat and discuss with him about those ways and means.

Just then our great Patriot Srijut Lala Lajpat Rai was released from his deported destination. It struck me and some of my Madras friends that Lala Lajpat Rai was the proper person to preside over the Congress at Surat. I corresponded by wire with my political Guru and with Babu Arabindo Ghose of Bengal about the matter. We three agreed that Lalaji must be made to preside over the Congress. Then we wired about the matter to Lalaji. Although he was not willing at first to accept the presidentship of the Congress, he finally yielded to our repeated telegraphic requests. Meanwhile our moderated friends nominated our great countryman Dr Rash Bihari Ghose of Bengal to preside over the

Congress. We three agreed by telegraphic correspondence that we should propose an amendment in the open Session of the Congress that Lalaji should occupy the chair and that we must, for our support, arrange to have with us a large number of nationalist delegates from all provinces. Accordingly we wired to the nationalist leaders of other provinces and they brought a large number of nationalist delegates to Surat. We also took a great number of nationalist delegates with us to Surat. What all took place at the Congress Pandal and outside of it at Surat have been correctly stated by Mr G.S. Khaparde in his letters of 23rd December 1907 to 28th December 1907 that have been published at pages 45, 47 of the *Reminiscences of Lokamanya Tilak*, volume II. I need not repeat them here.

In Surat two incidents took place, one at the upper storey at which my Guru halted and the other at the Nationalists' Conference that we had in the Ghee Kanta Wadi. At the first mentioned place our noon meal was waiting for us for a very long time as my Guru was not able to leave the crowds that were coming by the thousands to kiss his feet. At about 3 p.m. one of our Surat friends asked the crowds to wait for a few minutes and took my Guru, Babu Arabindo, myself and a few others to a back room to have our meals. Having known that we belonged to different castes and creeds and thinking that my Guru might not like to sit and take his food with us, that Surat friend asked my Guru, "May I arrange to serve you the meal in the next room?" My Guru promptly replied "All patriots are of one and the same caste and creed" and sat amidst us and took his food with us. That is his so called Orthodoxy! At the Nationalist Delegates' Conference a delegate asked my Guru "Should we not consider the private character of a person who wants to join our party?" At once my Guru replied, "As long as his private character does not affect his public work we need not look into his private character." That was his tolerant spirit! After the conference was over the delegates of each province assembled there, elected their provincial secretary and dispersed. I also went away with them having forgot all about my desire to have a discussion with my Guru about the ways and means to get back our country from the British as the split in the Congress was foremost in my mind.

In the middle of 1908 I was convicted for sedition and was sentenced to transportation for life. After some months my Guru also was convicted for sedition and was sentenced to transportation for six years. On appeal my sentence was reduced to transportation for six years. I was detained in the Central Jails at Coimbatore [and Cannanore] and was released in 1912. My Guru was detained at Mandalay and was released in 1914. Then we were corresponding with each other about the current political topics of the day. However, my desire to discuss with him about the ways and means to obtain Swaraj was growing in my heart day by day, and I was waiting only for an opportunity to meet him.

About a week prior to the death of Mr G.K. Gokhale I received a letter from my Guru directing me to go to Poona at once. I reached Poona on the night on which Mr Gokhale died. At that time my Guru was on the Sinhagad Hills. Next morning some of his followers went to the hills to bring him to Poona. He reached his residence at about 9 a.m. At once he went to my room and had a short talk with me about my welfare, etc. Then he referred to the death of Mr Gokhale, mentioned to me all his good services to the country and felt very sorry for his death. He wanted to go to Mr Gokhale's residence and asked me if I liked to go with him there. I said no. He and some of his followers went to Mr Gokhale's residence and returned home only in the night. He narrated to me what all took place in Mr Gokhale's residence and also in the cremation ground.

Next morning at about 5 o'clock my Guru went to my sleeping room and took me to his private chambers. He had a talk with me about the European War that was then going on and about a message that he received from some of the Indian patriots, who were then in Germany. The message was to the effect that certain occasions would arise during the course of the War and that Indians should do such and such things on those occasions. We discussed for two or three days about the advisability, possibility and the probable result of our carrying out the terms of the message. Here my Guru predicted that the occasions referred to in the message might not arise as there were several complications in Europe in connection with the War.

I questioned my Guru about the ways and means to attain Swaraj to our country. He replied to the following effect: Our country is a vast one. In it there are men of different kinds of tendencies and temperaments. Some say that Swaraj can be obtained by petitions, prayers and protests, while some others say that Swaraj cannot be obtained by all these means. Some say that Swaraj can be obtained by doing away with the heads of the Executive Government, while some others say that only persecution would follow such acts. Some say that Swaraj can be obtained by a simultaneous revolution throughout the country, while some others say that anarchy would be the result. Some say that Swaraj can be obtained by a war with the help of another country, while some others say that the country would continue to be a slave under that another country, even if it comes out successful in the war.

I said "Yes. It is true that different men in our country have different views about the matter. But what are we to do?" He replied in the following terms: "Let each patriot do what he deems best for his country. Let not others put obstacles in his way. There is room in our country for different kinds of men and for different kinds of activities. One need not clash with the other. Let all acts of construction go on, whatever they and their forms may be. Let not others obstruct those acts. Let no one be disheartened by his failures or sufferings in the course of his work to attain Swaraj. Failures will bring knowledge and success."

I asked him to give me his opinion of the social reform movement. He said that it was a very good movement. If it was so, I asked him, why did he not take any active part in that movement. He replied that one should have one object in view, and that he should concentrate all his attention and energy to attain that one object. If he allows himself to have more objects than one in view, his attention and energy will be diffused and consequently he cannot accomplish any one of those objects. I asked him if the present caste system does not stand in the way of unity among the people of the country. He replied, "Yes, it does stand. Several men including those that are in Government services are working to root out the evils in the present caste system. Why should we interfere in their work, when we have more than enough work to do in another direction?"

I asked him as to the advisability of the patriots' accepting Government service. He replied "Yes, I want all Government offices, both Civil and Military, to be occupied by real patriots. If all the Governors and the Governors-in-General are real patriotic Indians, we have then attained Swaraj. I asked him if patriots can enter Legislative Councils. He replied "Yes. I want real patriots to occupy not only all the seats in all the Legislative Councils but also all the seats and offices in all the institutions of the country, which will bring power, influence or money."

I stayed with my Guru for about a week. In each of those days he used to take me to his private chambers early morning at about 5 o'clock and to talk to me and to discuss with me there till 10 o'clock in the night. When visitors came to see him, I used to retire to my room. As soon as the visitors left him, he would come to my room and would take me again to his private chambers. In his talk and discussions with me for about a week, he gave me not even a single occasion to say "Beg your pardon", "I don't follow you" or "Once more please," so clear and so plain and so straight was his talk.

I fear I will be wanting in gratitude if I do not express a word about the treatment that was accorded to me during my stay with my Guru. For a few days in the beginning he used to sit with me during my morning and evening tea and during my noon and night meals and to take his drink and diet with me. His drink and diet were those of diabetic patients. Although I did not like their flavour and taste, he used to ask me to taste a little of them every time he drank and ate with me. When I got acquainted with his relations and friends in his house, I preferred to go, sit and take my noon and night meals with them. Even then he used to go to me and ask me how I liked the meals, etc. Neither he nor any of his relations or friends ever asked me to what caste or creed I belonged. In short, everyone of the inmates of my Guru's house including my Guru treated me as the master of the house. I have not received such kind and respectable treatment even in my father-in-law's house. For entertaining me he arranged for a music party on a certain evening in his house and also for a mock Indian warfare on another evening in a certain theatre.

When I was about to leave him, how he embraced me I cannot express except by tears from my eyes.

S.V. Bapat (ed), *Reminiscences of Lokamanya Tilak*, vol. III (1927)

5

திலகரின் 'மராட்டா' பார்வையில் வ.உ.சி.

THE TINNEVELLI RIOTS

The Tinnevelli riots which occurred on the 13th instant are calculated to prove a landmark in the history of practical politics in the southern presidency. We say so advisedly because, while on the one hand the riots could be really traced back to a labour strike which had no political character, still they will be handed down to posterity as associated in memory with the awakening of strong popular discontent which is undoubtedly a phase of practical politics. The governmental authorities also are generally inclined to give every popular movement a political character, as much is forgiven them when they are supposed to act for upholding the prestige of Government; and we may be sure the authorities at Tinnevelli will use or abuse that conventional privilege for all it is worth. The reign of popular violence had its hours; but now that the reign of official violence has commenced it will surely take its months. If the makers of popular history sow one seed the makers of official history are sure to reap a harvest of a hundred fold to their advantage. It has happened in scores of cases before and it is bound to happen in the present case also. The Police have just commenced to make arrests; when their appetite for hand-cuffing will be satiated then will begin the grinding of the mills of the courts of justice which have their tastes and humours; then will come the repressive measures which will be still more remote from and still less connected with the original cause. The Anglo-Indian press will have an opportunity of sermonising and holding forth on the supposed moral lessons of the situation to the Government; and the Native press will, as in duty bound, reply and retort. And in the meanwhile the original cause will be hidden out of sight and forgotten.

The mob mind is a queer puzzle, and it is sometimes very difficult to account for outbursts of popular discontent, at least for the forms it may assume. We were often put in mind of water sprouts at sea, or cyclones on land when we heard of popular disturbances or riots. No one can definitely say how their formation takes place; we only see them when formed, and lost in our admiration for or horror at the form itself we no longer care for the laws of the formation and the play of the invisible undercurrents or forces at work. The doctrine of contributory negligence is a fascinating topic in the law of torts; and in politics too nothing can be more interesting than to dispassionately investigate into avoidable events from the beginning to the point of culmination when the political life of the people suddenly kicks and leaves to the reason only the tangible results of a process which the mind may only imagine.

Madras was supposed to be a sleepy hollow. Not that it was a land of saints; for Madras has its share of crime as much as Bengal, or the Punjab, or the Deccan. But the idea had somehow gained ground that Madras was not the land for agitation; not the land for outburst of popular discontent whatever the faults of the officials may be. At Calcutta, in 1905, it was declared that Madras was not in favour of boycott and the statement was perhaps intended to be understood to cover a wider field of popular thought and activity than the words themselves meant. The lecturing tour of Babu Bepin Pal was regarded by some as responsible for the change that had recently come upon the public mind in the Province. But in our opinion the mistake lies as much in supposing that Bepin Babu was the real agent of unrest as that before his advent the mind of the Madras public was unsusceptible to the meaning of the things around them. But apart from any of these things we could not reasonably suppose that the Madras Presidency could be free from its local causes of trouble. The labour strike in Tuticorin was really a bubble of purely local and non-political unrest. But an overzealous and suspicious Government always bridges up the distance between political and non-political disturbances, and they also drag in public men along with them in such matters, and whether the latter will it or not they make them play an equivocal part as such public men. If Government are prepared to let things be interpreted in their true light then this seeming equivocation must disappear. Well, in the present case at any rate, the strike was not allowed to take its own course as a matter entirely between the employer and the employees, but what is worse is that Mr Chidambaram Pillai, who had really worked for bringing about a settlement of the strike, was treated as the real source of mischief on the ground that he was a man with a large following. Now, having a large following at one's back is not an offence, and if an offence, it is being committed by every man who has it in him to guide and lead the thought in his own circle. Many men had paid the penalty for this offence before, and it was now Mr Pillay's turn. But Mr Pillai had the peculiar indignity of being branded a badmash, as he was called upon to give sureties for keeping the peace. Unfortunately for Mr Pillai, Mr Pal's release occurred about this time and he had to do what he considered to be his duty by way of guiding his following in expressing their sense of rejoicing at the happy event. Now a meeting in honour of a released patriot need not be considered as anything necessarily likely to break the peace. But Mr Pillai had made himself obnoxious and whatever he may do must be obnoxious also. Mr Pillai did not see what right a magistrate had to prevent a meeting of that character. But Government officials have an ingrained habit of taking any act of disobedience on the part of the people ill. And so the Magistrate, though generally known as sympathetic lost the balance of his mind and decided upon making an example of Mr Pillai. Government officials have only to take it into their head to persecute a man and the rest is all easy. They are armed with law, and the prestige and the actual physical force of the whole Government being behind their back, they have no need to turn back from their evil intent unless they are extraordinarily discriminating and forbearing which Anglo-Indian officials are not. And then the mill of the judicial court began to work. It may be wrong to proceed against Mr Pillai under S. 107 of the Criminal Procedure Code. But the will of the Magistrate is Supreme. It is wrong, even when such proceedings have to be taken, to keep a man in actual custody unless an order has been made for taking sureties and the man fails to find these. But when a Magistrate takes it into his head to do so, well he may. How can any one prevent him from so doing so long as the High Court has not interfered with him? Mr Pillai was a man of substance and he could find sureties and actually offered to find them. But a technicality was put forward as the ground for detaining Mr Pillai in custody, and the Magistrate would not release him on bail. Now Mr Pillai had done a good deal for shop-keepers in Tuticorin and Tinnevelli and so naturally they resented the unjust treatment given to him and closed the shops. And the closing of shops has in every country an ominous significance which is not lost even on the dullest man in the street. Even the dullest man anywhere has the habit of coming on the street and airing his discontent, and so they came out on the streets in Tinnevelli, the dull as well as the more intelligent among them. And here perhaps began the play of the mob-mind to which we have referred above. The mob perhaps had the idea foremost in their mind that a grievous wrong was done to their townsman Mr Pillai, but they could hardly be regarded as conscious of what they were doing. The cyclone once formed, you can not be sure what direction it will take; and when a mob is terribly uneasy you cannot say how they will do one thing after another without any apparent logical connection, how the leaders for the moment will arise and shift the scene of reckless action from one place to another. And it was so in this case. Could any one say what it was the mob was intent upon doing? We think not. To us at any rate there is no logical connection between the injustice done to Mr Pillai, and the burning of the Municipal office, the releasing of a couple of prisoners of whom Mr Pillai was not one, the marching on the school, and the burning of the court records. These were surely not the acts of men intent on sedition. It was neither a sane attempt at overturning a Government or at the other kind of sedition, viz., a crusade against the white men in the land. In fact not a single European was injured in the whole affair. But whatever it was, the thing has happened and it is there, a study for politic psychologists. Meanwhile we anxiously wait to see what fate awaits Mr Pillai himself and what complexion Government put on the regrettable affair.

Mahratta, 22 March 1908, Editorial

The affairs at Tuticorin and Tinnevelly have, says a correspondent, taken quite a different turn. If we look to the causes of the unrest and the consequences thereof we get a dismal view of the British rule in India. The heavy taxation and the ever-recurring famines have made life a problem even with the middle classes. Who can describe the misery and hardships of the poor in these days of scarcity? Not that the land can not produce corn sufficient for her children. But where is the money to buy corn with? Under Hindu Rule they could have asked the King for bread, but under this civilised Government they cannot get state relief. What were they to do? There was no help and a state of despair came over them. Companies like the Swadeshi Steam Navigation Co. were started and the people got a partial relief. But swadeshi alone would not do everything. They thought out the problem and soon, with the help of their leaders, found that the distribution of wealth was unjust. A fairer redistribution would allay their sufferings. Sjt. Chidambaram Pillai and men like him told them this. They explained to them how they could secure their legitimate share of the profits by passive resistance. They preached what strikes could achieve. The labourers understood the message of their leaders and struck work in the Coral Mills. Their extraordinary resolution brought them a brilliant success. But alas! in trying to secure their bread they had provoked the white - skinned animal; and hence their troubles began. The whites tried to ruin the Swadeshi Company and threatened the leaders. But the leaders, God bless them, were more afraid of the wolf that was standing at the door of their brethren than of the iron-claws of the white animal. Then came the 9th of March, a day of rejoicings. That day the people got back the Mahatma who first preached them the doctrine that brought bread to their mouths—the doctrine of passive resistance. Naturally enough they wanted to celebrate his return to liberty. All this was perfectly natural and innocent. But the bureaucracy thought otherwise. Conscious of its sins it feared that the day of retribution had come. It smelt a rat. It stopped the rejoicings and arrested the leaders. What must have been the thoughts of the people! The Government wanted to punish and insult their benefactors. Could they brook it? Did they owe no duty to their leaders? Was a demonstration by way of protest not necessary? It would be inhuman to be dead to all these feelings. They stopped business and wanted others to do the same. We must remember that the people were excited. It is but natural for a mob boiling with righteous indignation to commit a few excesses. It is a question of sentiment. No laws can prevent it. Suppressed, it bursts out again. The authorities, instead of showing coolness at this critical moment, were seized with a panic. The fury of the mob then migrated to the irrational officers who soon surpassed the mischief done by the angry mob. The shooting by officials of innocent persons drove even calm temperaments to desperation; and they pelted the officers with stones. Perhaps a western mob would have done a greater mischief under similar circumstances.

The Government found fault with the people and their leaders and has quartered a punitive police on the town. This does not finish the tale. The leaders are now being tried under a number of sections of the I.P.C. We do not know what other offences they have committed but we can clearly see that they have committed one grave offence—that of feeling for their starving brethren. What is the moral? If the starving people assert their right to bread they are punished. They asked for bread and they were given stones. No! They asked for bread and they were given shot, powder and punitive police. Such is the lot of Indians under the benign British Raj.

Maharatta, 29 March 1908

The re-arrest of Mr Chidambaram Pillai and his friends is a proof positive of the vindictive spirit in which Anglo-Indian officers go to work when they feel offended with or without good reason. Our readers perhaps remember that the District Magistrate of Tinnevelli refused to admit these gentlemen to bail though they were prepared to give sureties. The High Court was of course duly moved and granted them release; and on the authority of the order of the High Court the prisoners demanded their liberation. But the District Magistrate felt as if he was going to be baulked of his prey; and having armed himself with the permission of the Madras Government to prosecute Mr Pillai and his colleagues for sedition under sections 124A and 153A, he got them rearrested as soon as the order of the High Court received effect. The D.M. of Tinnevelli has thus demonstrated that the Penal Code is a wide enough net, too wide in fact for any Indian to escape if he but incurs the displeasure of the powers that be. Now, having escaped from the Chapter Act, Mr Pillai finds himself in the jaws of a still more terrible penal provision, and the D.M. knows that the chances of his release on bail by the High Court are this time far more slender. And while these public spirited men will be rotting in jail, the D.M. will be busy with the preparation of the case against them and adjusting the apparatus of the legal persecution into a trim working order. Evidently the D.M. is bent upon removing Mr Pillai from his path for some time, and a Magistrate in that mood of mind can hardly be expected to discriminate between foul and fair measures.

And what after all has been the offence really committed by Mr Pillai and his friends? The allegation of sedition we all understand. Its real character is too transparent to need any explanation. The law of sedition is, we all now know, as wide as the universe; and we can anticipate what kind of nonsense, and even sense, will be alleged to have been said by them. There is hardly anything however sensible that a public speaker may say by way of criticising the British Government in India without laying himself open to the charge of having uttered seditious words. But what Mr Pillai may have said or may not have said is really beside the point. The only thing to which we may really connect his troubles is the activity he displayed in pushing forward the cause of Swadeshism by inducding the cattle shippers and other people to favour the Swadeshi Steam Navigation Company. To speak the truth Mr Pillai had done nothing wrong in this. But the British Government exists for nothing if not to favour the selfish interests of European traders and merchants in India. And Mr Pillai having thus brought himself under the category of an obnoxious man might have expected to be subjected to all the logical and even illogical consequences of his actions. These being the facts we are quite prepared to find Mr Pillai's trial for sedition to be that travesty of justice which our past experience leads us to expect under the conditions of the case.

Mahratta, 29 March 1908

Mr Padmanabha Iyengar

A correspondent from Trivendrum sends us the following account of Mr Padmanabha Iyengar, one of the three men now being persecuted:

"It was in 1887, when he left the University, that the idea struck him of trying to instill into the minds of his countrymen ideas of industrialism, nationalism and patriotism, and with that view he entered several walks of life gaining not only experience of and insight into the several methods of the bureaucratic departments, but spreading from time to time and wherever he went the principles of nationalism although they were not at all times acceptable to the people generally. As a schoolmaster, he has had the happiness of training many a youth to stand by the present gospel and he is sure that he is expressing a bare truth that the administration in India is conducted by men and officers who are not altogether dissociated from feelings of nationalism. Laterly his services to the country as a journalist, although not rewarded from a world point of view, have had a salutary effect upon the growing generation in so far as the principles which he enunciated have been found to be accepted as guides by the followers of the present day nationalist movement.

Although by his ventures he was reduced to poverty and obliged to seek refuge in a comparatively safe retreat like Trivendrum, his nationalistic impulses would not allow him to be quiet, and for months together he was slowly working up the people of Trivendrum to feel an active sympathy with the movement as it proceeded in British India. Not content with such a passive life, and although personal considerations were against the step he took, he made up his mind to go over to Tuticorin to be of service to Srj. Chidambaram Pillay in the admirable though uphill work that he was doing in that town. Early one morning he was surprised to read an invitation from Mr Chidambaram Pillay to go over to Tuticorin, and with all the enthusiasm of a confirmed nationalist, he started off, and on his way he did much good work at Ambasamudram in converting a number of the so-called moderates into the ways of the new gospel, and having assured himself of the preparedness of the district of Tinnevelly to follow in the wake of Tuticorin, he went to the latter place where he was received very heartily by Srj. Chidambaram. The speeches he delivered in Tuticorin were not inflammatory in the sense in which speeches of nationalists are construed by the moderates and the bureaucrats, but they were full of the principles of nationalism according to the spirit of the Gita, a gist of which he had drawn up for himself. It was not, however, for the speeches he delivered at Tuticorin that he was associated with the others but because he was one of the foremost in engineering the continuance of the strike at the Coral Mills when it did happen.

Here is a clear account of what happened. On the 27th March, the Joint Magistrate of Tuticorin, advised thereto by Mr Wynch, issued an order under Sec. 144 of the Cr.P.C. prohibiting Srj. Pillay and Siva from holding any public meeting at Tuticorin and warning the public against attending any such meeting. He wanted, within strict legal limits, to take the sting out of the orders thus issued, and not only did he hold a meeting that very evening where a great crowd attended but the very next day he issued a notice under his own signature notifying a public lecture on the 'Rationale of the boycott movement', and one of the public spirited citizens of Tuticorin had the coolness and deliberateness to notify the public not to be alarmed at the order of the Joint Magistrate, and to attend even in larger numbers at subsequent meetings. It was therefore no wonder that, on the evening of the 28th, there was a much bigger audience at the beach at Tuticorin than ever before met there. You will have read from the papers that as he rose to speak the whole crowd, numbering about 10000, sat down at the whisper of the sacred *manthram* of Vandemataram and throughout the whole of his address, which took more than an hour, the audience kept their eyes steadfastly upon him unmoved by the rifle practices and seeming intimidations of the reserve police which Mr Wynch had got down by that time and who practised their arts just on the sides of the audience. Mr Wynch, who, as he stood by the road, watched the proceedings of the day, felt convinced of the extremely peaceful nature of the audience whom it was alleged by self-interested European merchants the speeches of the Swadeshi patriots had roused into disaffection. This was made very plain by the fact that the very next morning, i.e. the 29th, the Joint Magistrate issued an order cancelling the prohibitory order of the 27th.

In the meanwhile the strike at the Coral Mills had occurred and Srj. Chidambaram Pillay and Mr Aiyangar spent nights and days in brooding over the means by which they could maintain the strikers and not allow them to fall into the merciless clutches of the Agent who had by this time threatened the people saying that he would not mind closing the Mills for months together. And they could believe that he would do so because of the enormous profits that the Mills had been managing to earn for many years past. It was not their desire to put the Mills under any difficulty or to create an unhealthy situation in the town, but they desired to help the strikers to get their just grievances redressed by helping them to stand by their resolutions not to go back to their work until and unless certain concessions were granted. In order to show their sincerity in the task that they had imposed on themselves, he formed a committee of three members including himself in which they took statements of several of the strikers expressing their just and legitimate grievances and the harsh treatment they had been receiving at the hands of the mill authorities. Mr K. R. Venkitarama Aiyar, B.A., & B.L., one of the members of the committee took care to intimate to Mr Wynch at the earliest opportunity the substance of the evidence so taken, the real nature of the grievances and the ways already adopted by the public spirited citizens of Tuticorin to keep all the 1800 strikers in perfect security from doing any act of violence to any people in Tuticorin, and much less to the Europeans. But somehow or other the European merchants of Tuticorin made Mr Wynch believe that to keep such a huge number under proper control would be an impossibility and that a considerable reinforcement of the police was necessary. You know that the sequel proved that the actions of Mr Wynch were unwarranted and that during all the days that the employees of the Mills were on strike they managed to keep them under such disciplined control that not the least disturbance of the public tranquillity could be apprehended.

During the ten days that the strike lasted the three gentlemen managed to collect a big sum for the relief of the strikers and they paid them doles at the end of the first week; but seeing that the Agent of the Mills could not be moved by such a measure, they adopted the surer means of getting numbers of strikers employed in batches in Swadesi firms, and when about 400 of them had been so engaged, Mr Miller, the Agent of the Coral Mills, had his eyes opened to the seriousness of the situation, and at once entered into negotiations which led to very important concessions being granted to the strikers; and on a written promise that such concessions would be adhered to, they requested the strikers to go back to work. It will therefore be admitted that huge as this strike was it was maintained successfully by their strenuous exertions. Nothing of the kind had ever been attempted or carried out in the whole of India at any time, and it was therefore with feelings of dismay and terror that the European merchants of Tuticorin viewed the situation. It was easy for those merchants to persuade the authority into believing that Mr Iyengar was associated with Srj. Chidambaram and Siva in a sort of conspiracy to undo them and force them away from Tuticorin. It was in this way that, innocent as he was from start to finish, he came to be persecuted by Mr Wynch. When the security proceedings under Sec. 108 of Cr.P.C. were instituted against them they went to Tinnevelly to answer the charges, and in course of the proceedings they behaved like true nationalists claiming their privileges and asserting their rights as freeborn citizens and not crouching for any favours. He for one, was prepared if it should end in a conviction, to go into prison in preference to burdening two gentlemen with the liability of keeping him within bounds and not allowing him to speak or act in public in a way that may be thought prejudicial to the interests of the bureaucracy. Even during the course of the trial they thought it their duty to educate the people of Tinnevelly and surrounding villages in the grand truths of nationalism, and this attempt evidently exasperated Mr Wynch into resolving to keep them in custody although he knew not by what means he could do so. He had therefore to have recourse to an illegal order under Sec. 107, Clause 4, Cr.P.C. and he is sure he knew at the time of passing the order that it was illegal. Although the order to remand them into custody was really a surprise to every one present in court at the time they were not cowed down by such an act of repression, and he even told the men that stood there that nationalism had triumphed. According to the doctrines of the Gita, the 23 days of incarceration to which an innocent soul like Mr Iyengar was subjected under the illegal order of the District Magistrate till they were reversed by the High Court, must have a strong reaction which must express itself in the world sooner or later. It is true that a few days before his release on the 4th, under the orders of the High Court, bail had been sanctioned for them but he did not care to get out on the strength of a bail bond as long as the illegal order of the District Magistrate had not been rescinded.

Mahratta, 3 May 1908

6

இந்தியர்களுக்கு ஓர் அறிக்கை

லோகமான்ய திலகரே விசேஷக் காங்கிரசில் அக்கிராசனம் வகிக்க வேண்டும்

சகோதரர்களே!

இதுவரையில் கண்டறியாத ஒரு மிடுக்கான சந்தர்ப்பத்தில் நமது தேசம் இப்போது ஊசலாடுகிறதென்பதை யாரும் மறுக்க முடியாது. தேசிய வாழ்க்கையில் இவ்வித சந்தர்ப்பங்கள் அடிக்கடி ஏற்படுவதில்லை. நம்மைப் பாதிக்கக்கூடிய முக்கியமான விஷயங்கள் யாதென்று நாம் மனதில் திடப்படுத்திக்கொள்ள வேண்டும். தற்கால நிலைமையை அடியில் வருமாறு சுருக்கமாகச் சொல்லலாம்:

1. இந்தியா மந்திரியால் ஒரு ராஜாங்கச் சீர்திருத்தப் பிரேரணை சீக்கிரம் வெளியிடப்படும்.
2. அது காங்கிரஸ் – லீக் கோரிக்கைகளுக்குக் குறைவாயிருக்குமென்பது அநேகமாய் நிச்சயம்.
3. என்ன கொடுத்தாலும் ஒப்புக்கொண்டு விடுகிறதற்கு ஒரு சாராரான ஜனத் தலைவர்கள் தயாராயிருப்பதாய்த் தெரிகிறது.
4. ராஜாங்கச் சீர்திருத்தங்களைப் பற்றி ஆலோசிக்க நடைபெறப்போகும் விசேஷக் காங்கிரசின் அக்கிராசனத்திற்கு ஒருவரைத் தெரிந்தெடுக்க சென்னை மாகாண காங்கிரஸ் கமிட்டியார் சீக்கிரத்தில் ஒரு மீட்டிங் கூடப் போகிறார்கள்.

கவர்ன்மெண்டின் நன்மையைக் கருதியும், மாட்சிமை தங்கிய சக்கரவர்த்தியின் பொறுப்பான மந்திரிகளால் அடிக்கடி விளம்பரப்படுத்தப்பட்டிருப்பவர்களை முன்னிட்டும் தெரிந்தெடுக்கப்பட்ட ஜனப் பிரதிநிதிகள் அடங்கிய சட்ட

சபைக்கு வரவுசெலவுகளில் பூரா அதிகாரத்துடன் காங்கிரஸ் – லீக் சீர்திருத்தங்களைக் கொடுக்க வேண்டிய தவசியம். இந்தச் சீர்திருத்தங்களை உடனே கொடுத்துவிட வேண்டும். இவ்விஷயத்தை வற்புறுத்தவும், ஜனங்கள் ஒரே மனதுடன் இதை ஆதரிக்கிறார்களென்பதைக் காட்டவும் லோகமான்ய திலகர் அக்கிராசனம் வகிக்கக்கூடியதான இடத்தில் விசேஷக் காங்கிரசைக் கூட்ட வேண்டும்.

அவரை அக்கிராசனாதிபதியாகத் தெரிந்தெடுக்கும் விஷயத்தில் சில இடங்களில் ஆட்சேபணைகள் கூறப்படுகின்றன. லோகமான்ய திலகருக்கு அக்கிராசனம் வகிக்க இஷ்டமில்லையென்று சொல்லப்படுகிறது. ஒரே மொழியாய் இந்திய ஜனங்கள் அவரைத் தெரிந்தெடுக்கும்பட்சத்தில் இந்தச் சந்தர்ப்பத்தில் ஜனங்களுடைய அபிப்பிராயத்துக்கு மாறாக அவர் நடப்பாரென்று நாங்கள் நினைக்கவில்லை. தேசத்தின் பெயரால் இவரை இதுகாறும் கேட்டுக்கொள்ளப் படவில்லை. கிரமப்படிக்கும் அவரைக் கேட்கப்படவில்லை.

நமது தேசத்தினரில் பெரும்பாலோர் காங்கிரஸ் – லீக் ஸ்கீமுக்கு விரோதமாக நடந்துகொள்ள மாட்டார்களென்பது எங்களுக்குத் தெரியும். இதற்காக என்ன தியாகம் செய்ய வேண்டியிருந்தாலும் அதற்கு அவர்கள் தயாராயிருப்பார்களென்பது எங்களுக்குத் தெரியும். இந்தச் சந்தர்ப்பத்தில் நம்முடைய தலைவர்களில் சிலரின் நடத்தை திருப்திகரமாயில்லையென்பதும், உறுதியாயிருக்க வேண்டிய காலத்தில் சஞ்சல புத்தியுடையவர்களா யிருக்கிறார்களென்றும் ஜனங்களில் பெரும்பாலோரில் பலத்த சந்தேகம் ஏற்பட்டிருக்கிறது. அவர்களுடைய அபிப்பிராயத்தையே நாங்கள் வெளியிடுகிறோம். விசேஷக் காங்கிரசின் அக்கிராசனத்திற்கு லோகமான்ய திலகரைத் தெரிந்தெடுத்தால்தான் நமது தேசத்தின் க்ஷேமத்துக்குப் பொருந்தியதாகும். இந்தச் சந்தர்ப்பத்தில் அக்கிராசனம் வகிப்பவர் ஆழ்ந்த தேசாபிமானம், தைரியமான ராஜதந்திர நிபுணத்தன்மை, தெளிவான நோக்கம் இவைகளை உடையவர்களாயிருக்க வேண்டும். எங்களுடைய அபிப்பிராயத்தில் லோகமான்ய திலகர் ஒருவர்தான் இந்தச் சந்தர்ப்பத்தில் நமக்குத் தலைமையா யிருந்து நடத்தக்கூடியவர். அவரைத் தெரிந்தெடுத்தால்தான் நாம் காங்கிரஸ் – லீக் ஸ்கீமுக்குக் குறைவாய் எதையும் அங்கீகரிக்கிறதில்லையென்கிற மன உறுதியை உடையவர்களா யிருக்கிறோமென்று காட்டக்கூடும். ஆகவே எல்லா காங்கிரஸ் கமிட்டிகளையும் அவரை ஒரேமனதாய்த் தெரிந்தெடுக்கும்படி கேட்டுக்கொள்ளுவோம். ஏனெனில் அவர்தான் நம்முடைய கோரிக்கைகளே அவதாரமாகத் தோன்றிய புண்ணிய புருஷர். இந்தச் சமயத்தில் நம்முடைய

கடமை தவறி நடந்து நம்முடைய எதிரிகள் நம்முடைய கழுத்தை நெறிக்க இடம் கொடுத்துவிடக் கூடாது. நன்றி கெட்டவர்களென நம்முடைய சந்ததிகள் நம்மைக் குறைகூறா வண்ணம் நடந்துகொள்ளுவோமாக!

உங்கள் உண்மையுள்ள,

ஸி. இராஜகோபாலாச்சாரியார், ஹைகோர்ட்டு வக்கீல், சேலம்
ஸி. என். வெங்கடப்ப செட்டியார், ஹைகோர்ட்டு வக்கீல், சேலம்
இ. வி. ராமசாமி நாயக்கர், ஈரோடு
மீர் பஸ்ஸல் அலி, பாரிஸ்டர், தஞ்சாவூர்
மகாதேவய்யர், வக்கீல், தஞ்சாவூர்
ராஜகோபால செட்டியார், தஞ்சாவூர்
ஜார்ஜு ஜோஸப், பாரிஸ்டர், மதுரை
கே. சிங்கமய்யங்கார், ஸ்ரீரெங்கம்
டாக்டர் டி. வி. சாமினாத சாஸ்திரி, திருச்சி
ஸயித் முர்த்தாஸா சாகிப், திருச்சினாப்பள்ளி
டி. ஏ. ஆதிநாராயண செட்டியார், பாரிஸ்டர், சேலம்
கே. வி. சுப்பராவ், பி.ஏ., பி.எல்., சேலம்
பி. வரதராஜுலு நாயுடு, திருப்பூர்
டி. ஏ. இராமச்சந்திர செட்டியார், தஞ்சாவூர்
பூவராகவ ஐயங்கார், தஞ்சாவூர்
வி. ஓ. சிதம்பரம் பிள்ளை, சென்னை
டாக்டர் டி.எஸ்.எஸ். ராஜன், ஸ்ரீரெங்கம்
எப். ஜி. நடேசன், திருச்சி
டி. வி. நரசு பிள்ளை, திருச்சி

சுதேசமித்திரன், *2–7–1918*
மறுபதிப்பு: ***குமரி மலர்***, ஆகஸ்டு *1969*

ஜீவிய சரித்திரம்.

பாரத ஜோதி-ஸ்ரீ திலக மகரிஷியின் வரலாறு.

அதைரியமடைந்த மக்களின் உள்ளத்தில் ஆண்மையைப் புகுத்தின அருங்கிளர்ச்சி.

வெள்ளை விஷமிகள் சிருஷ்டித்துவிட்ட இராஜதுரோக வழக்கில் பதினெட்டுமாதக் கடுங்காவல் தண்டனை.

(ஸ்ரீமான் வ. உ. சிதம்பரம் பிள்ளை (Pleader) அவர்கள் எழுதியது)

(முன் தொடர்ச்சி)

1896—97 ம் வருஷத்துப் பஞ்சகாலத்து திலகருக்கு [illegible]

ஸ்ரீ திலகர்.

ஸ்ரீமான் வ. உ. சிதம்பரம் பிள்ளை.

[illegible]

பழையன கழிதலும் புதியன புகுதலும்.

[illegible]

கோரமான கொலைகள்.

[illegible]

பாரதஜோதி ஸ்ரீ திலக மகரிஷியின் ஜீவிய சரித்திரம்.

காங்கிரஸின் துயிலைக் கலைத்த கர்ஸன் ஆட்சி.

திலகமகரிஷி தோற்றுவித்த புதிய கிளர்ச்சி.

கல்கத்தா மகாநாட்டில் கர்ச்சனை.

வங்காளப் பிரிவினையால் உயிர்பெற்ற விதேசி பகிஷ்கார, சுதேசி இயக்கம்.

தாதாபாய் நௌரோஜியின் தளர்வற்ற அபிமானம்.

(வ. உ. சிதம்பரம் பிள்ளை அவர்கள் (Pleader) எழுதியது.)

ஸ்ரீ திலக மகரிஷி.

தாதாபாய் நௌரோஜி.

ஸ்ரீமான் வ. உ. சிதம்பரம் பிள்ளை.

ஸ்ரீ திலகர் மகரிஷியின் ஜீவிய வரலாறு

ஸ்ரீ திலகரை வசப்படுத்த முயற்சித்த சீமைமந்திரி.

மாண்டேகு—செம்ஸ்போர்ட்—திலகர் அரசியல் சீர்திருத்தச் சம்பாஷணை.

அனிபெஸண்டம்மையார் அவைத்தலைமைவகித்த கல்கத்தா காங்கிரஸ் மகாநாட்டின் நிகழ்ச்சி.

(ஸ்ரீமான் வ. உ. சிதம்பரம் பிள்ளை (Pleader) அவர்கள் எழுதியது.)

பொறுப்பாட்சிக்கொள்கை அறிவிப்பு.

இக்காலத்தில் மிஸ்டர் மாண்டேகு இந்திய மந்திரியாக நியமிக்கப்பட்டார். அவர் ஒரு சிக்கலான நிலைமையைக் கண்டார். இவ்வி[illegible]து ஜெர்மனிக்கு விரோதமான சண்டையில் ஈடுபட்டிருந்தது. அதனால் அது இந்திய விஷயத்தைப் பற்றி நினைக்கவே முடியாத நிலைமை ஏற்பட்டது. இந்தியாவிலுள்ள இராஜாங்க அதிகாரிகள் இந்தியாவின் காரியங்களைச் சரியாக நிர்வாகம் செய்யாமல், இந்திய ஜனங்களுக்குக் கோபமூட்டி எரிச்சல் உண் [illegible]

ஸ்ரீ திலகமகரிஷி

[illegible]

கல்கத்தா காங்கிரஸ்.

[illegible]

ஸ்ரீமான் வ. உ. சிதம்பரம்பிள்ளை

[illegible]

ஷெபீல்ட் உருக்கினால் செய்த கத்திரிகள்

......

16-வது பக்கத்தில் பிரசுரிக்கப்பட்டிருக்கும் சைம் கம்பெனியின் விளம்பரத்தில் விவரம் காண்க.

[illegible]

(15-ம் பக் பார்க்க)

சான்றுப் பட்டியல்

இதழ்கள்

இந்தியா, 1906–1910

சுதேசமித்திரன், 1906–1921

வீரகேசரி (வாரப் பதிப்பு), 1933–1936

வைசியமித்திரன், 1919

The Amrita Bazar Patrika, 1908, 1918

Bande Mataram, 1908

The Hindu, 1904-1920

The Mahratta, 1908, 1920

The New India, 1918

பிற ஆவணங்கள்

C. Vijayaraghavachari Papers, Nehru Memorial Museum & Library, New Delhi.

Fortnightly Reports, Government of Madras, 1914-1920.

நூல்கள்/கட்டுரைகள்

அரசு, மா.ரா., வ.உ.சி., சாகித்திய அக்காதெமி, புது தில்லி, 2005.

திரு.வி.க. வாழ்க்கைக்குறிப்புக்கள், சைவ சித்தாந்த நூற்பதிப்புக் கழகம், சென்னை, 1969.

பாரதி, சி. சுப்பிரமணிய, எங்கள் காங்கிரஸ் யாத்திரை, சென்னை, 1908.

ராமலிங்கம் பிள்ளை, நாமக்கல், கப்பலோட்டிய தமிழன், தமிழ்ப் பண்ணை, சென்னை, 1948.

வ.உ.சி., *எனது அரசியல் பெருஞ்சொல்* (ப—ர்: செ. திவான்), நஜாத் பதிப்பகம், பாளையங்கோட்டை, 1996.

வ.உ.சி. சுயசரிதை, முல்லைப் பதிப்பகம், சென்னை, 1946.

வேங்கடாசலபதி, ஆ.இரா. (மொ—ர்), வ.உ.சி., 'லோகமான்ய திலகர்', *நாவாவின் ஆராய்ச்சி* 26, 1988.

வேங்கடாசலபதி, ஆ.இரா. (ப—ர்), *வ.உ.சி.யும் திருநெல்வேலி எழுச்சியும் 1908*, மக்கள் வெளியீடு, சென்னை, 1986.

வேங்கடாசலபதி, ஆ.இரா., *வ.உ.சி.யும் பாரதியும்*, மக்கள் வெளியீடு, சென்னை, 1994.

Bal Gangadhar Tilak: A Sketch of His Life and Career, G.A. Natesan & Co., Madras [1919].

Bapat, S.V., *Reminiscences of Lokamanya Tilak*, Kesari & Mahratta Office, Poona, 1927.

Bhagwat, A.K., G.P. Pradhan, *Lokmanya Tilak: A Biography*, Jaico Publishing House, Mumbai, 2008.

Cashman, Richard, *The Myth of the Lokmanya: Tilak and Mass Politics in Maharashtra*, Univ. of California Press, Berkeley, 1975.

Dutt, Paramananda Dutt, *Memoirs of Motilal Ghose*, Amrita Bazar Patrika Office, Calcutta, 1935.

Jog, N.G., *Lokamanya Bala Gangadhar Tilak*, Publications Division, New Delhi, 1990.

Kelkar, N.C., *Life and Times of Lokamanya Tilak*, S. Ganesan, Madras, 1928.

The National Dharma: Life, Speeches and Writings of Dr P. Varadarajulu Naidu, The Tamil Nadu Co. Ltd., Salem, 1948.

Wolpert, Stanley A., *Tilak and Gokhale: Reform and Revolution in the Making of Modern India*, Univ. of California Press, Berkeley, 1962.

Venkatachalapathy, A.R. 'Tilak's Southern Lieutenant', *The Hindu*, 17 January 2010.